UHURU KWA WALIOFUNGWA

MWONGOZO WA MAFUNZO

Na ahimidiwe BWANA;
Asiyetutoa kuwa mawindo kwa meno yao.

Nafsi yetu imeokoka kama ndege
Katika mtego wa wawindaji,
Mtego umevunjika, nasi tumeokoka.

Msaada wetu u katika jina la BWANA,
Aliyezifanya mbingu na nchi.

Zaburi 124

MARK DURIE na BENJAMIN HEGEMAN

db

DEROR BOOKS

Imejumulisha chapa ya nne ya *Uhuru kwa Waliofungwa.*
Uhuru kwa Waliofungwa: haki miliki©2022 na Mark Durie
Vitabu vya kuelekeza mafunzo: haki miliki ©2022 na Benjamin Hegeman
Haki zote zimehifadhiwa.

Jina la kitabu: *Uhuru kwa Waliofungwa: Mwongozo wa Mafunzo*
Maelezo: Melbourne: Deror Books, 2023.
ISBN: 978-0-6452239-7-2

Isipokuwa kwa mabadiliko machache hapa na pale, nukuu zote za
Maandiko Matakatifu ni kutoka Holy Bible in Kiswahili, Union Version
Iliyochapishwa Kama BIBLIA Maandiko Matakatifu, 1997.

Nukuu hizo zimetumiwa kwa idhini kutoka kwa Bible Society of Kenya na
Bible Society of Tanzania.

Alama ya majadiliano ya kikundi imeundwa na Freepik kutoka
www.flaticon.com.

Kwa maelezo zaidi kuhusu vitabu vya Mark Durie na maandishi mengine,
tembelea
markdurie.com.

Ili kupata *Uhuru kwa Waliofungwa* katika lugha zingine, tembelea
luke4-18.com.

Deror Books, Melbourne Australia
www.derorbooks.com

Yaliyomo

Dibaji

Leo, idadi kubwa ambayo haijawahi kutokea ya wale waliowahi kuwa Waislamu wanachagua kumfuata Kristo. Jambo la kusikitisha, wengi wao hujikuta wakikataliwa na kuzidiwa na masumbufu ya dunia hii. Kuna baadhi ya viongozi wa kitaifa wa Kikristo wameripoti kuwa takriban asilimia 80 ya watu hao wanarudi nyuma na kumwacha Mungu ndani ya kipindi cha miaka miwili ya mwanzo. Je, Mungu anatutaka tufanye nini kuhusu jambo hilo?

Mwaka 2002 Dkt. Mark Durie alianza kufundisha kuhusu *dhimma* na namna ambavyo Wakristo wanaweza kuwa huru kutoka kwenye hofu ya Uislamu na Waislamu. Mafundisho hayo kwa kawaida yalifuatiwa na muda wa huduma, ambapo watu walitoka mbele kwa ajili ya kuombewa. Miongoni mwa wale walioshiriki katika huduma hizo, wengi baadaye walishuhudia kuguswa na nguvu kubwa ya Mungu, ambayo iliwawezesha kufunguliwa na kuwapa nguvu ya kuhudumu.

Baadaye Dkt. Durie aliendelea na kuandaa mafundisho ya kuwaweka watu huru kutoka katika vifungo vya kiroho vya Uislamu wenyewe. Mafundisho haya mawili yalijumuishwa kwa pamoja katika kitabu hiki cha *Uhuru kwa Waliofungwa*.

Kwa kuwa watumishi wa Injili duniani pote wanahitaji kujua na kukitumia kitabu cha *Uhuru kwa Waliofungwa*, kitabu hiki kimatafsiriwa katika lugha nyingi.

Katika miaka ambayo tangu kitabu cha *Uhuru kwa Waliofungwa* kilipochapishwa kwa mara ya kwanza mwaka wa 2010 imedhihirika kuwa kilihitaji kufanyiwa marejeo na kuongezewa taarifa mpya, ili kukidhi kwa kiasi kikubwa zaidi mahitaji ya watumiaji wake, hususan ushirika wa waumini waliotoka katika mazingira na imani ya Kiislamu hapo awali.

Aidha, kumekuwepo na hitaji la kuwepo kwa programu ya mafunzo. Mwanzoni ujumbe wa kitabu hiki ulikuwa ukichagizwa na video za mafundisho zilizoandaliwa na Huduma iitwayo Salaam, kwa kutumia wasilisho la *Power Point*, Video hizo baadaye zilirekodiwa au kuwekewa tafsiri ya maandishi kwa lungha nyingine.

Mfumo huu wa mafundisho umekuwa ukitumika katika nchi kadhaa pamoja na washirika wa ndani walipatiwa mafunzo ya namna ya kuyatumia. Hata hivyo, wakati Dkt. Benjamin Hegeman alipofuatwa na Mkurugenzi wa Huduma ya Salaam, Nelson Wolf, kuhusu uwezekano wa kutumia mfumo huu kuwafundisha wachungaji wa vijijini nchini Benin, alisema "Haiwezekani!" na akapendekeza mfumo ulio tofauti kabisa. Kwa kutumia uzoefu wa kufundisha wa miongo kadhaa kule Benin, Dkt. Hegeman alibuni mfumo wa mafundisho kwa ajili ya kitabu cha *Uhuru kwa Waliofungwa* ambacho kilitumia mwongozo wa mafunzo. Mfumo tunaoutumia hapa, unatumia vikundi vidogo vidogo vya majadiliano na maigizo umefanyiwa majaribio na kupokelewa kwa furaha na wazungumzaji wa lugha za Kibaatonu, Kifaransa na Kihausa.

Mfumo huu wa kufundisha umebuniwa kufanya kazi katika muktadha mpana na tofauti, pasipo kufikia kiwango maalumu cha elimu. Vilevile, kiongozi aliyemaliza mafunzo hayo aweze kuyachukua katika muktadha binafsi na kuwafundisha wengine kwa kutumia mfumo huo huo.

Maneno ya Kristo ni lazima yasikike masikioni mwetu: "kama baba alivyonituma mimi, mimi nami nawapeleka ninyi." "Enendeni mkawafanye mataifa yote kuwa wanafunzi!" Yesu alimaanisha nini? Usiku ule kabla ya kufa kwake alifafanua kuwa wanafunzi wake wamjue Mungu na waungane naye; na wawe na umoja katika Mungu kwa jina lake, kweli yake, na upendo wake (Yohana 17). Maombi yetu kwa Bwana wa mavuno ni kuwa kitabu cha *Uhuru kwa Waliofungwa* kitawasaidia waongofu waliotoka katika Nyumba ya Uislamu wabaki wakiwa wameungana na Mungu katika Yesu Kristo, na kuwa kitawasaidia wote wanaowashuhudia Waislamu kuwa wanafunzi.

Tunatumaini kuwa kitabu hiki – kinachojumuisha mafundisho ya Mark Durie ya *Uhuru kwa Waliofungwa* yaliyofanyiwa mapitio na Miongozo ya Mafunzo ya Benjamin Hegeman – kitasaidia kukidhi mahitaji haya na kufanyika baraka kwa kanisa la ulimwengu.

Tunapenda kutoa shukrani zetu za dhati kwa akina kaka na akina dada wengi wa thamani sana kwetu ambao wametupa mrejesho, wakitoa mapendekezo kuboresha nyenzo hii. Msisimko wenu kwa ajili ya mradi huu umepokelewa kwa shukrani kuu. Vilevile tunawatambua na kuwashukuru sana wahisani wetu wanaotusaidia kifedha na maombi ya walio wengi ambapo pasipo wao kazi hii isingeweza kufanyika kabisa.

Mark Durie, Benjamin Hegeman, na Nelson Wolf
Juni 2022

Jinsi ya Kutumia Kitabu Hiki

Karibu kusoma *Mwongozo huu wa Mafunzo wa Uhuru kwa waliofungwa* wenye toleo jipya la kitabu cha Mark Durie cha *Uhuru kwa waliofungwa* chenye masomo sita ya msingi na mawili ya ziada.

Mwongozo huu wa Mafunzo umeandikwa kwa ajili ya hadhira ya Kikristo. Umetengenezwa kwa ajili ya kuwasaidia Wakristo kuyatumia mafundisho yaliyomo kwenye kitabu cha *Uhuru kwa Waliofungwa*. Maombi yetu ni kuwa kiweze kukusaidia wewe binafsi na wengine kuupata uhuru ulio ndani ya Kristo na kuendelea kudumu kuwa huru.

Ikiwa umepanga kuendesha mafunzo ya kozi inayotumia mwongozo huu wa mafunzo, tafadhali kwanza kabisa soma Mwongozo wa Viongozi, ambao unaupata kabla ya somo la kwanza.

Tunapendekeza ufanye mafunzo haya ukiwa pamoja na kikundi cha waumini wengine. Umebuniwa kutumika kwenye mfumo wa kongamano la siku 3-5, lakini pia unaweza kutumika katika mfululizo wa masomo ya kila juma ya vikundi vidogo vidogo.

Rejea zilizomo kwenye Kurani zinatumia tu neno Sura: kwa mfano, Sura 9:29 inahusu Sura 9:29. Katika mafunzo haya, utajifunza kuhusu mafundisho ya Uislamu yenye msingi katika vyanzo vyenye uhalisia. Juhudi kubwa imefanyika kuhakikisha kuwa rejea zimefanywa kulingana na vyanzo vya msingi vya kuaminika vya Kiislamu. Tafadhali soma kitabu cha *Chaguo la Tatu* kilichoandikwa na Mark Durie ili kupata rejea za kina zaidi za vyanzo hivi vingi.

Katika kuifanya raslimali hii iweze kupatikana kwa kanisa lote la ulimwengu ninasisitiza kuwa, wakati tukipinga chuki na dharau za kila namna, ninaamini kwamba lazima tuwe na fikra za kina katika masuala yanayohusu dini zote na mitazamo ya kidunia. Waislamu na kwa Wasio-Waislamu sawia wote hawa wanayo haki ya kuwa na mawazo yao binafsi kuhusu Uislamu, wakikubaliana au kutokubaliana na mafundisho yake kama watakavyoongozwa na dhamiri zao na ufahamu wao kuhusu imani hiyo.

Kitabu hiki kinachoweza kupakuliwa kikiwa kwenye mfumo wa PDF, katika toleo la Mafunzo la Kitabu hiki, pamoja na raslimali nyingine za kitabu cha *Uhuru kwa Waliofungwa* zinaweza kupatikana kutoka tovuti ya luke4-18.com. Huduma za Kikristo zinaruhusiwa kupakua, kuchapisha, kuwashirikisha wengine raslimali zozote zile juu ya Luka4-18 ili kukidhi mahitaji yao.

Wakati wote tutafurahi kupokea shuhuda mbalimbali za vile ambavyo mafundisho haya yalivyowasaidia watu, pamoja na mapendekezo ya maboresho.

Mwongozo wa Viongozi

Miongozo ya Jumla

Mafunzo haya yanatolewa kwa ajili ya kuwasaidia watu kupata uhuru wa kiroho kutoka kwenye Uislamu.

Ikiwa umepanga kuendesha mafunzo ya kozi ya *Uhuru kwa Waliofungwa*, tafadhali isome miongozo hii kwa makini.

Mwongozo huu wa mafunzo umeandikwa kwa ajili ya kuwasaidia aina tatu tofauti za Wakristo:

1. Wakristo waliookoka wakitokea kwenye Uislamu ambao wanachagua kuudai uhuru wao ndani ya Kristo

2. Wakristo wanaoishi, au ambao mababu zao waliishi, miongoni mwa Waislamu, wakiwa chini ya utawala wa waislamu

3. Mtu yeyote anayependa kuwashirikisha Waislamu ujumbe wa Kristo.

Makundi haya matatu yana mahitaji yao ya kipekee; ingawa, tunapendekeza kuwa kila mmoja (Wakristo wa aina zote) wapitie masomo yote 1-6, ambayo ni masomo ya msingi ya mafunzo haya.

Kuna masomo mawili ya ziada. Somo la 7 na la 8, ambayo kwa umahsusi yamebuniwa kwa ajili ya wakristo ambao awali walikuwa Waislamu. Masomo haya ya ziada yafanyike tu baada ya kumaliza yale masomo sita ya msingi.

- Somo la 7 linajadili masuala ya msingi ya ziada ya kufunguliwa kutoka kwenye Uislamu: kusema uongo, kujikweza bandia, na kulaani.

- Somo la 8 linatoa mafundisho ya jinsi ya kulikuza kanisa lenye afya ya kiroho kutokana na watu waliokuwa Waislamu hapo zamani. Limesanifiwa kwa ajili ya kuwasaidia watendakazi wote walio miongoni mwa waliokuwa Waislamu awali.

Mafunzo haya yamebuniwa kufanyika kwa njia maalum. Inapendekezwa uzingatie mfumo uliofafanuliwa hapa, kwa kuwa umefanyiwa majaribio na hufanya kazi vizuri sana kwa wanafunzi wa aina mbalimbali.

Mafunzo haya yameandaliwa kufanyika na kukamilishwa katika kipindi cha siku 3 hadi 5. Yanaweza pia kufanyika kama mfululizo wa mafundisho ya kila juma ya vikundi vidogo vidogo.

Ikiwa unaendesha mafunzo haya, watie moyo wale unaowafundisha au washiriki wako wawashirikishe watu wengine. Tunatazamia kuwa mtu yeyote anayefuata mafundisho haya akiwa kama mshiriki atakuweza kuyatumia kwa kuzingatia muktadha wake mwenyewe, na kuwaongoza wengine kufanya mafunzo haya.

Mbinu ya Kufundishia

Mafunzo haya yanaweza kufanywa na idadi yoyote ile ya watu, kuanzia kikundi kidogo cha nyumbani hadi kundi kubwa la mamia ya watu. Ikiwa zaidi ya watu watano au sita wanashiriki mafunzo haya, washiriki watahitaji kugawanywa katika vikundi vya watu wanne au watano. Vikundi hivi vinabaki hivyo hiyvo na hukaa pamoja wakati wote wa mafunzo.

Hakikisha kuwa wanaoshiriki mafunzo haya wanayo nakala binafsi ya mwongozo huu wa mafunzo. Mwanzoni mwa mafunzo watakae washiriki wote waandike majina yao juu ya miongozo yao, na wajulishe kuwa miongozo hiyo imetolewa kwa ajili yao kuwa mali yao, na wanakaribishwa na kutiwa moyo kuandika mafunzo wanayoyapata ndani ya miongozo hiyo. Kisha fafanua mwongozo huo wa mafunzo kwa kila mmoja, waelekeza kuzingatia masomo yale sita ya msingi, kichwa cha kila somo, madhumuni ya kujifunza yaliyoorodheshwa mwanzoni mwa kila somo, nyenzo zilizopo mwishoni mwa kila somo (msamiati, majina, mistari kutoka kwenye Biblia na Kurani), maswali yaliyopo mwishoni mwa kila somo, na majibu, yanayopatikana mwishoni mwa mwongozo wa mafunzo.

Mwanzoni mwa kila siku ya mafunzo, kila kikundi kidogo huteua mwenyekiti na katibu. Wanakikundi wanatiwa moyo kupeana zamu kuchukua majukumu hayo.

- Mwenyekiti huongoza majadiliano ya kikundi hicho kidogo na kumtia moyo kila mshiriki kuchangia maoni yake. Mwenyekiti ndiye mtu pekee anayeruhusiwa kutazama majibu yaliyoko mwishoni mwa mwongozo wa mafunzo.

- Katibu yeye huandika kumbukumbu za jinsi kikundi kinavyojibu maswali ya Mfano ya mafunzo, huandika maswali yoyote yatakayoletwa wakati wa kipindi cha maswali na majibu mwishoni mwa somo hilo, na kuyawasilisha kwa niaba ya kikundi pale kiongozi atakapowataka kujibu swali lolote.

Mwanzoni mwa Mafunzo au kozi yenyewe, kiongozi hutoa maelekezo kwa washiriki kujigawa katika vikundi vya watu wanne au watano, akifafanua jinsi vikundi hivyo vidogo vitakavyofanya kazi, na kuwa vikundi vitahitaji kumchagua mwenyekiti mpya na katibu mpya kila siku. Kiongozi pia atafafanua kuwa vikundi hivyo vidogo ni lazima vikubaliane kuwa ni *mwenyekiti tu* anaruhusiwa kuangalia majibu ya maswali.

Mwanzoni mwa kila siku ya mafunzo kiongozi atatangaza "Wenye viti na Makatibu wote wamestaafu." Na vikundi vile vidogo vichague wenyeviti na makatibu wapya kwa siku hiyo (tazama hapo chini).

Mtiririko wa mafunzo kwa kila somo ni:

- Kiongozi anatangaza kuanza kwa somo kwa washiriki wote, akiwataka kufungua ukurasa uliomo kwenye mwongozo wa mafunzo mahali ambapo somo huanzia. Ukurasa huu una taswira au picha ya mada yenyewe.

- Somo lengwa linawasilishwa na baadhi ya waigizaji mbele ya washiriki wote.

- Kiongozi atatoa maoni yake kwa ufupi kuhusu somo lengwa (kwa dakika moja au mbili tu) na kujielekeza katika picha ya mada iliyoko kwenye mwongozo wa mafunzo mwanzoni mwa somo, akiifafanua kwa ufupi.

9

- Kiongozi atasoma madhumuni ya mafunzo mwanzoni mwa somo mbele ya washiriki wote. Kwa mfano, "Madhumuni ya somo hili yanapatikana ukurasa wa [x]. Madhumuni haya ni ... [akiyasoma yote kwa sauti kubwa]."

- Kisha, mfano wa kujifunzia wa kila somo unaweza kuwasilishwa kwa njia ya igizo, lakini pia unawezwa kusomwa mbele za kila mmoja. Ikiwa mtaamua kuuwasilisha kama igizo, mfano ule wa mafunzo unaweza kufanyiwa mazoezi kabla yah apo: watie moyo washiriki kufanya maigizo ya mifano hiyo. Baada ya igizo hilo (au kusoma) vikundi vile vidogo vitakutana kujadili mfano wa kujifunzia na kujibu swali lililoko mwishoni: "Utaitikiaje?" Baada ya hapo, katibu wa kila kikundi hutoa taarifa kwenye kikundi kikubwa ya jinsi kikundi chao kidogo kilivyolijibu swali hilo.

- Kila somo litatakiwa kuvunjwa katika mfululizo wa vipindi, isipokuwa kwa somo la kwanza, ambalo ni fupi, na linaweza kufanywa katika kipindi kimoja tu.

- Kwa kila kipindi katika somo, washiriki watafuata hatua ya 1-5 hapo chini:

1. Kiongozi atatangaza ni sehemu zipi zitakazojadiliwa katika kipindi hiki, pamoja na namba za kurasa zilizopo katika mwongozo wa mafunzo. (Kiongozi anaweza kuamua kufuata vitenganishi vya kurasa vilivyoainishwa kwenye matini ambayo yanapendekeza kiasi gani kipitiwe katika kila kipindi cha kikundi kidogo.)

2. Mtu mmoja mwenye sauti nzuri ya kusomea atasoma matini hayo kwa sauti ili sehemu husika ziweze kujadiliwa. (Ikiwa mafunzo yanazingatia vitenganishi vya kurasa, msomaji atasoma hadi kwenye kitenganishi, jambo litakalochukua takriban dakika 10-15.)

3. Washiriki watagawanyika katika vikundi vidogo na wataelekezwa kwenye maswali ya kipindi kinachoendelea wakati huo. Maswali yanapatikana mwishoni mwa kila somo.

4. Vikundi vitajadili na kujibu maswali ya sehemu zinazohusika na kupindi kinachoendelea wakati huo. Hilo litachukua takriban dakika 10-20, kwa kutegemea idadi ya maswali. Katika wakati huo, kiongozi atapita kutoka kikundi kimoja hadi kingine ili kuona vile wanavyoendelea.

5. Pale kiongozi atakapoona kuwa kikundi kimoja kimemaliza kipindi hicho, vikundi vingine vyote vilivyobaki navyo vitatakiwa kumaliza. Endelea kusonga mbele na nyenzo husika; usiwasubiri wale wanaokwenda polepole.

- Rudia hatua ya 1-5 kwa vipindi vilivyobaki mpaka somo zima litakapokuwa limekamilika.

- Mwishoni mwa kila somo, vikundi vyote vitajumuika pamoja kwa ajili ya kipindi cha maswali na majibu kuhusu somo hilo.

Masomo namba 5, 6, na 7 huishia kwa maombi. Tafadhali zingatieni ushauri uliotolewa hapo chini katika kusimamia maombi hayo.

Hii ndiyo picha ya majadiliano, ikionyesha watu watatu wakiongea:

Picha hii inaonyesha mahali pa kuweka kituo kwa ajili ya vipindi vya makundi. Hili ni pendekezo tu: kila kiongozi anahitaji kupanga namna ya kuyagawa masomo kwa ajili ya mafunzo yao, kulingana na mahitaji ya washiriki wao. Kiasi cha taarifa ambazo washiriki wanaweza kuzipokea kwa wakati mmoja kitatofautiana kulingana na kikundi chenyewe kilivyo, hivyo, kiongozi wa mafunzo atahitaji kuamua ni kiasi gani cha raslimali ni muafaka kufundishwa katika kila kipindi cha kikundi kidogo.

Masomo Lengwa

Inapendekezwa kuwa utambulishe kila somo kwa lengo la somo, linalowekwa katika igizo. Ikiwa utachagua kulitumia, kuna somo lengwa pia kwa ajili ya kutambulisha mafunzo yote kwa ujumla wake. Utatakiwa kujiandaa ka masomo lengwa mapema. Kwa kiasi kikubwa itafaa ikiwa waigizaji watakutana mapema kwa ajili ya kufanyia mazoezi somo lengwa takriban saa moja kabla.

11

Somo lengwa kwa ajili ya kutambulisha mafunzo yote kwa ujumla wake

Tafuta viti sita hadi vinane vilivyo madhubuti kiasi cha kutosha kuweza kuhimili uzito wa mtu anayesimama juu yake. Vipange viti hivyo katika mstari, sehemu ya mbele ya kila kiti ikiwa nyuma ya kiti kingine. Kisha mtake kijana mmoja mdogo atembee kupita juu ya viti wakati huo huo akijifanya anaongea kwa kutumia siku yake ya mkononi. Kisha lifanye zoezi hilo kuwa gumu zaidi, ukivitenganisha viti hivyo zaidi na zaidi mpaka inakuwa vigumu kabisa. Hatimaye mtake mtu mmoja ashikilie karatasi inayosema "MWELEKEZI". Mtu huyo kisha anaondoka na kwenda kuushika mkono wa mshiriki yule wakati anapopiga hatua kutoka kwenye kiti kimoja hadi kingine, ikiwa ni kielelezo kinachoonyesha jinsi ilivyo rahisi kwa mkono unaoongoza kuwezesha kufanya mwenyewe kile kilichokuwa vigumu kukifanya peke yako.

Somo lengwa kwa ajili ya Somo la 1

Mtu mmoja anatembea barabarani huku akipiga kelele, "Mimi niko huru! Mimi niko huru!" na anaongea kwa sauti kubwa kuhusu jinsi alivyo huru kama Mkristo. Lakini wakati wote huo amekuwa akipuuzia mbuzi wawili ambao wamefungiwa miguuni mwake, mbuzi mmoja akiwa mguu mooja na mbuzi yule mwingine mguu mwingine. (Mnyama mwingine anaweza kufaa pia, kama vile kondoo wawili, majogoo wawili, au paka wawili.) Ni vigumu kwake kutembea katika mstari ulionyooka. Anavutwa kwanza upande mmoja na kisha upande mwingine. Anahangaika kufikia kule anakokwenda lakini hawezi kuwaona mbuzi hao. Anadhani kuwa yeye yuko huru, lakini sivyo, Hapana kabisa!

Kama wanyama hawawezi kupatikana, chukua karatasi kubwa yenye ukubwa wa bango na upate mtu akuchoree picha ya mtu mmoja au wawili wa ndoa wakiwa na mbuzi wawili waliofungiwa miguuni mwao. Mwite mtu aje kwako, na ainyoshea kidole picha hiyo na aseme, "Mimi ndiye yule muumini anayetokea katika Uislamu."

Somo lengwa kwa Somo la 2

Uwe na neno "DHIMMA" lililochapishwa kwa wino uliokolezwa kwa kutumia kalamu nene ya wino mweusi kwenye karatasi yenye gundi ya kupakia rangi. Waonyeshe walio katika hadhira neno hilo likiwa katika gundi hiyo, kisha nenda ukaigundishe mdomoni mwa ambaye tayari amefungwa juu ya kiti. Kisha, baada ya sekunde 20, mtake mtu huyo atazame juu na kujaribu kusimama. Hataweza kusimama. Mtake mtu mzima mwingine ashike karatasi iliyoandikwa kwa maandishi yaliyokolezwa wino "MKOMBOZI". Mtake mkombozi huyo amfungue mtu yule wa *dhimma* na kisha mtake yule mtu wa *dhimma* aliyekombolewa atembee kuelekea taa ing'aayo (hii inaweza kuwa no koroboi, au kurunzi na hata simu janja), akiitamka Zaburi ya 23 kwa sauti kubwa kutoka moyoni mwake.

Somo lengwa kwa somo la 3

Ikiwa mnyama atameza chambo kilichowekwa kwenye mtego, atanaswa. Hataweza kuwa huru isipokuwa ameachia kile chambo. Tafuta chombo kikubwa vya kutosha kinachoruhusu mtu kupenyeza mkono wake ndani yake, lakini kidogo kwa kiasi ambacho akikunya mgumi ndani yake hataweza kuutoa mkono. Sasa inua juu chombo hicho pamoja na karatasi iliyoandikwa "SHAHADA". Weka karanga ndani yake, mtu yule anaingiza mkono ndani ya chombo kile ili kuzikwapua karanga, lakini hataweza kuutoa mkono wake. Hivyo, mtu huyo atazunguka zunguka akimwomnyesha kila mtu tatizo lake. Njia pekee ya kuweza kuufanya mkono wake uwe huru ni kwa kuziachia karanga zile.

Somo lengwa kwa somo la 4

Mwanamke mwenye hasira aliyevaa baibui na mwanaume Mwislamu aliyevaa barghashia wakiwa wamefunikwa macho ya kwa vitambaa wameketi kwenye viti viwili. Maneno "MWISLAMU MWAMINIFU" yameandikwa kwa herufi kubwa kwenye karatasi mbili na kisha kubandikwa kwa gundi kifuani mwa kila mmoja wao au kuning'inizwa shingoni. Waelekeze watu kadhaa watembee wakiwazunguka mara kadhaa huku wakipigiana kelele za furaha kwa kunong'onezana, na kuimba wimbo wa kusifu pamoja, lakini pasipo kusema chochote moja kwa moja kwa Waislamu. Mwelekeze yule mwanaume Mwislamu aunyoshe mkono wake kuchukua upanga (au silaha nyingine kama vile panga) kutoka chini ya kiti chake kila mara mtu anapomkaribia na kuuinua juu hewani, akiwaambia kunyamaza kimya na wasimchokoze na kumsababishia vurugu. Wale wengine wakiondoka kimya kimya. Kisha mtu mmoja nakuja na kuondoa vile vitambaa vilivyofunika macho na kuwaonyesha wale wawili kuwa hakina mtu mahali hapo. Baada ya hapo wote wanatoka wakionekana kushangaa.

Somo lengwa kwa somo la 5

Mwananume au mwanamke amelala ardhini, akionekana kuwa amechoka na ameshindwa, huku akiwa amejikunja katika mkao wakujihami. Neno "KUKATALIWA" limeandikwa kwa maandishi makubwa yaliyokolezwa wino kwenye karatasi na kufungwa kwa gundi juu ya mtu huyo. Kamba ndefu iliyofungwa kwenye mmoja wa miguu yake ikielekea mbali nae neo la tukio. Huwezi kuona Kamba hiyo imefungwa kwenye kitu gani upande ule mwingine: pengine imefungwa kwenye mti au kitu kingine. Taswira ya mtu mkombozi anakuja, anaifungua ile Kamba, pole pole anamwinua au kumwongoza yule aliyekuwa amefungwa hadi kwenye kiti, anampa mtu yule bilauri yam aji ya kunywa, anamwangalia kwa Subira hadi atakapomaliza kunywa maji, kisha anaichukua ile bilauri, anaiweka upande mmoja, na kuivua ile chapa iliyoandikwa "KUKATALIWA". Kisha yule mtu aitwaye mkombozi anapiga magoti mbele ya yule aliyekombolewa pale kwenye kiti na kumwosha miguu yake na kuifuta hadi kukauka.

Somo lengwa kwa somo la 6

Mketishe mtu mmoja kwenye kiti nyuma ya dawati akiwa ameshika Biblia yake huku mke wake akiwa amesimama nyuma yake na kuweka mikono yake mabegani mwake. Wawili hawa wanaitazama Biblia iliyo wazi huku wakiwa kimya. Kuwepo na neno "DHIMMA" lililoandikwa kwa maneno ya wino uliokolezwa kwa kalamu yenye ncha pana kwenye gundi ya kupakia rangu yenye upana mkubwa. Waonyeshe hadhira ile neno hilo lililoandikwa kwenye gundi ya kupakia rangi. Kisha nenda ukaifunge gundi au utepe huo kwenye mdomo wa yule mtu aliyeketi kitini. Kisha mtake mtu mmoja anayejifanya kuwa Mwislamu aingie kupita mahali hapo na kuanza kuwasalimu na kisha kumdhihaki karatasi yule Mkristo aliyeketi akiwa amenyamaza kimya. Mtake yule mke wake ajaribu kujibu maswali hayo. Yule Mwislamu anayapuuzia majibu yake, Mtake yule Mkristo aendelee kuishika Biblia yake kwa mikono yake miwili lakini huku akiwa anatikisa na kugeuza kichwa chake. Hatimaye, mtake yule Mwislamu acheke na kuondoka. Mtake yule mke wa mwanamume Mkristo auondoe utepe ule wenye gundi kutoka kwenye mdomo wa mumewe na kumwambia aseme kwa furaha, "Mwambie yule Mwislamu arudi!" Kwa haraka mwanamke yule anaondoka kuelekea kule alikokwenda yule Mwislamu. Kisha yule mwanamume anaamua kumfuata mkewe huku akisema "Ninakuja, Ninakuja!" huku akiinua juu Biblia kama alivyokuwa akifanya.

Somo lengwa kwa somo la 7

Kwa kimya weka viti vitatu mbele ya hadhira, kiti kimoja kikiwa upande mmoja na juzi ya viti viwili vilivyowekwa pamoja kwa kufuatana vikiwa upande ule mwingine. Kila kimoja ya vile viti viwili vilivyowekwa pamoja kina neno "UHURU" limebandikwa juu yake kwenye karatasi. Kile kiti kingine kina neno "UISLAMU" limebandikwa juu yake. Hiki kiti cha peke yake kimefungwa na kamba iliyofungiwa kwenye kitu kisichohamishika katika chumba. Kuna mtu ameketi katika kiti kilichoandikwa "Uislamu", mguu wake mmoja umefungwa na Kamba nyingine fupi kwenye kiti kile. Kamba hiyo si ndefu kiasi cha kutosha kumwezesha kuvifikia vile viti vya "uhuru", na kile kiti cha "Uislamu" hakiwezi kuhamishika kwa sababu kimefungiwa kwenye kitu kisichohamishika. Sasa elekeza neno "KIFUNGO" lichapishwe kwa maneno yaliyokolezwa wino kwa kalamu yenye ncha pana kwenye karatasi. Awepo mtu wa kuionyesha hadhira iliyokuwepo kwa kutumia karatasi na kisha anakwenda kuifunga karatasi hiyo kwenye Kamba inayomshikilia yule mtu aliyekalia kiti cha "Uislamu". Mtake mtu mwingine aingie na kuketi katika mojawapo ya vile viti vya "Uhuru", akiwa anasoma Biblia. Mtu huyu anamwashiria yule mtu aliyefungwa, akimkaribisha aje kwenye kile kiti kilicho wazi cha "Uhuru". Yule mtu aliyefungwa anajaribu kukifikia kile kiti cha "Uhuru", lakini hawezi kwa sababu ya zile Kamba. Yule mtu aliyekalia kiti cha "Uhuru" anachukuwa ishara iliyoandikwa "UKANE" juu yake na kuwaonyesha waliokuwa kwenye hadhira ile. Kisha mtu huyo anatoka na Kwenda kuifunga ile ishara ya "UKANE" juu yake na kuiweka juu ya lile neno "UISLAMU" na hivyo maneno yote hayo mawili yanaonekana wazi, na kisha anaifungua ile kamba iliyomfunga yule aliyefungwa kwenye kiti cha Uislamu. Sasa watu wote hawa wawili wanakwenda na kuketi katika vile viti viwili vya "Uhuru". Wanaanza kuimba ubeti wa kwanza ya wimbo wa "Neema

15

ya Ajabu" (Au wimbo mwingine wa kikristo unaofahamika sana au unaohusu uhuru katika Kristo) kwa pamoja.

Somo lengwa kwa somo la 8

Mtake mwanamke aliyevaa mithili ya Mwislamu mwaminifu aingine pale mlipo akiwa amefungwa kitambaa machoni mwake, akiwa anaongozwa kwa kushikwa mkono na mwanaume anayeonekana kama Mwislamu. Neno "AIBU" limeandikwa kwenye karatasi na kufungiwa kwa utepe wa gundi kifuani mwake. Yule mwanaume Mwislamu anamwambia, "Miguu yako na mikono yako ni michafu!" na kisha kuondoka zake. Mwanamke yule ameketi kitini, na hadhira inaweza kuona kuwa miguu yake ni michafu na mikono yake ni michafu. Analia pole pole, Sasa mwanamke Mkristo anaingia. Amebeba beseni lenye maji ndani yake, pamoja na taulo. Kwanza kabisa anaanzia na kuyapangusa machozi yake taratibu na kimya kimya na kuyafuta mashavu ya mwanamke yule. Kisha anaiosha mikono ya mwanamke yule, baada ya hapo anapiga magoti kuiosha miguu yake. Baada ya miguu kuwa imekwisha kuwa safi, yule mwanamke Mkristo pole pole anamvua ushungi wake na kumsaidia mwanamke yule mwingine kuinuka. Wanatembea wakienda zao mkono kwa mkono, yule Mkristo akibeba beseni na yule Mwislamu akibeba taulo.

Jukumu la Wenye viti wa Vikundi vidogo vidogo

Jukumu la mwenyekiti wa kikundi kidogo ni kuhamasisha majadiliano kwenye kikundi chake.

Pale neno linapokuwa limechapishwa kwa wino uliokolezwa katika maswali ya kila somo. Hii inamaanisha kwamba limo katika majina mapya au liko katika msamiati mpya kwa somo hilo mahsusi. Inapotokea kikundi kinakutana na mojawapo ya maneno hayo, mwenyekiti anaweza kuamua muda kuelezea kikundi kuhusu mhusika ni nani hasa, au maana ya neno hilo ilikuwa ni nini hasa.

Mwenyekiti anamtia moyo kila mmoja katika kikundi husika aweze kushiriki au kuchangia katika majadiliano.

Maswali yaliyotolewa yamekusudiwa kuhakikisha kwamba kila mmoja wa washiriki ameyaelewa mafundisho. Itakuwa vizuri pia ikiwa wanakikundi wanapenda kuendeleza zaidi majadiliano ya masuala yaliyojitokeza kwenye sehemu husika.

Ikiwa kikundi kitatoka nje ya mada, mwenyekiti anaweza kuwarejesha kwenye maswali yanayojadiliwa.

Mwenyekiti pia anahakikisha kuwa majadiliano yanasonga mbele.

Mwenyekiti wa kikundi kidogo ni mtu pekee katika kikundi kidogo ambaye anaruhusiwa kuangalia majibu yaliyowekwa mwishoni mwa mwongozo wa mafunzo.

Kuongoza Maombi katika Somo la 5-7

Hapa kuna mwongozo wa kuongoza Maombi ya kuikana *Shahada, dhimma, na* uongo, kujikweza batili na kulaani katika Somo la 5-7.

- Ombeni sala hii mkiwa wote kwa pamoja kama kundi moja kubwa (si kwa upekee, bali katika vikundi vidogo). Hata hivyo, washiriki hawahitaji kuhama kutoka kwenye vikundi vyao isipokuwa imekuwa ni lazima kumjumuisha kila mmoja pamoja.

- Itakuwa vizuri zaidi ikiwa kila mmoja atakaribishwa kusimama wakati akisali: tunapaswa kuwa makini, kuwa macho, na tukiwa tumesimama pale tunapofanya matamko kama hayo.

- Kabla ya kila kipindi cha maombi, Maandiko ya Biblia yanakuwa yameandaliwa kwa mfumo wa swali na jibu. Kiongozi ataanza kusoma maswali, kisha mistari ya maandiko, na kisha majibu yake, halafu majibu (yameandikwa kwa italiki). Baada ya hapo kila mmoja anasimama na anasali sala hiyo kwa pamoja. Wakati Somo la 6 (Kufunguliwa kutoka Dhimma) linapofanyika likifuata Somo la 5 (Kufunguliwa kutoka *Shahada*) – huu ndio utaratibu wa kawaida – kisha mistari ya 'kukutana na ukweli' inakuwa imekwishasomwa kwa sauti kwa Somo la 5 ili pasiwepo haja ya kurudiwa kusomwa kwa Somo la 6.

- Katika Somo la 5, sala ya kuikana *Shahada* isemwe mara tu baada ya "Tamko la Sala ya Uamuzi wa Kumfuata

Yesu Kristo', ambalo pia hupatikana katika Somo la 5. Rejea kulitamka 'Tamko na Sala ya Kuamua Kumfuata Yesu Kristo' kwa pamoja kwanza na kisha soma shuhuda zile za kufunguliwa. Baada ya hapo kiongozi atasoma mistari ya "kukutana na ukweli". Baada ya hapo kila mmoja atatamka 'Tamko na Sala ya kuikana *Shahada* na kuivunja Nguvu yake' kwa pamoja.

- Maombi haya yanaweza kusomwa kwa pamoja kwa njia kadhaa tofauti:

  - Watu wanaweza kuzisoma moja kwa moja kutoka kwenye Mwongozo Huu wa Mafunzo.

  - Ikiwa maoteo yatatumika, wanaweza kuyasoma kutoka kwenye onyesho la ukutani.

  - Mara nyingi itakuwa bora zaidi kuyasoma kwa utaratibu wa 'fuatisha-nyuma-yangu', ambamo kiongozi anatamka kirai, na wengine hurejea kirai hicho. Kile kirai cha 'fuatisha nyuma yangu' ni kizuri pale ambapo washiriki hawajazoea kusoma matini kwa sauti kubwa kwa pamoja. Mbinu hii pia huwapa watu muda zaidi wa kuyachakata na kuyamiliki maneno ya maombi hayo kwa ajili yao wenyewe; mfumo huu unaweza kuwapa watu kujenga namna fulani ya umoja wa kikundi.

- Kila wakati maombi haya yanapotamkwa, ni muhimu sana, punde tu baada ya watu kuyatamka maombi hayo. kwa kiongozi kuwaombea wote waliyoyatamka maombi hayo kwa kusudi la kuvunja laana na kuzibadili na baraka. Maombi haya yanayofuatia yanayofanywa na kiongozi yanapaswa kujumuisha mambo yafuatayo:

  - Kiongozi huyo kwa kujiamini kabisa anapaswa kuzivunja laana zote zinazohusiana na yale ambayo watu wameyakana. Hii ama inaweza kufanywa kwa ajili ya watu, au kiongozi anaweza kuwaongoza watu walifanye tamko hilo wao wenyewe. Kwa mfano, baada ya sala ya kuikana *Shahada*, kiongozo atasema, "Ninavunja kutoka katika maisha yako laana zote zilizoletwa na Uislamu," Au kama watu wanaongozwa, wanaweza kutumia

maneno, katika mfumo wa 'fuatisha nyuma yangu.
"Nazivunja kutoka katika maisha yangu laana zote
zilizoletwa na Uislamu. Nazivunja kutoka katika maisha
yangu nguvu zote za roho za giza za Uislamu."

-   Vivyo hivyo, kiongozi anayaamuru mapepo kuondoka –
    akiwatoa nje – au akiwaongoza watu kufanya hivyo wao
    wenyewe, wakitumia maneno yafuatayo: "Katika jina la
    Bwana wetu Yesu Kristo Nayaamuru mapepo yamtii
    Yesu na kuwatoka sasa hivi" (au "Unitoke sasa" ikiwa
    unatumia mfumo wa "fuatisha nyuma yangu).

-   Kiongozi baada ya hapo atawabariki wale watu
    waliofuatisha maombi, wakiachilia baraka ambazo
    zinawekeza yaliyo kinyume na kile walichokikana, kama
    ilivyofafanuliwa katika Somo la 2. Kwa mfano, baada ya
    sala ya kuikana *dhimma*, kiongozi anaweza kuibariki
    midomo ya watu kwa maneno ya uzima kuusema ukweli
    kwa ujasiri; na baada ya sala hiyo kuikana *Shahada*,
    kiongozi anaweza kuwabariki watu kwa uzima, tumaini,
    ujasiri, na upendo wa Mungu.

-   Zaidi ya hayo, ni vizuri kuwa na timu ya maombi
    iliyojiandaa ambayo inaendelea kuwaombea watu baada
    ya maombio kuwa yamefanyika kwa pamoja. Njia moja
    ni kuwa na mstari wa huduma ya upako: baada ya kusali
    sala hiyo, watu wanaweza kukaribishwa kuja mbele
    kupakwa mafuta ya upako, na kuombewa mmoja mmoja
    na ile timu ya maombi. Ni vizuri kuipatia timu yako ya
    maombi mafunzo mapema, ili wajue kile
    wanachotarajiwa kufanya.

19

Ubatizo

Inapendekezwa kwa kiasi kikubwa kuwa wakati fulani kabla ya kubatizwa kila mtu aliyeuacha Uislamu na kumfuata Kristo ni lazima aziseme sala zote hizo zilizomo katika Somo la: 'Tamko na Maombo ya Kuamua Kumfuata Yesu Kristo 5' na 'Tamko na Sala ya kuikana *Shahada* na kuivunja nguvu yake'. Kabla hawajasema sala hilo, maana ya Sala hizo ni lazima zifafanuliwe kwao wazi wazi, ili waweze kuzielewa na kujitoa kikamilifu kwa yale wanayoyaomba. Inapendekezwa kuwa hilo lifanyike likiwa ni sehemu ya ubatizo.

Udhihirisho

Wakati mwingine hutokea kuwa watu wanapozisema sala hizo mapepo hujidhihirisha. Wakati mwingine yanaweza kuanza kupiga kelele, wanaweza kuanguka, au wanaweza kuanza kutetemeka. Kwa sababu hii na hususan pale watu wanapoanza kusali sala hizo wakiwa kwenye kikundi, ni vema kujiandaa. Andaa timu moja au kadhaa tayari ambazo kwa makini zinaweza kumchukua mtu pembeni, kumtia moyo, na kwa taratibu lakini kwa kujiamini kuyaamuru mapepo hayo kutoka. Vilevile ni vizuri kuwa na kiongozi mmoja au zaidi wakiwa wameyafungua macho yao na kuangalia huku na kule wakati maombi hayo yakiendelea ili kuangalia vile kila mmoja ananvyoendelea.

1

Hitaji la Kuukana Uislamu

"Katika ungwana huo Kristo alituandika huru tena!"
Wagalatia 5:1

Madhumuni ya Somo

a. Lijue hitaji la muhimu la kuzikana nguvu za kawaida za Uislamu.

b. Ijue nguvu kubwa enzi ya kiroho inayowatawala Waislamu na Wasio-Waislamu.

c. Utambulishwe kuhusu wazo la kuhamishwa kutoka nguvu za Shetani na kuingizwa kwenye Ufalme wa Yesu Kristo.

d. Kuondokana na matumizi ya nguvu kama jibu la mwisho kwa jihadi ya Uislamu.

e. Zingatia kufanana kwa Muhammad na yule "Mfalme Mkali" aliyeonwa na Danieli katika maono, na uelewe kuwa mfalme huyu alishindwa, lakini "si kwa nguvu ya mwanadamu."

Mfano wa Mafunzo: Je, Wewe, ungefanyaje?

Wakati ukikisoma kitabu hiki kilichoandikwa na Mark Durie, ulipokea simu ikikwambia kuwa mjomba wako alipatwa na ajali ndogo ya gari na kuwa amelazwa katika hospitali iliyo Jirani na unapoishi. Unapokwenda kumtembelea unagundua kuwa wamo kwenye chumba kimoja kidogo pamoja na Ali, Mwislamu mwaminifu sana wa madhehebu ya Kiislamu ya Kishia. Baada ya wewe kumwombea mjomba wako, Ali ana shauku kubwa ya kuongea na wewe, naye anasema, "Utafanyika Mwisalamu mzuri sana na kwa kweli umekaribia sana kuwa mmoja wao. Punde unapokuwa umejua kuhusu mfano mzuri sana wa Hazrat Muhammad, amani iwe juu yake, utaona kuwa aliahidiwa na kutabiriwa kuja kupitia kwa Hazrat Isa, amani iwe juu yake. Nabii wetu Mkuu amani iwe juu yake, alikuwa mwenye rehemu kuliko wote, mwenye upendo kuliko wote, mtu wa amani kuliko wote waliowahi kuishi duniani. Ninakukaribisha kuingia njia ya kweli ya Allah."

Utajibuje, Utachukua hatua gani?

Hitaji la Haraka

Huu ndio ushuhuda wa aliyewahi kuwa Mwislamu zamani ambaye ameipokea imani ya Kikristo na kisha akaonyesha kuwa na uhuru mkubwa alipoukana Uislamu:

Nililelewa katika familia ya Kiislamu katika nchi ya Magharibi. Tulihudhuria msikitini na tukajifunza kuswali swala zetu kwa kiarabu. Zaidi ya hapo sikuwa mshika dini sana wakati nikikua. Mambo yalibadilika wakati nilipopita katika kipindi cha kutafuta wakati nilipoondoka nyumbani kwenda chuo kikuu. Mwishoni mwa kipindi hiki, nikagundua Yesu Kristo alikuwa ni nani hasa, naye akaiokoa nafsi yangu.

Nilijihusisha na kikundi cha wanafunzi wa Kikristo pale chuoni. Kila juma mwanafunzi tofauti alishika zamu ya kutushirikisha ujumbe wa neno la Mungu kutoka katika Biblia. Nilikuwa Mkristo kwa muda wa chini ya mwaka mmoja, lakini wakaniuliza kama ningependa kuwashirikisha neno pamoja na hali hiyo. Jioni ile niliyopaswa kusoma neno, nikaingia katika mojawapo ya maktaba za chuoni kwa ajili ya maombi. Ujumbe wangu ulikuwa, "Yesu alikufa kwa ajili yangu; Je, Mimi niko tayari kufa kwa ajili ya Yesu?"

Wakati nilipoanza kuomba, kitu fulani cha ajabu kilitokea. Nikasikia Shingo inakaza kana kwamba nilikuwa nakabwa au kukosa pumzi. Taharuki ikanijia wakati hali ile ikiendelea na kuongezeka. Halafu nikasikia sauti ikiniambia, "Ukane Uislamu! Ukane Uislamu!" Naliamini alikuwa ni Bwana. Wakati huo huo, akili yangu ikaanza kutafakari: "Bwana kwa kweli mimi sikuwa Mwislamu 'wa dhati', au kuishi maisha ya Kiislamu hasa kwa hivi karibuni."

Katika hali hiyo, ile hali ya kujisikia kukabwa iliendelea, hivyo nikasema, "Naukana Uislamu." Yote haya yalikuwa yakiendelea kimya kimya, kwani nilikuwa ndani ya maktaba. Papo hapo ile hali ya shinikizo katika koo langu ikaniachia. Hisia ya hali ya afueni kubwa ikanijia! Nikarudi katika maombi na kujiandaa kwa ajili ya ibada. Katika ile ibada hakika Bwana alijidhihirisha

23

kwa nguvu na nakumbuka wanafunzi walianguka magotini na nyuso zikimlilia Bwana wakijitoa kwake.

Moja kati ya mahitaji makubwa sana ya watu wengi duniani leo hii ni kuukana Uislamu. Kitabu hiki kinafafanua kwa nini hitaji hili ni la lazima na namna ya kufanya. Kinatoa taarifa na maombi ya kuwasaidia Wakristo wawe huru kutoka athari za roho za Uislamu zinazowafunga watu.

Wazo kuu la kitabu hiki ni kuwa nguvu ya kiroho Uislamu inafanya kazi kupitia maagano mawili yanayojulikana kama *shahada* na *dhimma*. *Shahada* huwafunga Waislamu na *dhimma* inawafunga wasio-Waislamu kwenye masharti na mazingira yanayoelekezwa na sheria ya Kiislamu.

Ni muhimu kujua:

- Jinsi mtu aliyekuwa Mwislamu lakini akaamua kumfuata Kristo, anavyoweza kuikana na kuwekwa huru dhidi ya fungamano la agano juu ya *shahada* na yote yanayohusiana nalo.

- Jinsi Mkristo anavyoweza kudai kufunguliwa na kuwa huru kutokana na hali ya kuwa mtwana dhalili iliyolazimishwa juu ya wasio-Waislamu na Sheria ya Kiislamu kupitia *dhimma*.

Wakristo wanaweza kudai uhuru wao wanaoustahili dhidi ya maagano hayo mawili kwa kuyakana. (Kwa kusudi hili, maombi ya kuukana Uislamu - yametolewa katika kitabu hiki.)

Maagano Mawili

Neno la Kiarabu *Uislamu* lina maana ya 'kutii' au 'kujisalimisha'. Imani ya Muhammad inaleta maungamo ya namna mbili duniani. Moja ni lile la kujisalimisha kwa mwongofu, anayeipokea dini ya Kiislamu. Jingine ni lile la kujisalimisha kwa asiye-Mwislamu, ambaye anakubali kuwa chini ya utiisho wa Uislamu bila ya kuongoka.

Agano la mwongofu huitwa *shahada*, yaani fundisho la dini ya Kiislamu. Hili ni ungamo la imani katika umoja wa Allah, yaani utume wa Muhammad, na mengine yote ambayo yanahusu utume huo.

Agano la asiye-Mwislamu anayejisalimisha kwa utawala wa kisiasa wa Kiislamu huitwa *dhimma*. Hili ni ungamo la Sheria ya Kiislamu linaloamua hadhi ya Wakristo na wenye imani nyingine ambao wanachagua kutokuupokea Uislamu lakini wanalazimika kuishi chini ya utawala wake.

Madai ya Uislamu kuwa wanadamu wote watii, ama kwa kuikiri *shahada* au kuikubali *dhimma*, ni lazima yapingwe.

Wakristo wengi wataelewa kuona mtu aliyeiacha imani ya Kiislamu na kumfuata Kristo atahitaji kuukana Uislamu. Hata hivyo, Wakristo wengi wanaweza kushangaa kuwa Wakristo ambao huko nyuma hawakuwahi kuwa Waislamu katika hali fulani wanaweza kuwa chini ya ushawishi wa kiroho wa kutawaliwa na Uislamu. Ili kupingana na hali hiyo, wanahitaji kuchukua hatua ya makusudi kusimama binafsi dhidi ya madai ya agano la *dhimma*, wakiikata hofu na udhalili ambao Uislamu unatafuta kuulazimisha juu yao kama watu wasio-Waislamu.

Tutatachunguza kanuni zinazohusu maagano haya mawili ya kutawala yaani *shahada* na *dhimma* na kukualika wewe msomaji kumtafakari Kristo, nguvu iliyo katika maisha yake, na raslimali zilizopo za kiroho za kumpatia uhuru ambao alioleta kwa njia ya msalaba. Kanuni za kibiblia zinatolewa na maombi yanafanyika ambayo yanayokuwezesha msomaji mwenyewe kuudai uhuru ambao Kristo amekwishautoa kwa niaba yako.

Kuhamisha Mamlaka ya Kimungu

Walimu wengi wa dini ya Kiislamu wanasimamia kwa nguvu suala la kuwa chini ya mamlaka kuu kuwa ni 'kwa Allah pekee yake'. Kwa kusema hivyo wana maana kuwa *Sheria* au *sharia* ya Kiislamu ni lazima iwe juu na kutawala kanuni nyingine zote za haki au mamlaka.

Wazo la msingi la kitabu hiki ni kuwa wafuasi wa Kristo wanayo haki na kwa hakika wajibu wa kukana namna nyingine zote za mamlaka na enzi kuu za kiroho.

Katika uelewa wa Kikristo, kumgeukia Kristo kunamaanisha kukataa na kukana madai mengine yote ya kiroho juu ya nafsi ya mtu, isipokuwa yale ya Kristo. Paulo katika waraka wake kwa

Wakolosai, alielezea kumjia Kristo katika imani kuwa ni kuhamishwa kutoka ufalme mmoja kwenda ufalme mwingine:

Naye alituokoa katika nguvu za giza, akatuhamisha na kutuingiza katika ufalme wa Mwana wa pendo lake; ambaye katika yeye tuna ukombozi, yaani, msamaha wa dhambi. (Wakolosai 1:13-14)

Mkakati wa kiroho unaopendekezwa katika kitabu hiki ni kutumika kwa kanuni hii ya uhamishaji kutoka ufalme mmoja kwenda mwingine. Muumini wa Kikristo, ni sehemu halisi ya ukombozi wake, naye ameingia chini ya utawala wa Kristo. Hivyo, yeye hayumo tena chini ya kanuni za 'mamlaka ya giza'.

Ili waumini waweze kuudai uhuru huo kwa ajili yao wenyewe ambao ni haki yao ya kuzaliwa katika kuyapinga madai ya kiislamu, wanahitaji kuelewa kuwa wamehamishwa *kutoka*, na kule ambako wamehamishiwa *kwenda* au *kuingia*. Kitabu hiki kinatoa uelewa huo kwa msomaji na kuwapatia waumini raslimali zinazowawezasha kukitumia.

Upanga si jibu halisi

Kuna njia nyingi za kuyapinga mapenzi au matakwa ya Uislamu ya kutaka kutawala. Hili linaweza kuhusisha hatua nyingi mbalimbali, ikiwa ni pamoja na hatua za kisiasa na kijamii, uanaharakati wa haki za binadamu, uchunguzi wa kitaalamu na matumizi ya vyombo vya habari kuiwasilisha kweli. Katika baadhi ya jamii na mataifa kuna nyakati ambazo hatua za nguvu za kijeshi zinaweza kuwa ni lazima kuchukuliwa, lakini upanga hauwezi kuwa jibu la mwisho dhidi ya *jihadi*.

Wakati Muhammad alipowaagiza wafuasi wake kuipeleka imani yake ulimwenguni, aliwaagiza kutoa chaguzi *tatu* kwa wale wasio-Waislamu. Moja ilikuwa kuongoka (kupitia *shahada*), nyingine ilikuwa kujisalimisha kisiasa (yaani *dhimma*), lakini uchaguzi mwingine ulikuwa 'upanga': kuyapigania maisha yao, kuua na kuuawa, kama ambavyo Kurani inavyofundisha (Sura 9:111 Tazama pia. Sura 2:190-193, 216-217; Sura 9:5,29).

Hata hivyo, njia ya kukabiliana au kupinga *jihadi* huleta hatari za kiroho, ukiachilia mbali uwezekano wa kushindwa dhidi ya

Waislamu. Wakati wale Wakristo wa Ulaya walipojiingiza katika upinzani kwa kujihami dhidi ya uvamizi na mashambulizi ya Waislamu, iliwabidi kupambana kwa upanga kwa kipindi cha zaidi ya miaka elfu moja. Katika kile kilichoitwa *Reconquista* yaani mapambano ya ukombozi ya kuikomboa Ras ya Iberia yalichukua zaidi ya miaka 800. Miaka saba tu baada ya Waarabu kuipora Roma mwaka 846 BK, na zaidi ya karne moja baada ya uvamizi wa Waarabu na ukaliwaji wa Andalusia (Ras ya Iberia), ndipo Papa Leo wa IV katika mwaka 853 BK aliahidi uhakika wa paradiso kwa wale watakaoyatoa maisha yao kwa ajili ya kuyalinda makanisa na miji dhidi ya *jihadi* ya Waarabu. Hata hivyo, hiyo ilikuwa ni juhudi ya kupambana na Uislamu kwa kuiga mbinu zake: ni katika hali hivyo, alikuwa ni Muhammad, na si Yesu, aliyewaahidi paradiso wale wanaokufa vitani.

Hata hivyo, msingi wa nguvu ya Uislamu si wa kijeshi au wa kisiasa, lakini kiuhalisia ni wa kiroho. Katika ushindi wake wa vita, Uislamu ulitoa kile ambacho kimsingi kilikuwa ni madai ya *kiroho*, ambayo yamejengwa ndani ya mfumo wa sheria ya Kiislamu (*Sharia*) kupitia misingi ya *shahada* na *dhimma* ikisaidiwa na nguvu za kijeshi. Kwa sababu hii, nyenzo zinazotolewa hapa kwa ajili ya kupinga na kuwakomboa watu kutoka kwenye Uislamu ni za kiroho. Zimesanifiwa ziweze kutumiwa na Waumini Wakristo, wakitumia ufahamu wa Kibiblia wa msalaba ili kutengeneza njia ya watu waweze kufunguliwa na kuwa huru.

"Si kwa nguvu ya Kibinadamu"

Katika kitabu cha Danieli kuna maono ya kinabii yenye kushtua, yaliyotolewa karne sita kabla ya Kristo, ya mtawala ambaye utawala wake ungetokea kutokana na falme zilizokuja baada ya dola ya Aleksanda Mkuu:

> Na wakati wa mwisho wa ufalme wao, wakosao watakapotimia, mfalme mwenye uso mkali, afahamuye mafumbo, atasimama. Na nguvu zake zitakuwa nyingi mno, lakini si kwa uwezo wake mwenyewe; naye ataharibu kiasi cha kustaajabisha watu, na kufanikiwa, na kutenda apendavyo; naye atawaangamiza hao walio hodari na watu watakatifu. Na kwa mashauri yake atafanikisha hila mkononi mwake; naye atajitukuza nafsi yake moyoni mwake; naye atawaangamiza wengi katika hali yao ya

salama; naye atasimama kushindana naye aliye Mkuu wa wakuu; lakini atavunjika, bila kazi ya mikono. (Danieli 8:23-25)

Sifa na mshindo wa mtawala huyu zinafanana kwa kiasi cha kushangaza na Muhammad na mambo aliyoyaacha, ikiwa ni pamoja na hali ya Uislamu kujiona kuwa ni bora sana; mwelekeo au mlengo wake wa kutaka mafanikio; matumizi ya udanganyifu; kupora nguvu na utajiri wa wengine na kuwatumia kujipatia mamlaka; kila mara kuyashinda mataifa yaliyokuwa katika hali bandia ya kujisikia wako salama; upinzani dhidi ya Yesu, Mwana wa Mungu na Bwana wa wote aliyesulubiwa; na rekodi mbaya ya kuziangamiza jamii za Kikristo na za Kiyahudi.

Je, inawezekana unabii huu unamzungumzia Muhammad na dini ya Kiislamu, iliyoibuka kutokana na uharibifu wa kimaadili na wa kiroho wa maisha ya Muhammad na urithi wake, kama ilivyoripotiwa na vyanzo vya Kiislamu? Urithi huu uko dhahiri. Ikiwa ni kweli unamhusu Muhammad, basi unabii wa Danieli unatoa tumaini la ushindi utakaokuja mwishoni dhidi ya nguvu za 'mfalme' huyu, lakini pia linakuja na tahadhari, kuwa ushindi huo hautakuwa kwa 'nguvu ya kibinadamu'. Ili kumshinda "mfalme huyu mwenye sura ya ukali", uhuru au kufunguliwa hakutapatikana na hakupatikani tu kwa njia ya kisiasa, kijeshi au ya kiuchumi.

Tahadhari hii hakika ina ukweli katika madai ya Uislamu ya kuwa una haki ya kuwatawala wengine. Nguvu hiyo unayoidai ni ya kiroho, na upinzani wenye nguvu, utakaopelekea kuwa na uhuru wa kudumu, inaweza tu kupatikana kwa njia za kiroho. Njia nyingine za upinzani ikiwemo nguvu za kijeshi zinaweza kuwa za lazima kwa ajili ya kuzisimamia au kudhibiti dalili za nia ya Kiislamu kutawala, lakini haziwezi kushughulikia msingi wa tatizo lenyewe.

Ni nguvu ya Kristo pekee na msalaba wake unatoa funguo kwa ajili ya kufunguliwa kwa kudumu na hitimisho la kuwa huru na madai ya kudhalilisha ya Uislamu. Ni kutokana na kuamini hivyo kwa dhati kuwa kitabu hiki kimeandikwa. Kusudi lake ni kuwawezesha waumini kupata uhuru wa kuondokana na mambo hayo mawili ya mkakati wa Uislamu ya kuitawala nafsi ya mwanadamu.

Mwongozo wa Mafunzo

Somo la 1

Msamiati

agano	*sharia*	Ras ya Iberia
shahada	*jihadi*	Andalusia
dhimma	*Reconquista*	

Majina mapya

- Papa Leo wa IV wa Rumi (alitawala 847–855 BK)
- Aleksanda Mkuu (356–323 KK)

Biblia katika somo hili

Wakolosai 1:13-14   Danieli 8:23-25

Kurani katika somo hili

Sura 2:190, 193, 217   Sura 9:29, 111

Maswali somo la 1

- Washiriki wa kikundi kidogo wanajitambulisha wenyewe na kumchagua Mwenyekiti na Katibu.

- Jadili mfano huu wa mafunzo.

Hitaji la haraka

1. Roho Mtakatifu alimwambia nini yule aliyekuwa Mwislamu
   hapo awali kabla ya kuuwasilisha ujumbe wake kwa Wakristo?

2. Ni kitu gani anachokiona Durie kuwa ndiyo hitaji la haraka sana
   kwa watu wengi?

3. Ni nini majina ya Kiarabu ya
   maagano mawili ya kiroho katika
   Uislamu?

4. Ni mtu wa namna gani anahitaji kuwekwa huru na kuikana
   shahada?

5. Ni mtu wa namna gani anahitaji kufunguliwa kutoka kwenye
   udhalilishaji wa kutweza wa Sheria (*sharia*) ya Uislamu?

Maagano mawili

6. Ni aina gani mbili za kujisalimisha (Usilimu) zinazotakiwa
   katika imani ya Muhammad?

7. Kuitamka *shahada* kunamaanisha
   nini?

8. Agano la *dhimma* ni nini?

9. Ni kitu gani kinaweza kuwashangaza Wakristo kuhusu ushawishi wa kiroho wa utawala wa Uislamu?

Kuhamisha Mamlaka

10. Walimu wa Kiislamu wanamaanisha nini pale wanaposema kuwa "mamlaka kuu ni ya Allah pekee"?

11. Ni kitu gani ambacho kila Mkristo anapaswa kukikana na kukikataa pale anapomgeukia Kristo?

12. Je, Wakristo wamehamishwa kutoka nini? Je, wamehamishiwa katika nini?

Upanga si jibu halisi

13. Ili kuupinga Uislamu, Durie anatoa mapendekezo ya hatua gani zinazoweza kuchukuliwa na Wakristo?

14. Je, ni chaguzi zipi tatu alizoagiza Muhammad wafuasi wake wazitoe kwa wasio-Waislamu waliotekwa?

15. Ni kwa muda gani Wakristo walipigana na majeshi wa Waislamu baada ya himaya za Wakristo kuvamiwa, na kwa muda mrefu kiasi gani Wakristo walipambana kuwaondoa Waislamu - ikimaanisha **Reconquista**- katika eneo la **Rasi ya Iberia?**

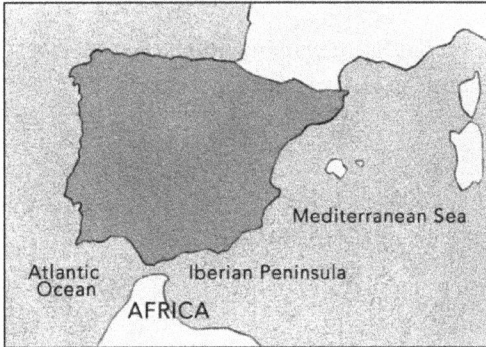

16. Baada ya waislamu kuipora Rumi katika mwaka 846 BK, **Papa Leo wa IV** aliwaahidi nini askari wa Kikristo mwaka 853 BK ikiwa wangepambana dhidi ya wavamizi wa Kiarabu?

17. Kulingana na Durie, msingi wa nguvu ya Uislamu ni nini?

"Si kwa nguvu ya kibinadamu"

18. Kulingana na Durie, urithi wa Muhammad unafanana na wa nani kwa kiasi kikubwa?

POPE LEO IV

19. Tazma mambo mbalimbali ya Uislamu yanayoufanya ufanane na yule mfalme mkatili katika kitabu cha Danieli (kamilisha kila kirai):

- Hisia ya Uislamu kuhusu …
- Njaa ya Uislamu kuhusu …
- Uislamu kutumia…
- Uisilamu ukiteka na kutumia nguvu na utajiri…
- Uisilamu ukiyashinda mataifa …
- Upinzani wa Uisilamu dhidi ya …
- Rekodi ya Uislamu dhidi ya …

20. Je, hatimaye ushindi utapatikanaje?

21. Ni mambo gani ya msingi ya pekee yanaweza kuwafungua watu kutoka kwenye madai ya udhalilishaji ya Uislamu?

2

Kufunguliwa kwa njia ya Msalaba

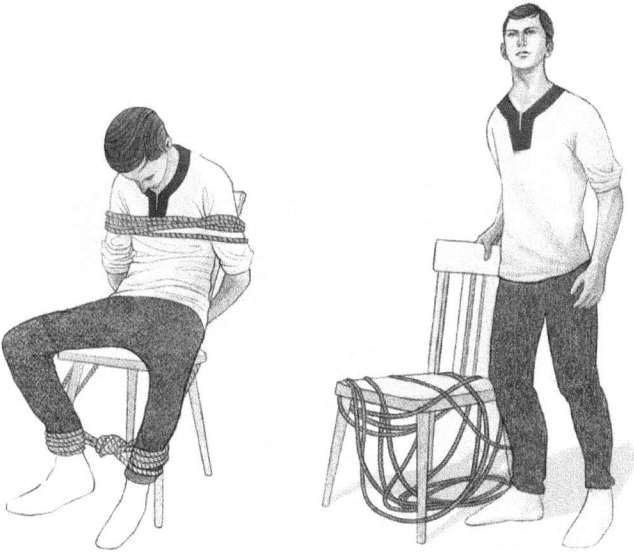

"Amenituma kuwatangazia wafungwa kufunguliwa kwao."
Luka 4:18

Madhumuni ya somo

a. Kufahamu kuwa Yesu aliahidi kuwaweka watu huru.

b. Kufahamu kuwa tunaweza kuchagua kuudai uhuru wetu.

c. Kutambua majina anayoyatumia Shetani katika Biblia, na kuelewa maana yake.

d. Kufahamu kuwa nguvu ya Shetani imevunjwa kwa njia ya msalaba na kuwa tumehamishwa na kuondolewa chini ya utawala na udhibiti wake.

e. Kutambua kuwa tumo katika vita dhidi ya nguvu za uovu.

f. Kubaini mikakati sita anyoitumia Shetani kutushitaki na jinsi tunavyoweza kuwa macho dhidi ya mikakati hiyo.

g. Kutambua jinsi Shetani anavyotumia milango iliyo wazi na nafasi tunazoziweka wazi katika maisha ya wanadamu.

h. Kubaini mikakati ya kufunga milango na kuondoa fursa anazozitumia Shetani dhidi yetu.

i. Kufahamu mamlaka ya kiroho aliyoyatoa Yesu Kristo kwa wanafunzi wake, na kujua namna ya kuyatumia mamlaka hayo kuwaweka watu huru.

j. Kuifahamu "kanuni ya umahsusi" na kwa nini ni muhimu kwa ajili ya kuudai uhuru wetu.

k. Zingatia hatua tano za kuwasidia watu waweze kuwekwa huru.

Mfano wa Mafunzo: Je, wewe ungefanya nini?

Wewe ni mtendakazi wa kanisa wa vijana na umealikwa kushiriki kongamano la taifa la vijana ambalo limewajumuisha waumini kadhaa mashuhuri waliotokea katika Uislamu. Umefikia katika bweni moja zuri la shule lenye vitanda vinne kila moja. Wawili miongoni mwa wenza katika bweni hilo, Hassan na Hussein, ni mapacha ambao ni ndugu wa Kikristo wanaotokea katika imani ya Kiislamu. Kabla ya kulala Patrick, ambaye ni kiongozi mwingine mzoefu wa vijana, anakukaribisha wewe na wanaume wengine wawili kuungana naye katika maombi. Nyote kwa furaha kabisa mnakubali kuungana naye, kisha Patrick anaomba kwa ajili ya ulinzi wa kiroho wakati wa usiku ule. Majira ya takriban saa 10.00 alfajiri, Hassan anaanza kupiga kelele na anaonekana kuwa amekasirishwa kiroho. Patrick, Hussein na wewe mnakusanyika na kumzunguka Hassan kwa ajili ya kumwombea. Wakati Patrick akiomba, Hassan anaonekana kuwa mwenye hofu kubwa zaidi.

Patrick anamwambia Hussein, "Tangu pale uliouacha Uislamu, je, uliyakana maagano, viapo, au makubaliano yako ya wakati uliopita?"

Hussein anaonekana kushtushwa na kusema, "Huo ni ukichaa. Hatukuwahi kufanya lolote kama hilo katika Uislamu. Tulizoea kwenda msikitini, ndugu, na sasa tumekuwa Wakristo. Kaka yangu Hassan anasumbuliwa tu na wasiwasi kama inavyokuwa kwa watu wengine wowote. Hali hiyo haihusiani na lolote kuhusu dini." Kisha Hussein anakutazama na kusema, "Je, unaamini kwamba tulipaswa kuchukua hatua ya kukana jambo fulani? Je unaamini kwamba kuna namna fulani ya pepo, katika maisha yetu yaliyopita, au kuna kitu?"

Je, wewe ungesemaje?

Reza alikuwa kijana ambaye aliamua kuachana na Uislamu na kumfuata Kristo. Katika ibada jioni moja alikaribishwa kuongoza sala ya kuukana Uislamu. Kwa hiari yake kabisa alianza kufanya hivyo. Hata hivyo, wakati akiomba, alipofika mahali pa kutamka

37

maneno, Mimi naukana mfano wa Muhammad," akajikuta kwa mshangao mkubwa sana kwake kuwa hakuweza kulitamka neno "Muhammad". Hilo lilimshutua, kwa sababu ingawa alikulia kati ka familia ya Kiislamu, kamwe hakuwa ameupenda Uislamu na hakuwa ameuishi kwa muda mrefu. Rafiki zake Wakristo wakakusanyika wakimzunguka na kumtia moyo kwa maneno ambayo yalimkumbusha juu ya mamlaka yake ndani ya Yesu Kristo. Baada ya hayo aliweza kukamilisha sala ile, akisema maneno ya kuukana mfano wa Muhammad.

Mambo mawili yalibadilika katika maisha ya Reza baada ya usiku ule. Kwanza, aliponywa kutoka kwenye tabia yake ya muda mrefu katika maisha yake ya kuwakasirikia sana watu wengine; na pili akawa mtu mwenye matokeo muafaka katika uinjilisti na kuwafuatilia wengine kuwa wanafunzi ambao awali waliachana na Uislamu. Usiku ule Reza alipoukana Uislamu alipokea upako wa nguvu za kufanya uinjilisti na kuwashauri watu kuwa wanafunzi, ambaye yalikuwa ni mambo ya msingi katika ufanisi wake katika uinjilisti. Aliwekwa huru kwa ajili ya kuwa mhudumu wa injili.

Somo hili linahusu jinsi ya kufunguliwa na kuwa huru kutoka nguvu za Shetani. Hii inaandaa njia kwa ajili ya sura zinazofuata, ambazo zinalenga juu ya vifungo vya Uislamu.

Kanuni zinazofundishwa katika sura hii zinaweza kutumiwa katika mazingira mengine tofauti, ambayo si tu yale yanayohusiana na Uislamu.

Yesu aanza kufundisha

Katika waraka wake kwa Waruni, Paulo alizungumzia kuhusu "katika uhuru wa utukufu wa Watoto wa Mungu" (Warumi 8:21). "Uhuru huu wa utukufu" ni haki ya kuzaliwa ya kila Mkristo. Ni zawadi kuu, urithi wa thamani ambao Mungu anataka kumpa kila mtu anayemwaminina kumfuata Yesu.

Wakati Yesu alipoanza huduma yake ya kufundisha, mafundisho yake ya kwanza kabisa mbele ya umma yalihusu uhuru. Hilo lilifanyika mara tu baada ya Yesu kubatizwa na Yohana Mbatizaji, na baada ya kujaribiwa na Shetani kule nyikani. Yesu aliporejea kutoka nyikani, mara moja alianza kuhubiri injili. Aliwezaje kufanya hivyo? Alifanya kwa kujitambulisha mwenyewe.

Tunasoma katika Luka kuwa Yesu alisimama katika Sinagogi kule Nazarethi, Kijiji cha kwao, na akaanza kusoma kutoka kwenye kitabu cha Isaya 61:1-2:

> "Roho ya Bwana MUNGU yu juu yangu,
> Kwa maana amenitia mafuta kuwahubiria maskini Habari njema.
> Amenituma kuwafungulia wafungwa kufunguliwa kwao,
> Na vipofu kupata kuona tena,
> Kuwaacha huru waliosetwa,
> Na kutangaza mwaka wa Bwana uliokubaliwa."

> Akakifunga chuo, akamrudishia mtumishi, akaketi. Na watu wote waliokuwamo katika sinagogi wakamkazia macho. Akaanza kuwaambia, "Leo maandiko haya yametimia masikioni mwenu." (Luka 4:18-21)

Yesu alikuwa akiwaambia watu kuwa amekuja kwa ajili ya kuwaweka watu uhuru. Alikuwa akisema kuwa ahadi ya uhuru, aliyopewa Isaya, ilikuwa inatimizwa "leo": Watu wa Nazarethi walikuwa wanakutana na Yule anayeweza kuwaletea wafungwa uhuru. Vilevile alikuwa anawaambia alipakwa mafuta na Roho Mtakatifu: Alikuwa ndiye Mpakwa Mafuta, Masihi, Mfalme aliyechaguliwa na Mungu, Mwokozi wao aliyeahidiwa.

Yesu alikuwa akiwakaribisha kuchagua uhuru, Aliwaletea Habari njema: Tumaini kwa maskini, wafungwa kufunguliwa kutoka gerezani, uponyaji kwa vipofu, na uhuru au kufunguliwa kwa wote walioonewa.

Pote alipokwenda Yesu aliwaletea watu uhuru – uhuru wa kweli, kwa njia nyingi tofauti. Tunaposoma katika injili mbalimbali, tunasikia Habari njema za Yesu akiwatendea mema watu wengi: akiwapa tumaini wasio na matumaini, kuwalisha wenye njaa, akiwafungua watu kutoka nguvu za mapepo, na kuwaponya wagonjwa.

Yesu hata leo bado anawaletea watu uhuru. Kila Mkristo anaitwa na Yesu kufurahia uhuru anaouleta.

Wakati Yesu alipotangaza katika sinagogi kuwa alihubiri "mwaka wa Bwana uliokubalika," alikuwa anawaambia watu kuwa huo ulikuwa ni wakati wao maalum wa Mungu kuwaonyesha kibali chake. Yesu alikuwa akiwaambia ya kuwa Mungu alikuwa anakuja akiwa na nguvu na upendo kuwafungua watu na kuwaweka huru nakuwa nao pia wangeweza kufunguliwa.

Je, utakuwa na tumaini na kuamini kuwa kwa kusoma kitabu hiki kutakuwa ni wakati wako maalum wa kukutana na neema ya Mungu na uhuru wake?

Wakati wa kufanya uchaguzi

Hebu jaribu kufikiria kuwa umefungiwa kwenye kibanda cha chuma, na mlango wa kuingilia umefungwa. Kila siku unaletewa chakula na maji ukiwa ndani ya kibanda hicho. Unaweza kuendelea kuishi humo lakini ukiwa ni mfungwa. Hebu tuchukulie kwamba kuna mtu anapita hapo na kuufungua mlango wa kibanda hicho. Sasa una uchaguzi wa kufanya. Unaweza kuendelea kukaa ndani ya kibanda, au unaweza kupiga hatua na kutoka nje ya kibanda hicho na kugundua vile maisha yalivyo huko nje ya kibanda. Haitoshi tu kwa mlango wa kibanda kuwa wazi. Unapaswa kuchagua kutoka nje ya kibanda. Kama huchagui kufanya uamuzi wa kuwa huru, ni kana kwamba bado umefungiwa kwenye kibanda.

Wakati Paulo alipowaandikia Wagalatia, alisema, "Katika uungwana huo Kristo alituandika huru. Kwa hiyo simameni, wala msinaswe tena chini ya kongwa la utumwa." (Wagalatia 5:1) Yesu Kristo alikuja ili awaweke watu huru, na punde tutakapoujua uhuru anaouleta, tunao uchaguzi wa kufanya mbele yetu. Je, tutachagua kuishi kama watu huru?

Paulo anasema kuwa tunahitaji kuamka na kuwa macho kuudai uhuru wetu. Ili tuweze kuishi katika uhuru, ni lazima tuelewe ni nini maana ya kuwa huru, na apo basi tuudai uhuru wetu wenyewe, na kisha kuenenda katika uhuru huo. Tunapomfuata Yesu tunahitaji kujifunza jinsi ya "kusimama imara" na kuikataa "nira ya utumwa."

Mafundisho haya yameandaliwa kwa ajili ya kumsaidia kila mtu aweze kuchagua kuwa huru na kisha kuendelea kuishi kama mtu huru.

☙

Katika baadhi ya sehemu kadhaa za kitabu hiki zinazofuata tunajifunza kuhusu kazi ya Shetani, vile tunavyohamishwa kutoka kwenye nguvu ya Shetani na kuingizwa kwenye Ufalme wa Mungu, na vita vya kiroho ambavyo tumo katika mapambano.

Shetani na ufalme wake

Biblia inasema kwamba tunaye adui, yule anayetaka kutuangamiza. Huyu anaitwa Shetani. Yeye anao wasaidizi wengi. Baadhi ya wasaidizi hao wanaitwa pepo wabaya.

Biblia inaelezea vile Shetani anavyowafanya watu katika Yohana 10:10, ikimwita Shetani "Mwizi": "Mwivi haji ila aibe na kuchinja na kuharibu. Mimi nalikuja ili wawe na uzima, kisha wawe nao tele." Hii ni tofauti kubwa yenye nguvu ya ajabu! Yesu analeta uzima – Uzima tele; Shetani analeta hasara, uharibifu, na mauti. Yesu vilevile anatuambia kuwa Shetani "alikuwa muuaji tangu mwanzo" (Yohana 8:44).

Kulingana na Injili mbalimbali na nyaraka za agano Jipya, Shetani anazo nguvu za kweli lakini zenye ukomo na anayo mamlaka juu ya dunia. Ufalme wake unaitwa "wa nguvu za giza" (Wakolosai 1:13) naye anaitwa:

- "mkuu wa ulimwengu huu" (Yohana 12:31)
- "mungu wa dunia hii" (2 Wakorintho 4:4)
- "mfalme wa uwezo wa anga" (Waefeso 2:2)
- "roho yule atendaye kazi katika wana wa kuasi" (Waefeso 2:2).

Mtume Yohana anatufundisha kuwa dunia yote iko chini ya utawala wa Shetani. "Twajua kuwa sisi tu wa Mungu; na dunia yote pia hukaa katika yule mwovu." (1 Yohana 5:19).

Ikiwa tunajua ya kuwa "dunia nzima iko chini ya utawala wa yule mwovu," hatupaswi kushangaa kuona Ushahidi wa kazi ya Shetani katika tamaduni zote, itikadi, na dini za dunia hii. Shetani pia yumo kanisani akifanya kazi humo.

41

Kwa sababu hii, tunahitaji pia kuangalia uwezekano wa alama za uovu zilizomo ndani ya Uislamu, mtazamo wake kuhusu dunia, na nguvu yake ya kiroho, lakini kwanza tutaangalia kanuni za kijumla za namna ya kufunguliwa na kuwekwa huru kutoka katika uovu.

Uhamisho mkuu

J. L. Houlden, Mkufunzi wa Chuo cha Trinity cha Oxford, aliandika katika uchambuzi wa Paulo kuhusu mtazamo wake wa dunia. Paulo, anasema:

> ... nalishuhudiwa kuhusu mwanadamu. Si tu kwamba mwanadamu ametengwa na Mungu kwa dhambi zake na kwa hiari yake .... naye pia amefungwa chini ya nguvu za pepo wabaya ambao wanazurura ulimwenguni na ambao hutumia sheria, si kama njia ya utii wa mwanadamu mbele za Mungu, lakini kama zana ya ukandamizaji wao. Kutengwa huku kwa mwanadamu kuwa mbali na Mungu ni jambo la kawaida kwa wanadamu wote – si suala la Kiyahudi kabisa kabisa wala la watu wa mataifa kabisa. Lakini ni la hali ya mwanadamu aliye mtoto wa Adamu.[1]

Houlden anaendelea kuelezea kuwa katika mtazamo wa Paulo wa dunia wanadamu wanahitaji kuokolewa kutoka kwenye kifungo hicho: "Kadiri nguvu za mapepo zinavyohusika, hitaji la mwanadamu ni kufunguliwa tu kutoka kwenu udhibiti wake." Msingi wa kufunguliwa huku ni kile ambacho Kristo amekifanya kwa njia ya mauti yake na kufufuka kwake. Hili lilifanikiwa kuwepo kwa ushindi dhidi ya dhambi, na nguvu za mapepo za uovu ambazo huwafunga wanadamu.

Ingawa sisi kama Wakristo bado tunaishi katika "ulimwengu huu wa giza" (Waefeso 6:12; linganisha na Wafilipi 2:15), je, hii inamaanisha kwamba tumo chini ya nguvu na utawala wa Shetani? La hasha! Kwa maana tumehamishiwa katika ufalme wa Yesu.

Wakati Yesu anapojifunua mwenyewe kwa Paulo katika maono, na kumwita Kwenda kwa watu wa mataifa, mtume anaambiwa kuwa atayafungua macho ya watu wasioona na kuwageuza "kutoka

---

1. J. L. Houlden, *Paul's Letters from Prison*, uk. 18.

giza na kuingia katika nuru, na kutoka nguvu za Shetani na kuingia kwenye nguvu za Mungu," (Matendo 26:18) Maneno haya yanaashiria kuwa watu wanakuwa chini ya nguvu ya Shetani kabla ya kuokolewa na Kristo, lakini kwa njia ya Kristo wanakombolewa kutoka kwenye nguvu za giza na kuhamishwa kutoka kwenye nguvu za giza na kuingizwa kwenye Ufalme wa Mungu.

Paulo anafafanua katika barua yake kwa Wakolosai jinsi anavyowaombea:

... mkimshukuru Baba, aliyewastahilisha kupokea sehemu ya urithi wa watakatifu katika nuru. Naye alituokoa katika nguvu za giza, akatuhamisha na kutuingiza katika ufalme wa Mwana wa pendo lake; ambaye katika yeye tuna ukombozi, yaani, msamaha wa dhambi. (Wakolosai 1:12-14)

Pale mtu anapohamia nchi nyingine, anaweza kuomba uraia wa nchi hiyo mpya alikohamia, lakini ili aweze kufanya hivyo atalazimika kuukana uraia wa nchi yake ya zamani. Wokovu katika Kristo unafanana na hivyo: unapoingia katika ufalme wa Mungu unapokea uraia mpya na unauacha nyuma uraia wako wa zamani.

Uhamisho wako wa uaminifu wako wote kwa Yesu Kristo ni lazima uwe umefanyika kwa dhamira ya makusudi. Hii inaweza kujumuisha mambo yafuatayo:

- Kumkataa Shetani na maovu yote.

- Kuyakataa mahusiano yote mabaya na watu wengine ambao wametumia mamlaka yasiyo ya kimungu dhidi yako.

- Kuyakataa na kuyavunja maagano yote yasiyo ya kimungu yaliyofanywa na mababu zako kwa niaba yako au ambayo yamekuathiri kwa njia yoyote ile.

- Kukataa nguvu zote za kiroho zisizo za Mungu ambazo zimekujia kwa njia ya mahusiano yasiyo ya kimungu.

- Mkabidhi Kristo haki zako kamili zote za maisha yako na umkaribishe ayatawale maisha yako kama Bwana tangu leo na kuendelea.

Mapambano

Wakati mchezaji wa mchezo wa mpira wa miguu anapohama timu, ni lazima achezee timu yake mpya. Hawezi tena kuchezea timu yake ya zamani. Ni hivyo hivyo pale tunapohamishiwa kwenye Ufalme wa Mungu: ni lazime tuichezee timu ya Yesu na kuacha kufunga magoli kutoka upande wa timu ya Shetani.

Kulingana na Biblia makabiliano ya kiroho yanaendelea kati ya Mungu na Shetani. Huu ndio uasi wa walio wengi katika ulimwengu wa roho dhidi ya Ufalme wa Mungu (Marko 1:15; Luka 10:18; Waefeso 6:12). Ni vita baina ya falme mbili, ambapo hakuna eneo lisilo na mwenyewe kwa mtu yeyote kujifichia. Wakristo hujikuta wamo katika vita inayoendelea ambapo katika vita hivyo ule mpambano unaoamua mshindi ulishampata mshindi huyo juu ya msalaba, na matokeo ya mwisho hayana shaka yoyote: Kristo amekwisha shinda na atashinda.

Wafuasi wa Kristo ni wajumbe wa Kristo, hivyo sasa wanajikuta wakiwa katika vita ya kila siku dhidi ya nguvu za ulimwengu huu wa giza. Kufa na kufufuka kwa Kristo kunatupatia mamlaka ya kipekee dhidi ya giza hili na msingi wa nguvu yetu ya kusimama dhidi yake. Eneo linaloshindaniwa la vita hii linajumuisha watu, jumuiya, jamii, na mataifa.

Katika vita hii, hata kanisa nalo linaweza kuwa uwanja wa vita, na raslimali zake zinaweza kutumiwa vibaya kwa makusudi ya maovu.

Jambo hili ni zito na gumu. Hata hivyo, Paulo anaelezea uhakika wa ushindi pale anapoandika kuwa nguvu za ulimwengu huu wa giza zimedhibitiwa, zimedhalilishwa, na kushindwa kwa njia ya msalaba na msamaha wa dhambi ambazo ushindi umepatikana juu yake:

> Na ninyi mlipokuwa mmekufa kwa sababu ya makosa yenu na kutokutahiriwa kwa mwili wenu, aliwafanya hai pamoja naye, akisha kutusamehe makosa yote, akisha kuifuta ile hati iliyoandikwa ya kutushitaki kwa hukumu zake, iliyokuwa na uadui kwetu; akaiondoa isiwepo tena, akaigongomea msalabani. Akiisha kuzivua enzi na mamlaka, na kuzifanya

kuwa mkogo kwa ujasiri, akazishangilia katika msalaba huo. (Wakolosai 2:13-15)

Aya hii inatumia taswira kutoka kwenye gwaride la ushindi la Warumi lililoitwa la ushindi au 'shangwe'. Baada ya kuwashinda maadui, jemadari aliyeshinda akiwa na jeshi lake alirejea katika jiji la Roma. Katika kusherehekea ushindi, Jemadari huyo aliongoza maandamano makubwa, ambapo maadui walioshindwa hulazimishwa kutembea wakiwa wamefungwa minyororo wakipita katika mitaa ya jiji, wakiwa wamenyang'anywa silaha zao zote za mashambulizi na za kujihami. Watu wa Rumi walikuwa wakishuhudia, kuwashangilia walioshinda na kuwazomea maadui walioshindwa.

Paulo anatumia taswira ya maandamano ya ushindi wa Warumi kufafanua maana ya msalaba. Wakati Kristo alipokufa kwa ajili yetu, alizifuta nguvu za dhambi. Ni kana kwamba mashitaka dhidi yetu yamegongomelewa msalabani: kubatilishwa kwa mashtaka haya kumeoneshwa juu kwa uwazi ili nguvu zote za giza ziweze kuona. Kwa sababu hii, Shetani na nguvu zake za mapepo, ambazo hutafuta kutuangamiza, wamepoteza nguvu zao dhidi yetu kwa sababu hawana tena mashtaka ya kuleta dhidi yetu. Wamefananishwa na wale maadui katika gwaride la ushindi wa Warumi: Walioshindwa, kunyang'anywa silaha, na kuaibishwa mbele za umma.

Kwa njia ya msalaba, ushindi umepatikana dhidi ya mamlaka na falme za ulimwengu huu wa giza. Ushindi huu huzipora nguvu za giza na kuzinyang'anya haki zao za kutawala, zikiwemo zile walizopewa kupitia maagano ambayo watu wameyafanya, kwa hiari au kwa kutotaka, kwa kujua au kutokujua.

Hii ni kanuni yenye nguvu: kwa kila mbinu na mashtaka ambayo Shetani huyatumia dhidi yetu, msalaba unatupatia msingi wa kushinda na uhuru.

Katika sehemu nyingine mbili zinazofuata, tunaangalia jukumu la Shetani kama mshitaki, na mikakati anayoitumia dhidi ya watu. Baada ya hapo, tutachunguza njia sita anazozitumia Shetani kujaribu kuwafunga watu, kwa njia ya dhambi, kutokusamehe, maneno, majeraha ya nafsi, uongo (imani zisizo za kimungu), na dhambi za vizazi na laana zinazofuatana nazo. Kwa kila mkakati wa Shetani tutaelezea suluhisho lake: njia ya Wakristo watakayoitumia kuudai uhuru wao na kuzivunja athari au ushawishi wa hali hizo zitoke katika maisha yao. Masuala yote haya yatakuwa ya muhimu pale tutakapotazama jinsi ya kufunguliwa kutoka kwenye vifungo vya Uislamu.

Mshitaki

Shetani anayo mikakati anayoitumia dhidi yetu. Ni vizuri kuijua na kuielewa mikakati hii na kuwa tayari kusimama dhidi yake. Tunahitaji kuutumia na kuuishi uhuru wetu. Kwa hiyo katika hili ni lazima tuzingatie: ni vizuri kwa Wakristo kuzijua na kuzielewa hila za Shetani, na kuwa tayari kuzipinga.

Paulo anaandika katika Waefeso 6:18 kuwa Wakristo wanapaswa "kukesha." Vivyo hivyo, Petro anawatahadharisha Wakristo "Mwe na kiasi na kukesha; Kwa kuwa mshitaki wenu Ibilisi kama simba angurumaye, huzunguka-zunguka, akitafuta mtu ammeze." (1 Petro 5:8). Tunahitaji kukesha kwa sababu gani? Tunahitaji kuwa makini dhidi ya mashitaka ya Shetani.

Biblia inamwita Shetani "Mshitaki" (Ufunuo 12:10) na katika Waebrania neno 'Shetani' kihalisia linamaanisha 'mshitaki' au 'adui'. Neno hili lilitumika dhidi ya mpinzani wa kisheria katika mahakama. Neno 'Shetani' linatumika kwa njia hii katika Biblia katika Zaburi 109: "Mshitaki [Shetani] asimame mkono wake wa kuume. Katika kuhukumiwa ataonekana hana haki." (Zaburi 109:6-7). Katika mandhari ya kufanana na hii Zekaria 3:1-3 inazungumzia yule anayeitwa "Shetani" ambaye amesimama mkono wa kuume wa Kuhani Mkuu Yoshua na kumshitaki mbele za Malaika wa Mungu. Mfano mwingine ni pale Shetani anapomshitaki Ayubu mbele za Mungu (Ayubu 1:9-11), akiomba ruhusa ya kumjaribu.

Je, Shetani anatushitaki mbele za *nani*? Tunajua kuwa anatushitaki mbele za Mungu. Vilevile anatushitaki kwa wengine; na anatushitaki kwetu sisi wenyewe kupitia maneno ya wengine na mawazo yetu sisi wenyewe. Anataka tuumizwe na mashitaka hayo, tuyaamini, tutishiwe nayo, na tuwekewe ukomo kupitia mashtaka hayo.

Je, Shetani anatushitaki kuhusu nini? Anatushitaki kuhusu dhambi zetu na pia anatushitaki kwa ajili ya sehemu yoyote ya maisha yetu tuliyonayo, ambayo kwa njia moja au nyingine, tumesalimisha kwake.

Nasi pia tunahitaji kuelewa kuwa Shetani anatushitaki, mashitaka yake yamejawa na uongo. Yesu alisema kuhusu Shetani:

Yeye alikuwa mwuaji tangu mwanzo, wala hakusimama katika kweli: kwa kuwa ndani yake hamna kweli. Anaposema uongo, anaongea lugha yake ya asili, kwa kuwa yeye ni mwongo na baba wa huo (Yohana 8:44)

Shetani hutumia mikakati gani ya udanganyifu, na tunawezaje kusimama imara, wakati wowote ule anapotushitaki? Hakika inasaidia pale tunapoijua mikakati yake. Kwa mfano katika 2 Wakorintho, Paulo anawasihi Wakristo kutoa msamaha kwa vitendo. Kwa nini hili ni muhimu? Paulo anasema kwamba tusamehe "ili Shetani asipate kutushinda. Kwa maana hatukosi kuzijua fikra zake" (2 Wakorintho 2:11). Paulo anatuambia kwamba tunaweza kujua kile ambacho Shetani anataka kukifanya; kwa sababu tunajua kuwa moja ya mikakati ya Shetani ni kutushitaki kwa kutokusamehe., tutakuwa wepesi wa kuwasamehe wengine, ili tusiingie katika hali hatarishi ya mashitaka yake.

Shetani anayo mikakati mingine pia. Hapa tutaangalia mikakati yake sita ya kuwashitaki waumini, na kuangalia vile tunavyoweza kusimama dhidi yao. Mikakati hiyo sita ni:

- dhambi
- Kutokusamehe
- Majeraha nafsini
- maneno (na vitendo vya kiishara)
- Imani zisizo za kimungu (uongo)
- Dhambi za kiukoo na laana zinazoambatana nazo.

Kama tutakavyoona, hatua ya msingi katika kupata uhuru wa kiroho ni kuweza kutaja na kuyakataa madai yote ambayo Shetani anaweza kuyatoa dhidi yetu. Haya yanafanyika iwe mashitaka yake yana msingi fulani wa kweli au hata kama ni ya uongo kabisa.

47

Milango iliyo wazi na Kuacha Nafasi

Kabla ya kuangalia kila moja ya maeneo hayo sita, tunahitaji kutoa majina yanayofaa ya haki ambazo Shetani anadai dhidi ya watu, ambazo anazitumia kwa ajili ya kuwaonea. Maneno mawili ya msingi ni 'milango iliyo wazi' na 'kumpa nafasi.'

Mlango ulio wazi ni mahali pa kuingilia ambapo mtu anaweza kumpa Shetani kwa kutumia ujinga (au kutokujua kwake) kukosa utii, au uzembe, na ambao Shetani huutumia kumgandamiza au kumshambulia mtu. Hebu tujikumbushe maneno ya Yesu akimwelezea Shetani kama "Mwivi" ambaye huzunguka zunguka akitafuta fursa za kuiba, kuua, na kuharibu (Yohana 10:10). Nyumba iliyo salama haiachi milango wazi: kila mlango umefungwa kwa kufuli.

Kumpa nafasi kwa ibilisi kumewekwa kwenye msingi wa nafsi ya mwanadamu ambapo Shetani hudai kuwa mtu ameisalimisha kwake – sehemu iliyo ndani yetu ambayo Shetani ameiwekea alama kuwa ni yake.

Paulo anazungumzia uwezekano kuwa Mkristo anaweza kumpa Ibilisi nafasi kwa kuhifadhi hasira: Mwe na hasira, ila msitende dhambi; jua lisichwe na uchungu wenu bado haujawatoka; wala msimpe ibilisi nafasi. (Waefeso 4:26-27). Neno la Kiyunani lililotafsiriwa "kumpa nafasi" ni *topos*, ambalo linamaanisha mahali "palipokaliwa". *Topos* lina maana ya msingi ya mahali panapokaliwa, na kirai cha Kiyunani "mpe topos" inamaanisha "kumpa au kutoa nafasi kwa". Paulo anasema kwamba ikiwa mtu atang'ang'ania hasira, badala ya kukiri na kuikataa kama ni dhambi tarajiwa, wanasalimisha msingi wa kiroho kwa Shetani. Hivyo, Shetani anaweza kuukalia na kuutumia msingi huo wa kiroho kwa makusudi yake. Kwa kung'ang'ania hasira mtu anaweza kumpa Shetani nafasi.

Katika Yohana 14, Yesu anatumia lugha ya haki za kisheria anapotamka kuwa Shetani hana nguvu ya kumshikilia yeye:

> Mimi sitasema nanyi maneno mengi tena, kwa maana yuaja mkuu wa ulimwengu huu, Wala hana kitu kwangu, Lakini ulimwengu ujue ya kuwa nampenda Baba; na kama vile Baba alivyoniamuru; ndivyo nifanyavyo. (Yohana 14:30-31)

Askofu Mkuu J.H Bernard anaandika katika andiko lake la ufafanuzi wa Biblia katika aya hii kuwa Yesu anasema 'Shetani… Hana nafasi katika haiba yangu ambapo anaweza kunifunga'.[2] Nahau inayotumika hapa kiukweli ni ya kisheria, kama inavyofafanuliwa na D.A. Carson:

> Hana nafasi ya kushikilia ndani yangu ni uwasilishaji wa nahau ya "Hana haki yoyote ndani yangu," tukirejea nahau ya Kiebrania inayotumiwa mara kwa mara katika muktadha wa kisheria, ukimaanisha "hana madai yoyote halali juu yangu" au "hana nguvu yoyote juu yangu"… Shetani angeweza kuwa na mamlaka juu ya Yesu ikiwa tu kungekuwa na mashtaka halali dhidi ya Yesu.[3]

Kwa nini Shetani hana nguvu ya kumshikilia Yesu? Ni kwa sababu Yesu hakuwa na dhambi – 'Natenda sawa sawa na vile Baba yangu alivyoniamuru' – (Yohana 14:31; tazama pia Yohana 5:19). Hii ndiyo sababu kuwa hakuna chochote ndani ya Yesu ambacho kinamruhusu Shetani kudai haki yoyote halali juu yake. Yesu hana nafasi yoyote ambayo Shetani anaweza kuitumia.

Yesu alisulubiwa akiwa ni mtu asiye na hatia kabisa. Hili ni la muhimu sana kwa ajili ya nguvu ya msalaba. Kwa kuwa Yesu hakuwa na hatia, Shetani hawezi kudai kuwa kusulubiwa msalabani kulikuwa ni adhabu halali. Kifo cha Masihi wa Bwana kilikuwa ni dhabihu isiyo na hatia kwa niaba ya wengine, si adhabu ya haki iliyotolewa dhidi ya Yesu na Shetani. Kama Kristo angelisalimisha nafasi yoyote kwa Shetani, kifo chake kingekuwa hukumu au adhabu halali kwa ajili ya dhambi. Badala yake, kwa kuwa Yesu hakuwa na hatia, kifo chake kingeweza kuwa na pia ni dhabihu inayofaa kwa ajili ya dhambi za dunia yote.

Tunaweza kufanya nini kuhusu milango iliyo wazi na nafasi wazi zilizomo maishani mwetu? Tunaweza kuifunga milango, na kuondoa nafasi zote zilizo wazi katika maisha yetu. Ili kuudai uhuru wetu wa kiroho, hatua hizi ni za lazima. Tunahitaji kufanya

---

2. J. H. Bernard, *A Critical and Exegetical Commentary on the Gospel According to John*, vol. 2, uk. 556.

3. D. A. Carson, *The Gospel According to John*, uk. 508-9.

hivyo kwa mpangilio maalum, tukiifunga milango yote iliyo wazi na kuziondoa fursa zote zilizo wazi katika maisha yetu.

Lakini tunawezaje kufanya hivyo? Hebu tuyaangalie maeneo haya sita kila moja kwa wakati wake. Yote haya yatakuwa ya muhimu pale tutakapoona vile Uislamu unavyowafunga watu.

☙

Dhambi

Ikiwa mlango ule ulio wazi ni dhambi tulizotenda, tunaweza kuufunga mlango huu kwa kutubu dhambi hizo ambazo kutokana nazo huenda tulimruhusu Shetani kudai haki juu ya maisha yetu. Nguvu ya msalaba ndiyo msingi katika mchakato huu. Kwa kumwomba Kristo ambaye ndiye Mwokozi, tunaweza kupokea msamaha wa Mungu. Kama anavyoandika Yohana "damu ya Yesu …. yatusafisha dhambi yote" (1 Yohana 1:7). Ikiwa tumesafishwa kutoka kwenye dhambi zetu, basi dhambi haina nguvu juu yetu. Kama Paulo anavyoandika, "tukiisha kuhesabiwa haki katika damu yake" (Warumi 5:9). Hii ina maana kuwa Mungu anatuona kuwa wenye haki. Tunapotubu na kumgeukia Kristo tunazikwa pamoja naye: tunatambulishwa kwa kufananishwa na Yesu. Hapo ndipo tunapokuwa mtu ambaye Shetani hawezi kutoa madai halali juu yake. Tunakuwa mtu yule ambaye Shetani hana madai yoyote juu yake kwa sababu dhambi zake "zimefunikwa" (Warumi 4:7). Tuko huru dhidi ya mashitaka ya madai dhidi yetu.

Katika hali halisi jambo hili linafanyaje kazi? Kama kuna mtu anasumbuliwa na hali ya uongo ya kudumu, basi mtu huyo anahitaji kutambua kuwa uongo ni makosa mbele za Mungu, anapaswa kutubu, kutubia uongo, na kuhakikishiwa msamaha kwa njia ya Kristo. Hilo linapofanyika, uongo wenyewe unaweza kukataliwa na kukanwa. Ikiwa kwa upande mwingine mtu huyo anapenda uongo, anaona uongo unamsaidia, na hana nia ya kuachana na uongo, jitihada yoyote ya kuwa huru kutokana nao ina uwezekano mkubwa sana wa kushindwa, na Shetani ataweza kutumia nafasi hiyo dhidi ya mtu huyo.

Tunaweza kuufunga mlango dhidi ya dhambi kwa kutubu, kukataa dhambi zetu, na kuutumaini msalaba wa Yesu. Kwa njia hiyo tutakuwa tumemnyima Shetani uhalali wa kuzitumia dhambi zetu dhidi yetu.

Kutokusamehe

Mkakati mwingine ambao Shetani anapenda kuutumia dhidi yetu ni kule kutosamehe kwetu. Msamaha ulikuwa ni jambo ambalo Yesu alifundisha mara kwa mara. Alisema kwamba hatutasamehewa na Mungu mpaka pale tutakapowasamehe wengine (Marko 11:25-26; Mathayo 6:14-15).

Kutokusamehe kunaweza kutufungamanisha na makosa ya mtu mwingine, au na tukio lenye kusababisha maumivu makubwa. Hilo linaweza kumpa Shetani nafasi, haki ya kisheria dhidi yetu. Paulo anaandika kuhusu suala hilo katika waraka wake wa pili kwa Wakorintho:

> Lakini kama mkimsamehe mtu neno lolote, nami nimemsamehe; kwa maana mimi nami, ikiwa nimemsamehe mtu neno lolote, nimesamehewa kwa ajili yenu mbele za Kristo, Shetani asije akapata kutushinda; kwa maana hatukosi kuzijua fikra zake. (2 Wakorintho 2:10-11)

Kwa nini kutokusamehe kwetu kunaruhusu tuzidiwe ujanja na Shetani? Hii ni kwa sababu anaweza kutumia kutokusamehe kwetu kama nafasi yake dhidi yetu. Lakini ikiwa "hatuzijui hila zake," kama asemavyo Paulo, hapo ndipo tutakapojua kuwa tunahitaji kuiondoa nafasi aliyoishikilia kupitia kutoa msamaha kwa wengine.

Kuna maeneo matatu katika kusamehe: kuwasamehe wengine, kupokea msamaha wa Mungu; na wakati mwingine pia kujisamehe sisi wenyewe. Alama ya Msalaba wa Msamah[4] inatusaidia kuvikumbuka vipengele hivi vitatu. Mhomili mlalo unatukumbusha kuwasamehe wengine. Mhimili wima unatukumbusha

---

4. Chester and Betsy Kylstra, *Restoring the Foundations*, uk. 98.

tuupokee msamaha wa Mungu. Duara linatukumbusha kujisamehe sisi wenyewe.

Msamaha hauna maana kuwa tunasahau kile ambacho mwingine amekifanya, au kukidharau. Haimaanisha kwamba tuendelee kumwamini tu mtu huyo. Kuwasamehe wengine inamaanisha kuwa tunaachilia haki yetu kuwashitaki mbele za Mungu. Tunamwachilia mtu aliyetukosea katika madai yoyote tunayoweza kuwa nayo dhidi yao. Tunawakabidhi kwa Mungu ili ahukumu kwa haki na kulikabidhi suala zima mikononi mwa Mungu. Msamaha si hisia fulani; ni uamuzi.

Ni muhimu kupokea msamaha kutoka kwa Mungu na pia kutoa msamaha, kwa sababu msamaha unakuwa na nguvu zaidi pale tunapojua kuwa tumesamehewa (Waefeso 4:32).

Kuna 'Sala ya Msamaha' katika sehemu ya nyenzo za ziada iliyoko mwishoni mwa kitabu hiki.

Majeraha ya nafsi

Kutoa nafasi kunaweza kusababishwa na jeraha la nafsini. Majeraha yaliyomo kwenye nafsi kwa uhalisia yanaweza kuumiza kuliko hata majeraha katika mwili, na pale tunapokuwa tumejeruhiwa mwilini, nafsi zetu nazo zinaweza kujeruhiwa. Kwa mfano ikitokea mtu anapatwa na shambulio baya na lenye kuogopesha. Baada ya hilo wanaweza kuandamwa na hofu kwa muda mrefu. Shetani anaweza kuitumia hofu hiyo dhidi ya mtu huyo kumfunga na kumfanya mtumwa azidi kuwa na hofu.

Wakati fulani nilipokuwa[5] nikifundisha kuhusu suala la *dhimma*, nilijiwa na mwanamke mmoja raia wa Afrika Kusini ambaye alipatwa na jambo baya sana na la kutisha lililosababishwa na mtu mmoja mwenye imani ya Kiislamu yapata muongo mmoja uliopita. Kufuatia ombi la seminari iliyokuwa maeneo ya jirani, familia yake ilitoa hifadhi kwa watu wawili. Huu ulikuwa mwanzo wa wakati wa majaribu makubwa na yaliyosababisha madhara makubwa sana. Wageni wake hao aliowapokea kwenye nyumba walikuwa wakali na walimdhihaki yeye na familia yake na

_____

5. Mark Durie, mwandishi wa masomo haya.

52

kuendelea kufanya hivyo kila mara. Wakati mwingine walimsukumia ukutani, wakimwita 'nguruwe', wakamlaani na hata kumtemea mate wakati walipokuwa wakipita karibu naye. Na wakati mwingine alikuta vipande vipande vya karatasi vikiwa vimesokomezwa mahali tofauti tofauti kuzunguka nyumba yake yote vikiwa vimeandikwa laana kwa lugha ya kiarabu. Familia ile ikaomba msaada kutoka kanisani kwao, lakini hakuna mtu yeyote aliyewaamini. Mwishowe waliweza kuwatoa 'wageni' wale kwa kuwapangishia mahali pengine mbadala. Mwanamke yule anaandika 'wakati ule, tulikuwa tumeishiwa kifedha, kiroho, kimhemko, na kimwili tukiwa tumeshuka chini sana. Sikuweza kujiamini mimi mwenyewe tena, nilijisikia kuwa sifai kitu, kwa sababu walinitenda vibaya kama uchafu.' Baada ya kusikia wasilisho kuhusu dhimma, alizikabili zile hofu zake na hali yake ya kujionea mashaka ambayo ilikuwa imemsibu, na tukaomba pamoja kwa ajili ya uponyaji wa matukio yale mabaya yenye kuumiza, akivikana vitisho. Alipokea uponyaji wa ajabu na akasema sema "namsifu Bwana kwa ajili ya tukio hili la kutembelewa na mbingu ... najisikia nimesaidika na anayestahili kumtumikia Bwana kama mwanamke. Bwana Asifiwe!" Baadaye aliniandikia:

Bado tunamtumikia Bwana, tunampenda zaidi ya wakati uliopita, tumejifunza mengi zaidi juu ya utamaduni wa Kiislamu na imani yake na katika yote haya tumeweza kuimarika zaidi na tunaweza kusema tunawapenda Waislamu kwa upendo wa Bwana na hatutaacha kuwaonyesha kupitia maisha yetu kiasi ambacho Yesu anampenda kila mmoja wao.

Wakati watu wanapoteseka kwa majeraha ya nafsini, Shetani hujaribu kuwajaza uongo. Uongo huo si ukweli, lakini mtu yule anaweza kuwaamini kwa sababu maumivu yanakuja kwa hisia ya kweli. Kwa mwanamke huyu uongo wenyewe ulikuwa kwamba alikuwa hana thamani yoyote na "hafai kabisa kwa lolote."

Ili kumletea mtu uhuru afunguliwe kutoka kwenye uongo wa namna hii, tunaweza kutumia hatua hizi tano:

1. Kwanza, mkaribishe mtu huyo aimimine nafsi yake kwa Bwana, amwambie Bwana vile anavojisikia kuhusu maumivu yake.

2. Kisha mwombe Yesu amponye na maumivu yake mabaya.

3. Mtu huyo anaweza kuongozwa amsamehe yeyote aliyemuumiza

4. Mtu huyo anaweza kuongozwa kuikataa hofu na madhara mengine ya athari za maumivu makali, akitamka kutumaini Mungu.

5. Mtu huyo anaweza kuukiri na kuukataa uongo wowote aliouamini kwa sababu ya majeraha hayo

Baada ya hilo kufanyika, mashambulizi ya Shetani yanaweza kupingwa kwa ufanisi zaidi kwani nguvu yake ya kushikilia itakuwa imeondolewa.

☙

Maneno

Maneno yanaweza kuwa yenye nguvu sana. Kwa kutumia maneno yetu tunaweza kuwafunga wengine na sisi wenyewe gerezani. Kwa sababu hii, Shetani hujaribu kuyatumia maneno yetu dhidi yetu. Yesu alisema:

> Basi nawaambia, kila neno lisilo maana, watakalolinena wanadamu, watatoa hesabu ya neno hilo siku ya hukumu. Kwa kuwa kwa maneno yako utahesabiwa haki, na kwa maneno yako utahukumiwa. (Mathayo 12:36-37).

Wapendeni adui zenu, watendeeni mema wale ambao wanawachukia ninyi, wabarikieni wale ambao wawalaani ninyi, waombeeni wale ambao wawaonea ninyi" (Luka 6:27-28).

Onyo la Yesu kuwa tusisema maneno ya hovyo yanahusu kusema kwetu kote, ikiwa ni pamoja na kuapa, kuahidi, na maagano yaliyotamkwa kwa maneno ambayo tumeyafanya. Hebu tafakari sababu alizozitoa Yesu kwa wanafunzi wake kuwa wasiape viapo:

> Lakini mimi nawaambia, Usiape kabisa; ... Bali maneno yenu yawe Ndiyo, ndiyo; Siyo siyo; kwa kuwa yazidiyo hayo yatoka kwa yule mwovu. (Mathayo 5:34, 37).

Hivyo basi, kwa nini tusiape viapo? Yesu anafafanua kuwa hicho kinatoka kwa "yule mwovu," kutoka kwa Shetani mwenyewe. Shetani anataka tuape viapo kwa sababu amepanga kuyatumia dhidi yetu, kutudhuru. Vinaweza kumpa nafasi ya kushikilia ndani yetu, na kuwa ni msingi atakaoutumia kutushitaki. Hii inaweza kuwa kweli hata kama hatujaielewa nguvu ya maneno tuliyoyatamka.

Tunaweza kufanya nini, basi, tukijikuta tumeapa kiapo, au kutoa ahadi, au kufanya agano kwa maneno (na pengine vitendo vya matambiko) ambavyo vimetufunga katika njia mbaya, njia ambayo hatukupaswa kuifuata, na ambayo si njia ya Mungu kwa ajili yetu?

Katika Walawi 5:4-10 kuna ufafanuzi wa kile wana wa Israeli walichopaswa kufanya pale mtu alipotamka "kiapo kisicho na maana" na kujikuta amefungwa kwa sababu ya kiapo chake. Njia iliwekwa ya kuwekwa huru kutokana na kiapo hicho. Mtu huyo alitakiwa kuleta dhabihu kwa kuhani, ambaye angetoa msamaha kwa ajili ya dhambi yake, na kisha mtu huyo angefunguliwa kutoka kwenye kiapo hicho cha maneno yasiyo na maana.

Habari njema ni kwamba kwa sababu ya msalaba, tunaweza kuwekwa huru kutoka ahadi zisizo za kimungu, viapo, tulivyofifanya. Ni jambo zuri ajabu kuwa Biblia unatufundisha kuwa damu ya Yesu "inanena jema zaidi ya damu ya Habili":

> Bali ninyi mmeufikilia mlima Sayuni ... Na Yesu mjumbe wa Agano Jipya, na damu ya kunyunyizwa, inenayo mema kuliko ile ya Habili (Waebrania 12:22-24)

Kile kinachomaanishwa hapa ni kuwa damu ya Yesu ina nguvu ya kubatilisha laana zote dhidi yetu kutokana na maneno tuliyoyatamka. Hasa, katika agano katika damu ya Yesu linafunika na kufuta maagano yote tuliyoyafanya kwa hofu au mauti.

Matendo ya Kutambika: kufunguliwa kutoka maagano ya damu

Tumekuwa tukizungumzia nguvu ya maneno yanayotufunga. Katika maandiko ya Kiebrania, njia rasmi ya kujifunga katika agano ilikuwa ni kwa kutumia agano la damu. Hii ilihusu maneno yaliyochanganywa na kitendo cha matambiko.

Wakati Mungu alipofanya agano lake maarufu na Ibrahimu katika Kitabu cha Mwanzo 15, lilifanyika kwa njia ya dhabihu. Ibrahimu alitoa mnyama, akamchinja, na kuvilaza vipande vya mnyama yule ardhini. Kisha mwale unaofuka moshi – unaowakilisha uwepo na ushiriki wa Mungu – ulipita katikati ya vipande hivyo vya mnyama. Tambiko hili lilihusisha laana inayoleta athari kwa kusema "Na niwe kama mnyama huyu ikiwa nitalivunja agano hili" – yaani, "Nastahili kuuawa na kukatwa katwa vipande ikiwa nitalivunja agano hili."

Hili linaakisiwa katika onyo lililotolewa na Mungu kupitia nabii Yeremia:

Na watu hao waliolivunja agano langu, wasioyatimiza maneno ya agano lile, walilolifanya mbele zangu, wakati ule walipomkata ndama vipande viwili, wakapita katikati ya vipande vile; wakuu wa Yuda, na wakuu wa Yerusalemu, matowashi, na makuhani, na watu wote wa nchi, waliopita katikati ya vipande vile vya huyo ndama; mimi nitawatia katika mikono ya adui zao, na katika mikono ya watu wale wanaowatafuta roho zao, na mizoga yao itakuwa ni chakula cha ndege wa mbinguni, na cha wanyama wakali wa nchi. (Yeremia 34:18-20)

Matambiko ya kuwaingiza watu kwenye ushirikina kama vile inavyofanywa kwenye uchawi, yanaweza kufanywa kwa kumfunga mtu katika agano kupitia dhabihu za kumwaga damu. Katika matambiko kama haya kifo kinaweza kutumika si kwa damu halisi lakini kama ishara, kwa mfano kupitia laana za kujidhuru mwenyewe, kwa kijivisha alama za mauti kama vile kitanzi shingoni, au kwa kuigiza tambiko la kifo, kama vile kuwekwa kwenye jeneza au ishara ya kuchomwa kisu moyoni. (Baadaye tutaangalia mfano wa namna hiyo ya matambiko yanayohusiana na Uislamu).

Maagano ya damu, yakiwemo matambiko yanayoashiria kifo, huleta laana ya kifo juu ya mtu na wakati mwingine juu ya vizazi vyake. Jambo hili kiroho ni la hatari sana kwa sababu matambiko kama haya yanafungua milango ya uonevu wa kiroho. Kwanza kabisa zinamfunga mtu katika masharti ya agano, na kisha zinatoa kibali cha kwa mtu anayehusika kuuawa au kufa, katika kutimiza laana zilizoachiliwa na agano hilo.

Mwanamke mmoja Mkristo ambaye jamii yake iliishi chini ya utawala wa Kiislamu kwa vizazi vingi alikuwa akiteseka kutokana na majinamizi ambamo aliwaona ndugu waliokufa walikuwa wakimwita aende kwenye nchi ya waliokufa. Vile vile alikuwa ameandamwa na mawazo mengi kabisa yasiyo, mantiki ya kutaka kujiua ambayo hayakuwa yanayoweza kuelezeka. Wakati tukiongea na kuomba naye, ikaja kuonekana kuwa watu wengine waliokuwa katika familia yake, katika vizazi vilivyopita nao pia walikuwa na majinamizi yasiyoweza kuelezeka kuhusu kifo ambayo yaliwasumbua sana. Nilibaini hilo kwa sababu mababu zake waliishi chini ya agano la *dhimma* la kujisalimisha na hofu ya kifo ilikuwa ikimtesa. Kulikuwa na laana mahsusi ambayo wahenga wake wakiume walilazimika kuitimiza kila mwaka walipokuwa wakilipa malipo ya kodi ya *jizya* kwa Waislamu kulingana na masharti ya *dhimma*. Ikiwa ni sehemu ya tambiko hilo, walipigwa upande mmoja wa shingo kuashiria kukatwa katwa ikiwa watakiuka masharti ya mkataba wao wa kujisalimisha kwa Waislamu. (Tutajadili kuhusu agano hili katika sura ya 6). Niliomba na mwanamke yule dhidi ya hilo, nikikemea nguvu ya mauti na kuifuta laana ile maalum ya kifo iliyofungamanishwa na tambiko hili la kukatwa katwa, alipata afueni ya kuondokana na majinamizi na mawazo ya kifo.

✂

Imani zisizo za Kimungu (Uongo)

Moja ya mikakati anayoitumia Shetani dhidi yetu ni kutujaza uongo. Tunapoukubali na kuuamini uongo huo, anaweza kuutumia dhidi yetu kutushitaki, kutuchanganya, na kutudanganya. Usisahau kamwe kuwa Shetani ni "mwongo na baba wa uongo" (Yohana 8:44). (Katika simulizi ya yule mwanamke wa Afrika Kusini iliyoelezwa awali katika sura hii, uongo wenyewe ulikuwa kwamba yeye hakuwa na thamani yoyote).

Wakati tunapofikia kuwa wanafunzi wa Yesu waliokomaa, tunajifunza jinsi ya kuutambua na kuukataa uongo ambao awali tuliukubali kuwa ni kweli. Uongo huo au imani zisizo za kimungu zinaweza kujidhihirisha katika maisha yetu kwa njia tofauti tofauti: katika yale tunayoyasema, katika yale tunayoyawaza na

57

tunayoyaamini, na katika mazungumzo yetu binafsi, ambayo ni kile tonachokiwaza na kujiambia sisi wenyewe wakati ambapo hakuna mtu mwingine anayetusikiliza. Mifano ya imani zisizo za kimungu ni:

- "Hakuna mtu yeyote awezaye kunipenda."
- "Watu hawawezi kubadilika."
- "Sitaweza kamwe kuwa salama."
- "Kuna kitu ambacho kimsingi hakiko sawa ndani yangu."
- "Ikiwa watu watagundua kuwa mimi ni mtu wa namna gani kiuhalisia watanikataa."
- "Mungu kamwe hatanisamehe kabisa."

Baadhi ya uongo unaweza kuwa sehemu ya utamaduni wa jamii; kwa mfano, "Wanawake ni dhaifu," au "Huwezi kuwaamini wanaume kabisa." Mimi natokea katika Utamaduni wa Kiingereza (*Anglo Saxon*), na moja ya uongo katika utamaduni wa kwetu ni kuwa ni makosa makubwa kwa wanaume kuonyesha hisia zao. Kuna usemi kwa lugha ya Kiingereza usemao "Wanaume wa kweli hawalii!" Watu waniita hii "Kukaza sehemu ya juu ya mdomo." Lakini haya yote si ya kweli: Wakati mwingine wanaume halisi nao hulia!

Tunapoendelea kukua kufikia ukomavu kama wanafunzi, tunajifunza kuupinga uongo ambao ni sehemu ya utamaduni wetu na kuubadili na ukweli.

Kumbuka: uongo uliokamilika kabisa ni ule *unaoonekana* kama ukweli. Wakati mwingine hata kama tunajua kwa akili zetu kuwa jambo la kiimani lisilo la kimungu si kweli, bado tunaweza kulihisi mioyoni mwetu kuwa la kweli.

Yesu ametufundisha, "Ninyi mkikaa katika neno langu, mmekuwa wanafunzi wangu kweli kweli. Tena mtaifahamu kweli, na hiyo kweli itawaweka huru," (Yohana 8:31-32)

Roho Mtakatifu hutusaidia kubaini na kutaja uongo tuliouamini, na kisha kuukataa (1 Wakorintho 2:14-15). Tunapoendelea kumfuata Yesu na kujifunza kuukataa uongo wa dunia, mawazo yetu yanaweza kuponywa na kubadilishwa kabisa. Paulo anafafanua kuwa kwa njia hii tunaweza kuhuisha akili zetu:

> Wala msifuatishe namna ya dunia hii; bali mgeuzwe kwa kufanywa upya nia zenu, mpate kujua hakika mapenzi ya Mungu yaliyo mema, ya kumpendeza, na ukamilifu. (Warumi 12:2)

Habari mbaya ni kwamba uongo unaweza kumpa Shetani nafasi. Habari njema ni kwamba tunaweza kuondoa kushikamanishwa huku kwa njia ya Kukutana na ukweli. Tunapoibaini kweli tunaweza kuungama, kukataa, na kuukana uongo wowote ambao tumeukubali.

Kuna sala ya kushughulikia uongo ambayo ipo katika sehemu ya Nyenzo za Nyongeza ya kitabu hiki.

Dhambi za kiukoo na laana zinazoambatana nazo

Mkakati mwingine ambao Shetani anaweza kuutumia dhidi yetu ni wa dhambi za Kiukoo: dhambi za mababu zetu. Hizi zinaweza kuambatana na laana ambazo zinatuathiri vibaya sana.

Sisi sote tumewahi kuona familia ambazo dhambi fulani au tabia mbaya fulani inarithishwa kutoka kizazi kimoja hadi kingine. Kuna methali ya Kiingereza kuhusu suala hili inayosema, "Tufaa haliangukii mbali na mti wake." Familia vilevile zinaweza kurithisha urithi wa kiroho ambao unaathiri vizazi vyao vya baadaye, kwa kuweka mlango wazi kwa ajili ya Shetani. Ukandamizaji wa kiroho unaweza kuviathiri vizazi kadhaa, wakati ambapo kizazi kimoja hukifunga kizazi kingine katika dhambi zao na laana zinazoambatana nazo hurithisha uovu kutoka kizazi kimoja hadi kingine.

Baadhi ya Wakristo wanaona dhana ya laana la kizazi hadi kizazi ni jambo lisilokubalika, au halina mantiki. Badala yake wanaweza kusema ni kutokana na kurithishwa jambo au tabia kwa watoto kutoka kwa wazazi. Kwa mfano, kama baba ni mwongo, basi watoto wake nao wanaweza kumuiga, na kujifunza kuwa waongo pia. Au kama mama akimlaani mtoto wake, mtoto huyo matokeo yake anaweza kuwa na mtazamo dhaifu wa jinsi yeye mwenyewe anavyojiona. Lakini pia kuna urithi wa kirohoambao hurithishwa na wazazi, ambao ni tofauti kabisa na huu.

Mtazamo mzima wa mawazo ya dunia kulingana na Biblia kuhusu maagano, laana, na baraka, nao pia unaendana kikamilifu na mtazamo huu. Biblia inaelezea jinsi Mungu alivyofanya maagano na Taifa la Israeli, akishughulika nao kama jamii iliyopitia kizazi kimoja hadi kingine na kuwafungamanisha katika mfumo wa baraka na laana zikiwa miongoni mwao na kwa vivazi vyao, baraka zitakazofikia hata kizazi cha elfu moja, na laana hadi kizazi cha tatu au cha nne (Kutoka 20:5; 34:7).

Kwa kuwa Mungu ameshughulika na watu kwa mfumo wa kizazi kimoja hadi kingine, kwa nini Shetani naye asidai haki hiyo hiyo ya kazizi hadi kizazi miongoni mwa wanadamu? Hakika, Shetani aliye 'mshtaki wa ndugu', 'anayewashtaki mbele za Mungu wetu mchana na usiku' (Ufunuo 12:10). Shetani anaweza kudai na anatoa madai dhidi ya watu hadi ya kizazi hadi kizazi aliyopewa kwa minajili ya maagano na Mungu waliyoyavunja. Kwa mfano, dhambi ya Adamu na Hawa iliyoachilia laana za vizazi kwa vizazi vyao vya baadaye, ikiwa ni pamoja na utungu wakati wa uzazi (Mwanzo 3:16), wanaume kuwatawala wanawake (Mwanzo 3:16), kufanya kazi kwa jasho ili kujipatia maisha, (Mwanzo 3:17-18) na hatimaye kifo na kuharibika (Mwanzo 3:19). Hivi ndiyo vile ambavyo: "enzi za giza" zinavyofanya kazi. Shetani analijua hilo, na hulitumia ilo dhidi yetu.

Biblia inatabiri kuhusu mabadiliko katika mambo haya, kuwa Mungu hatawawajibisha watoto tena kwa dhambi za wazazi wao, lakini kila mmoja atawajibika kwa dhambi zake mwenyewe:

> Lakini ninyi mwasema, kwani yule mwana asiuchukue uovu wa baba yake? Yule mwana atakapofanya yaliyo halali na haki, na kuzishika amri zangu na kuzitenda, hakika ataishi. Roho itendayo dhambi, ndiyo itakayokufa; mwana hatauchukua uovu wa baba yake, wala baba hatauchukua uovu wa mwanawe, haki yake mwenye haki itakuwa juu yake, na uovu wake mwenye uovu utakuwa juu yake. (Ezekieli 18:19-20)

Aya hii inapaswa kueleweka kama ya unabii kwa ajili ya wakati wa Ki-masihi, Ufalme wa Yesu Kristo. Hili si badiliko la kimsingi katika namna 'dunia hii ya giza' inavyofanya kazi chini ya utawala wa Shetani, lakini kuna ahadi ya dunia ya tofauti, dunia iliyobadilishwa na kule kuja kwa ufalme wa mpendwa aliye Mwana wa Mungu. Hii ni ahadi, si hivyo tu chini ya Agano Jipya Mungu atashughulika na mtu mmoja mmoja kulingana na dhambi zake mwenyewe, isipokuwa pia nguvu ya Shetani ya kuwafunga watu kwa ajili ya dhambi za baba zao na za mababu zao zitavunjwa kwa uwezo wa nguvu za kifo na kufufuka kwa Yesu Kristo.

Hivyo, ingawa ni kweli kuwa lile agano la Sheria ya kale, sheria ya 'dhambi na mauti' lilizungumzia kuhusu dhambi za kizazi kimoja kurithishwa kwa kingine, Kristo ameiweka pembeni Sheria hii ya kale, ambayo kwayo Shetani aliitumia kuwafunga watu kwenye dhambi za wazazi wao, akiibatilisha kwa njia ya msalaba. Huu ndiyo uhuru ambao Wakristo wanayo kila haki kuudai kwa ajili yao wenyewe.

Je, tunawezaje kuudai uhuru wetu kutoka kwenye laana la vizazi. Jibu lake linapatikana katika Biblia. Torati inafafanua kuwa ili vizazi vijavyo viweze kuwa huru na athari za dhambi za mababu zao, wanahitaji: "kuungama dhambi zao na dhambi za mababu zao" (Walawi 26:40). Kisha, Mungu anasema, "atalikumbuka agano lake pamoja na baba zao" na kuwaponya na kuiponya nchi yao (Walawi 26:45).

Na sisi pia tunaweza kutumia mkakati huo huo. Tunaweza:

- kutubu dhambi za baba zetu na zetu wenyewe,

- kataa na kana dhambi hizi,

- vunja laana zote zinazoambatana na dhambi hizi.

Tunayo mamlaka ya kufanya hivi kwa sababu ya msalaba wa Kristo. Msalaba una uwezo wa kutuweka huru kutoka kila laana: "Kristo alitukomboa katika laana ya Torati, kwa kuwa alifanywa laana kwa ajili yetu ..." (Wagalatia 3:13)

Kuna sala ya kuondokana na "Dhambi za Vizazi" katika sehemu ya Nyenzo za ziada ya kitabu hiki.

✞

Katika sehemu zinazofuata tutaangalia mamlaka tuliyonayo katika Kristo na jinsi ya kuyatumia katika mazingira yetu mahsusi. Aidha, tutaelezea hatua tano za kuishinda mikakati ya Shetani.

Mamlaka yetu ya ufalme

Yesu mwenyewe aliwaambia wanafunzi wake kuwa wanao uwezo wa 'kufunga' na 'kufungua' ya juu mbinguni na yaliyo chini, ardhini, jambo linalomaanisha kuwa, katika ulimwengu wa kiroho na pia katika ule wa mwili:

> Amin, nawaambieni, yo yote mtakayoyafunga duniani (yamefungwa) yatakuwa yamefungwa mbinguni; na yo yote mtakayoyafungua duniani (yamefunguliwa) yatakuwa yamefunguliwa mbinguni. (Mathayo 18:18, cf. pia 16:19)

Ahadi ya mamlaka yetu dhidi ya Shetani kimsingi yametangazwa mwanzoni mwa Biblia katika kitabu cha Mwanzo 3:15 ambapo Mungu anamwambia nyoka kuwa uzao wa mwanamke "utaponda kichwa chako." Paulo pia analizungumzia hilo: "Naye Mungu wa amani atamseta Shetani chini ya miguu yenu upesi." (Warumi 16:20)

Wakati Yesu alipowatuma wanafunzi wake, kwanza kumi na wawili na baadaye sabini na wawili, aliwapa mamlaka ya kutoa pepo wakati wakitangaza Ufalme wa Mungu (Luka 9:1). Baadaye, wanafunzi waliporejea, walionyesha mshangao wao juu ya mamlaka hayo, wakisema, "Nilimwona Shetani akianguka kutoka mbinguni kama umeme." (Luka 10:17-18)

Hii ni faraja ya ajabu kwamba Wakristo wanayo mamlaka ya kuishinda na kuiharibu mikakati ya Shetani. Hii ina maana kuwa waumini wanayo mamlaka ya kuvunja na kubatilisha maagano yasiyo ya kimungu na viapo kwa sababu agano lililomo katika damu ya Kristo linafuta nguvu iliyomo ndani ya kila agano lililofanywa kwa makusudi ya uovu. Hii ni ahadi inayoakisiwa katika unabii kuhusu Masihi katika kitabu cha Zekaria:

> Na kwa Habari zako wewe, kwa sababu ya damu ya agano lako, nimewatoa wafungwa wako katika shimo lile lisilo na maji (Zekaria 9:11)

Kanuni ya Umahususi

Mtu anapotafuta kuwekwa huru, ni lazima achukue hatua mahsusi ambazo zinatoa upinzani na ayakane mapatano mahsusi yasiyo ya kimungu. Agano la Kale ambamo, masanamu na mahali pao pa juu pameamriwa kuharibiwa kabisa, linatoa kielelezo cha namna ya kupora enzi za kiroho za masanamu hayo (Kumbukumbu la Torati 12:1-3): mahali pa juu, maeneo ya kufanywa matambiko, vifaa vya kutambikia, na madhabahu ni lazima ziharibiwe kabisa, pamoja na masanamu yenyewe.

Ni vizuri kuzitaja dhambi za mtu kimahsusi katika kuungama. Vivyo hivyo, pale tunapoudai uhuru wetu wa kiroho ni lazima tuwe na msimamo mahsusi. Hilo huangaza nuru ya kweli ya Mungu katika kila eneo linalohitaji msamaha. Pale maagano yasiyo ya kimungu yalipofanyika, yanahitaji kufutwa moja baada ya jingine, pamoja na kila moja ya masharti yake na madhara yake. Hili linahitaji kuwa mahsusi. Kwa ujumla, kadiri Shetani anavyotumia mkakati wenye nguvu, tunahitaji kuwa mahsusi zaidi tunapozivunja nguvu zake.

Kanuni ya umahsusi inatumika pale tunapochagua kujiweka huru kutoka katika maagano yasiyo ya ki-mungu tuliyoyafanya kwa maneno na matendo yetu. Kwa mfano, mtu ambaye amejifunga mwenyewe katika kifungo cha ukimya kwa njia ya dhabihu ya damu anahitaji kutubia na kuukana ushiriki wake katika tambiko hili na kwa umahsusi kabisa kubatilisha kiapo chake kilichofanywa kwa njia hii. Vivyo hivyo, kwa mtu anayesumbuliwa na kutokusamehe, ambaye ametamka katika maisha yake maneno kama "kamwe sitamsamehe fulani na fulani kadiri niishivyo", ni lazima atubu kiapo hicho, akane fungamano linalowakilishwa na maneno hayo, na amwombe Mungu amsamehe kwa matamshi hayo. Mhanga wa kudhalilishwa kingono, ambaye amekubali kunyamaza kimya kutokana na maumivu yanayosababisha mauti, atahitaji kukana kiapo chake cha ukimya kmf. "Ninakana ukimya wangu kwa kile nilichotendewa, na ninadai haki ya kusema kwa sauti kubwa."

Mwanamke mmoja aitwaye Suzana alifiwa na wapendwa wake kadhaa: baba yake, mama yake, na mume wake, Alikuwa na hofu kuwa ikiwa atampenda mtu mwingine, mtua huyo ataweza kumpoteza pia, hivyo akajiapiza yeye mwenyewe, "Kamwe kamwe sitampenda mtu mwingine yeyote tena." Baada ya hapo akawa mtu mkali na mwenye uchungu sana kwa wengine. Aliweza kuapa na kumlaani mtu yeyote aliyemkaribia. Lakini alipotimiza maiaka themanini hivi alimpata Yesu na akajiunga na kanisa. Hilo lilimpa tumaini na ndipo alipokana kiapo chake hicho kilichodumu kwa miaka 50 cha kutompenda mtu tena. Baada ya kuwekwa huru kutoka kwenye hofu, akaanzisha urafiki mzuri na wa kina na wanawake wengine wa kanisani. Maisha yake yalibadilishwa kabisa pale mkono wa Shetani juu ya maisha yake ulipovunjwa.

Hatua tano za Kufunguliwa na kuwa huru

Hapa tuna kielelezo rahisi cha huduma chenye hatua tano ambazo zinaweza kutumiwa kwa ajili ya kupinga na kuharibu mikakati ya Shetani dhidi yetu.

1. Hatua ya kuungama na kutubu

Hatua ya kwanza ni kukiri dhambi yoyote ile, na pia uitangaze kweli ya Mungu inayofaa kutumika katika suala hili. Kwa mfano, kama ulikuwa unashikilia imani isiyo ya kimungu, unaweza kuitubu hii kipekee kuwa ni dhambi, omba msamaha wa Mungu katika hili na uitubie dhambi hiyo. Vilevile unaweza kuitangaza kweli ya Mungu inayotumika katika hali hii.

2. Hatua ya Kukana

Hatua inayofuata ni kukana. Hii inamaanisha kutangaza hadharani kwamba huungi mkono tena, kuamini, kukubaliana na, au kuwa na mahusiano yoyote na kitu chochote. Kwa mfano, kama umewahi kushiriki katika matambiko yaliyo kinyume na Mungu, unapoyakana matambiko hayo, unaondoa au unafuta kufungamana kwako kwa zamani kwenye jambo hilo. Kama ilivyofafanuliwa awali ni muhimu kufanya hivyo kimahsusi kabisa.

3. Hatua ya Kuvunja

Hatua hii inahusu kuchukua mamlaka katika ulimwengu wa roho kuvunja nguvu za kitu fulani. Kwa mfano, kama kumekuwepo na laana katika jambo husika, unatamka, "Ninavunja laana hii." Wanafunzi wa Yesu wamepewa "Mamlaka dhidi ya nguvu zote za adui" katika jina la Yesu (Luka 10:19). Kuvunja pia kunapaswa kufanywa ki-mahsusi.

4. *Hatua ya kukemea na kufukuza*

Wakati pepo wanapokuwa wamejichukulia nafasi au kupata mlango ulio wazi ili kumtesa mtu, ukishakuwa umeshughulika na milango yoyote iliyo wazi au nafasi, ukiziondoa kwa kukiri, kukana, na kuvunja, uyaamuru mapepo yaondoke.

5. *Hatua ya kubariki na kujaza*

Hatua ya mwisho ni kumbariki mtu na kuomba pamoja naye kwamba Mungu akamjaze kila kitu chema, ikiwemo kinyume na vile vilivyomuathiri. Kwa mfano, kama alikuwa anasumbuliwa na hofu ya kifo, mbariki kwa uzima na ujasiri. Hatua hizi tano zinaweza kutumika kwa aina zote za vifungo, lakini lengo letu hap ani kuwekwa huru kutoka kwenye Uislamu, hivyo katika sura za baadaye tutajifunza jinsi ya kutumia hatua hizi kuwafungua watu kutoka kwenye vifungo vya Uislamu.

Mwongozo wa Mafunzo

Somo la 2

Msamiati

Kukana

uhuru

Masihi

Shetani

Ufalme wa Mungu

kizazi hiki cha giza

Ushinsi wa Warumi

kutoa nafasi kwa

Milango wazi

kutoa nafasi

topos (kutoa nafasi kwa)

haki ya kisheria

Msalaba wa Msamaha

kiapo

agano la damu

jizya

mazungumzo yetu binafsi

Kukutana na ukweli

majeraha ya nafsi

dhambi ya ukoo

urithi wa kiroho

Kizazi hadi kizazi

kanuni ya umahsusi

Majina mapya

- Mchungaji J. L. Houlden: Mkufunzi wa Chuo cha Trinity, Oxford (aliyezaliwa 1929)

- Mchungaji J. H. Bernard: Askofu wa Kiangalikana na Ayalendi (1860-1927)

- D. A. Carson: Profesa wa Agano Jipya (aliyezaliwa 1946)

Biblia katika Somo hili

Warumi 8:21	Marko 11:25-26
Isaya 61:1-2	Mathayo 6:14-15
Luka 4:18-21	2 Wakorintho 2:10-11
Yohana 10:10; 8:44	Waefeso 4:32
Wakolosai 1:13	Mathayo 12:36-37
Yohana 12:31	Luka 6:27-28
2 Wakorintho 4:4	Mathayo 5:34, 37
Waefeso 2:2	Walawi 5:4-10
1 Yohana 5:19	Waebrania 12:22-24
Waefeso 6:12	Mwanzo 15
Wafilipi 2:15	Yeremia 34:18-20
Matendo 26:18	Yohana 8:31-32
Wakolosai 1:12-14	1 Wakorintho 2:14-15
Marko 1:15	Warumi 12:2
Luka 10:18	Kutoka 20:5; 34:7
Wakolosai 2:13-15	Ufunuo 12:10
Waefeso 6:18	Mwanzo 3:16-19
1 Petro 5:8	Ezekieli 18:19-20
Ufunuo 12:10	Walawi 26:40, 45
Zaburi 109:6-7	Wagalatia 3:13
Zakaria 3:1-3	Mathayo 18:18
Ayubu 1:9-11	Mathayo 16:19

2 Wakorintho 2:11	Mwanzo 3:15
Waefeso 4:26-27	Warumi 16:20
Yohana 14:30-31; 5:19	Luka 10:17-18
1 Yohana 1:7	Zekaria 9:11
Warumi 5:9; 4:7	Kumbukumbu la Torati12:1-3

Maswali Somo la 2

- Jadili mfano huu wa mafunzo.

1. Kitu gani kilimshangaza Reza alipojaribu kusali sala ya **kuukana** Uislamu?

2. Alifanikiwa kusali sala hiyo, ni kitu gani kilibadilika katika maisha ya Reza?

Yesu anaanza kufundisha

3. Haki ya kuzaliwa ya kila Mkristo ni nini?

4. Ni mahali gani ambapo Yesu alianza kuhubiri hadharani?

5. Ni ahadi ipi ambayo alisema kuwa amekuja kuitimiza?

6. Ni mambo gani ambayo Yesu aliwaweka watu huru kutokana nayo?

Wakati wa kuchagua

7. Mlango wa mfungwa umeachwa wazi.
Mfungwa anahitaji kufanya nini ikiwa
anataka kuufurahia **uhuru** wake? Hili
linatuambia nini kuhusu **uhuru** wa
kiroho?

⚛

Shetani na ufalme wake

8. Baadhi ya majina ya **Shetani** ni nini na yanatufundisha nini?

9. Kwa kuangalia Yohana 12:31 pamoja na mistari mingine
iliyooordheshwa pamoja na huu, ni jambo gani ambalo Durie
anakiri kuwa Shetani analo?

10. Durie anatuagiza tufanye nini katika kuutathmini Uislamu?

Uhamisho Mkuu

11. Kulingana na Wakolosai 1:12-14 na **J. L. Houlden**, asili ya
mwanadamu imefungwa chini ya nguvu gani?

12. Kulingana na Matendo 26:18, je, watu wanaokolewa,
wanakombolewa na kuhamishwa kutoka nguvu zipi?

13. Kulingana na Paulo, Mungu anapotuokoa, ni nini
kinatutokea?

14. Paulo anawataka Wakolosai kuwa na shukrani juu ya nini?

15. Kuna mambo gani yanayohusu kuhamisha utii wetu kwa Yesu Kristo kwa ukamilifu wote?

Mapambano

16. Kulingana na Marko 1:15 pamoja na mistari mingine iliyoorodheshwa pamoja na huo, Wakristo wanajikuta wamo katika makabiliano gani?

17. Ni neno gani la tahadhari ambalo Durie analisema kuliambia kanisa katika makabiliano ya kila siku na nguvu za uovu?

18. Katika mapambano haya, Wakristo wanaweza kuwa na hakika na jambo gani, kulingana na Paulo?

19. Paulo analitumiaje wazo la **ushindi wa Warumi** katika kuuelezea ushindi wa msalaba?

Mshitaki

20. Neno hili la Kiebrania *shetani* lina maana gani?

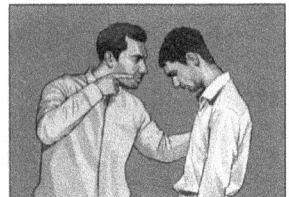

21. Katika mwanga wa shughuli za **Shetani** wawili hawa Petero na Paulo wanawaonya Wakristo wafanye nini?

22. **Shetani** anatushitaki juu ya nini?

23. Mikakati gani sita ambayo Durie anaiorodhesha kuwa **Shetani** anaitumia kutushitaki?

24. Ni nini hatua ya msingi ya kupata **uhuru** wa kiroho?

Milango wazi na kutoa nafasi

25. Durie anaelezeaje:

  ▪ mlango ulio wazi na

  ▪ kutoa nafasi kwa?

26. Ikiwa tutakataa kutubu na kuikataa dhambi, huenda tukawa tunaachilia nini kwa Shetani?

27. Maneno ya Kristo "hana madai juu yangu" yanamaanisha nini?

28. **Shetani** hakuweza kupata nini cha kudai kwa Kristo?

29. Kwa nini ni jambo la muhimu kuwa Yesu alisulubiwa akiwa ni mtu asiye na hatia?

Dhambi

30. Tunatakiwa tufanye nini na **milango wazi** na **kutoa nafasi kwa**?

31. Tunafanyaje kuufunga **mlango wazi** wa dhambi katika maisha yetu?

Kutokusamehe

32. Kulingana na Yesu, kuna sharti gani la kusamehewa?

33. Ni kwa nini kutokusamehe kwetu kunamruhusu **Shetani** kutuzidi akili?

34. Maeneo matatu ya msamaha ni nini?

35. Ikiwa tunasamehe, je, ina maana kuwa ni lazima pia tusahau?

Majeraha ya nafsi

36. **Shetani** anayatumiaje **maumivu ya nafsi** dhidi yetu?

37. Ni kutokana na nini mwanamke kutoka Afrika Kusini aliweza kupata uponyaji, na alihitaji **kukana** jambo gani?

38. Ni hatua gani tano zinahitajika ikiwa kutoa **nafasi kwa shetani** ndilo jeraha katika nafsi?

Maneno

39. Kulingana na Mathayo 12, tutatoa hesabu juu ya nini katika Siku ya Hukumu?

40. Kwa nini **Shetani** anatutaka tuape **viapo?**

41. Ni kitu gani kina uwezo wa kuzivunja nguvu za uharibifu za maneno tunayoyasema?

Matendo ya matambiko: kufunguliwa kutoka kwenye maagano ya damu

42. Je, **agano la damu** alilolifanya Ibrahimu katika Mwanzo 15 linaashiria nini? (Vile vile zingatia Yeremia 34:18-20.)

43. Kwa nini **maagano ya damu** ni hatari?

44. Ni jambo gani liliashiriwa na pigo la shingo kwa Wakristo wanaoishi chini ya Uislamu, walipolipa kodi ya kila mwaka ya *jizya* kwa Waislamu?

Imani zisizo za kimungu (uongo)

45. Moja ya mikakati mikuu ya Shetani kutuangamiza ni nini?

46. Durie anasema tunahitaji kufanya nini ili tuwe wanafunzi wa Kristo wakomavu?

47. Ni jambo gani ambalo Durie analieleza kuwa ni uongo ambao ni sehemu ya utamaduni wa Waingereza?

48. Kulingana na Durie, "uongo mkamilifu zaidi" ni nini?

49. Ni matendo gani na "makabiliano" gani yanatuwezesha kuufunga mlango dhidi ya uongo wa **Shetani**?

Dhambi za kiukoo na laana zinazoambatana nazo

50. Durie anaamini kitu gani kinaweza kurithishwa kutoka kizazi kimoja hadi kingine katika familia, kama ambavyo vinasaba vinavyoweza kurithishwa kwa watoto?

51. Durie anatoa hoja gani kuwa kitu gani hakiwezi kuelezea kwa ukamilifu wingi wa mateso ya kiroho ambayo watu fulani hukutana nayo?

52. Ni katika mfumo gani ambamo Mungu aliwafunga watu wa Israeli kwa ujumla wao katika agano lake nao? (Tazama Kutoka 20:5; 34:7.)

53. Ikiwa ni mfano wa urithi wa **kizazi hadi kizazi**, ni kitu gani ambacho dhambi ya Adamu na Hawa ilikiachilia? (Tazama Ufunuo 12:10, Mwanzo 3:16-19.)

54. Durie anatoa jibu gani kwa tamko katika Ezekieli 18 kuwa wana hawarithi dhambi za baba zao?

55. Ni hatua zipi tatu zinaweza kutumika kukabiliana na madhara ya **dhambi ya kiukoo?**

☙

Mamlaka yetu ya ufalme

56. Ni mamlaka gani imeahidiwa kwa wanadamu katika Mwanzo 3:15 na kisha ikakabidhiwa kwa wanafunzi na Yesu, kulingana na Mathayo 16:19 na 18:18, katika kutimizwa kwa Zekaria 9:11?

Kanuni ya umahsusi

57. Kwa nini maagizo yanayohusu kuabudu sanamu katika Agano la Kale ni kielelezo cha namna himaya za kiroho zinavyoweza kushughulikiwa? (Tazama Kumbukumbu la Torati 12:1-3.)

58. Ni kitu gani kina uwezo wa kuzivunja na kuzifuta nguvu za maagano ya uovu ambazo yawezekana tumejiingiza ndani yake?

59. Durie anasema ni hatua gani tunahitaji kuzichukua tunaposhughulika dhidi ya milango wazi na kutoa nafasi kwa Shetani?

60. Ni kiapo gani cha ndani ya moyo kilichofanywa na Susan? Kilisababisha madhara gani katika maisha yake? Aliwezaje kufunguliwa na kuwa huru kutoka kwenye kiapo hicho?

Hatua tano za kufunguliwa na kuwa uhuru

61. Kuna hatua gani tano za kufunguliwa na kuwa huru? Je, unaweza kuzikumbuka?

62. Je, kuna ungamo na tamko gani linalohitajika kwa ajili ya mtu kuudai uhuru wake?

63. Kulingana na Durie, unapaswa umbariki mtu na kitu gani punde anapokuwa amewekwa huru?

3

Kuufahamu Uislamu

"Tena mtaifahamu kweli, nayo hiyo kweli itawaweka huru."
Yohana 8:32

Madhumuni ya Somo

a. Kulijua jukumu la kutii katika kuwa Mwislamu.

b. Kulikubali jukumu la utawala wa haiba ya Muhammad katika utii wa Mwislamu kwa Allah.

c. Kufahamu kwa nini ni lazima sheria (Sharia) ya Kiislamu iwe mwongozo kwa Mwislamu.

d. Tazama vile 'mafanikio' na 'kupoteza' vinavyotengeneza imani ya Kiislamu.

e. Elezea aina nne za watu kama kwa mtazamo wa Kurani.

f. Yajue mafundisho ya Muhammad na Uislamu juu ya Wakristo na Wayahudi.

g. Tambua athari za Sala ya Kiislamu inayorejewa zaidi kwa Wakristo na Wayahudi.

h. Zingatia uharibifu unaosababishwa na *sharia* (*Sheria* za Kiislamu).

i. Fafanua kwa nini udanganyifu unaruhusiwa katika Uislamu.

j. Watie moyo Wakristo wajihabarishe wenyewe kuhusu imani inayolindwa na Wataalamu.

k. Tofautisha kati ya Isa, Yesu wa Kiislamu, na Yesu halisi wa historia.

Mfano wa Mafunzo: Je, wewe ungefanya nini?

Baada ya kuomba sana, wewe na timu yako ya kanisa mnajisikia kuongozwa na Roho kuanzisha kanisa la nyumbani katika kitongoji kipya chenye makazi ya Waislamu wengi. Baada ya miezi kadhaa ya kufanya ibada kwa faragha na familia na majirani katika nyumba ya mtu aitwaye 'mtu wa amani' (Luka 10:6), mwenyeji wako baada ya ibada anakuarifu kuwa wewe na yeye nyote mmeletewa wito wa kukutana na meya wa eneo hilo. Mnapofika mahali pa mkutano unakuta kwamba kuna imamu na viongozi kadhaa wa msikiti nao wanahudhuria mkutano huo. Mnasalimiana kwa kupeana mikono. Haraka haraka unagundua kuwa unashtakiwa kwa kuvuruga amani kwa kuendesha mikutano ya kificho ambapo katika mikutano hiyo umekuwa ukimtukana mtume wao Muhammad. Ninyi nyote wawili wewe na mwenyeji wako mnakana shutuma hiyo kwa nguvu. Yule Imamu anasema, "Ninyi Wakristo hamumwamini Allah na mnamkataa mtume wake wa mwisho Muhammad. Mtakwenda jehanamu. Kama hamumtii Allah, tumepewa mamlaka ya kuwapinga Allah anawahesabu Waislamu kuwa bora zaidi na ni lazima tuwatawale. na hata Isa atapigana dhidi yenu na atakaporejea duniani. Ni lazima muache mara moja na mjiepushe kuwalazimisha watu dhaifu katika jamii yetu kuwarubuni waingine kwenye dini yenu iliyojaa uharibifu". Ninyi hamuijui dini ya meya. Lakini anawaangalia kana kwamba anasema kuwa mmeruhusiwa kujibu tuhuma hizo.

Je, wewe ungesemaje?

Katika sehemu zinazofuata tunaitambulisha *shahada* na tunafafanua jinsi inavyoungana na Waislamu katika kuufuata mfano wa Muhammad.

Jinsi ya kufanyika Mwislamu

Neno *Uislamu* ni la Kiarabu, linalomaanisha 'kujisalimisha' au 'kuwa mtiifu'. Neno *Mwislamu* linamaanisha 'Anayetii', mtu aliyesilimu au kujisalimisha kwa Allah.

Kujisalimisha na kutii huku kunamaanisha nini? Sura inayotawala ya Allah katika Kurani ni Bwana aliye Mkuu, ambaye ana mamlaka yote juu ya vitu vyote. Mtazamo unaotazamiwa kuonyesha mbele ya bwana huyu ni kutii mamlaka yake.

Mtu anayeingia kwenye Uislamu anakubali kumtii Allah na njia za mtume wake. Hili linafanyika kwa kuikiri *shahada*, ambayo ni imani ya Kiislamu:

Ashhadu an la ilaha illa Allah,
wa ashhadu anna Muhammadun Rasulu Allah

Ninakiri kuwa hakuna mungu isipokuwa Allah, na ninakiri kuwa Muhammad ni Mtume wake.

Kama utairidhia *shahada* kwa utashi wako, na kuikariri wewe mwenyewe, utakuwa umefanyika Mwislamu.

Ingawa haya ni maneno machache tu, athari zake ni kubwa. Kutamka *shahada* ni tamko la agano kuwa Muhammad atakuwa ndiye kiongozi wako maisha yako yote. Kuwa Mwislamu yaani 'anayetii' inamaanisha kumfuata Muhammad kuwa ndiye Mtume wa pekee na wa mwisho wa Allah, ambaye humwongoza kila mwenye uhai.

Uongozi wa Muhammad unapatikana katika vyanzo viwili, ambavyo kwa pamoja vinajenga sharia za Kiislamu:

- *Kurani* ni kitabu cha mafunuo aliyopewa Muhammad kutoka kwa Allah.

- *Sunna* ni mfano wa Muhammad, inayojumuisha:

  - mafundisho: Mambo ambayo Muhammad aliwafundisha watu wayafanye.

  - matendo: mambo ambayo Muhammad aliyafanya.

Mfano wa Muhammad (Sunna) umeandikwa kwa ajili ya Waislamu katika mifumo miwili. Wa kwanza ni mkusanyiko wa hadithi, ambazo ni misemo ya kiasili inayoaminika kuarifu mambo ambayo Muhammad aliyafanya na kuyasema. Mfumo mwingine ni sira, ambazo ni wasifu wa Muhammad, na ambazo zinadai kuyaweka maisha ya Muhammad simulizi tangu mwanzo hadi mwisho.

Haiba ya Muhammad

Mtu yeyote anayefungwa na *shahada* analazimika kuufuata mfano wa Muhammad na kuiiga tabia yake. Hii inafuatia ungamo la *shahada* kuwa Muhammad ndiye mtume wa Allah. Kuyatamka haya katika *shahada* ina maana kuwa unaukubali uongozi wa Muhammad katika maisha yako na unalazimika kumfuata yeye.

Katika Kurani, Muhammad anaitwa kuwa ndiye mfano bora zaidi, na wa lazima kwa wote kuufuata:

Hakika Mtume wa Allah amekuwa mfano mzuri kwako, yeye anayemtegemea Allah na Siku ya Mwisho na kumkumbuka Allah wakati wote. (Sura 33:21)

Mwenye kumtii Mtume basi ndio amemtii Mwenyezi Mungu … (Sura 4:80)

Haiwi kwa mwanamume aliyeamini wala kwa mwanamke aliyeamini, mwenyezi Mungu na mtume wake wanapokata shauri, wawe na hiari katika shauri lao. Na mwenye kumuasi Mwenyezi Mungu na mtume wake, hakika amepotea upotofu ulio wazi (Sura 33:36).

Wale wanaomfuata Muhammad watafanikiwa na kubarikiwa:

Na wenye kumtii Mwenyezi Mungu na Mtume wake, na wakamwogopa Mwenyezi Mungu na wakamcha, basi hao ndio wenye kufuzu. (Sura 24:52)

Na wenye kumtii Mwenyezi Mungu na Mtume, hao wa pamoja na wale aliowaneemesha Mwenyezi Mungu … (Sura 4:69)

Kuyapinga maagizo na mfano wa Muhammad ni kutokuamini. Hili litapelekea kushindwa katika maisha haya ya sasa na kutupwa katika moto wa jehanamu katika maisha yajayo. Laana zimewekwa juu ya Waislamu katika Kurani:

> Na anayempinga Mtume baada ya kumdhihirikia uwongofu, na akafuata njia isiyo kuwa ya Waumini, tutamuelekeza alikoelekea, na tutamuingiza katika Jehanamu. Na hayo ni marejeo maovu! (Sura 4:115)

> Na anachokupeni Mtume chukueni, na anacho kukatazeni jiepusheni nacho. Na mcheni Mwenyezi Mungu. Hakika Mwenyezi Mungu ni Mkali wa kuadhibu. (Sura 59:7)

Kurani vilevile inaagiza vita dhidi ya yeyote anayemkataa Muhammad:

> Piganeni na wasio muamini Mwenyezi Mungu wala Siku ya Mwisho, wala hawaharimishi alivyo harimisha Mwenyezi Mungu na Mtume, wala hawashiki Dini ya Haki, miongoni mwa waliopewa Kitabu, mpaka watoe kodi kwa khiari yao, hali wametii. (Sura 9:29)

> … basi watieni nguvu walio amini. Nitatia woga katika nyoyo za walio kufuru. Basi wapigeni juu ya shingo na wapigeni kwenye kila ncha za vidole. Hayo ni kwa sababu wamemuasi Mwenyezi Mungu na Mtume wake. Na mwenye kumuasi Mwenyezi Mungu na Mtume wake basi Mwenyezi Mungu ni Mkali wa kuadhibu. (Sura 8:12-13)

Je, mfano wa Muhammad unafaa kuigwa? Wakati ambapo baadhi ya mambo katika maisha ya Muhammad ni mazuri, mengine yanafurahisha, na mengi yanasisimua, kuna matukio ambayo ni mabaya kwa kigezo chochote kile cha kimaadili. Matendo kadhaa katika *sira* na *hadithi* yanashtua sana, ikiwa ni pamoja na vitendo vya mauaji, utesaji, ubakaji, na udhalilishaji wa wanawake, utumikishaji wa watumwa, wizi, udanganyifu na uchochezi dhidi ya wasio waislamu.

Taarifa hizi si tu zinakera kama ushahidi unaoonyesha Muhammad kama yeye binafsi alikuwa mtu wa namna gani: kupitia *Sharia* zina athari kwa Waislamu wote. Mfano wa Muhammad uliagizwa na Allah katika Kurani kuwa ni kielelezo bora zaidi cha kufuatwa, hivyo, matukio yote katika maisha ya Muhammad, hata yale mabaya yanafanyika kama vigezo vya kuzingatiwa na Waislamu.

Kurani— Nyaraka Binafsi ya Muhammad

Waislamu waaminifu wanaamini kuwa Kurani haina makosa katika uandishi wake na kuwa ni ufunuo wa Allah kwa ajili ya kuwaongoza wanadamu uliotolewa kupitia mtume wake Muhammad. Ikiwa utampokea mtume, ni lazima uupokee ujumbe wake. Hivyo, *Shahada* inamlazimisha Mwislamu kuiamini na kuitii Kurani.

Neno la msingi la kushika kuhusu namna Kurani ilivyoandikwa, ni kuwa Muhammad na Kurani. wameungana kwa ukaribu sana kama ambavyo mwili wa binadamu ulivyoungana na uti wa mgongo. *Sunna* inafananishwa na mwili na Kurani ndiyo uti wa mgongo. Hakuna kati ya hivyo kinachoweza kusimama chenyewe bila ya kingine, na huwezi kuielewa kimoja bila ya kingine.

Sheria ya Kiislamu (*Sharia*)—'njia' ya kufanyika Mwislamu

Ili kufuata mafundisho na mfano wa Muhammad, Mwislamu ni lazima aiangalie Kurani na *Sunna*. Hata hivyo, nyenzo hii ni changamani sana na ni vigumu sana kwa Waislamu wengi kuifikia, kuielewa na kuitumia kwa ajili yao wenyewe. Hili lilidhihirika kwa viongozi wa dini katika karne za mwanzo za Uislamu kuwa Waislamu walio wengi ni lazima wawategemee wataalam wachache ambao wangeweza kufumbua mafumbo na kuandaa nyenzo kwa ajili ya *Sunna* ya Muhammad na Kurani kuwa katika mfumo uliopangiliwa na endelevu wa sheria za kusimamia maisha. Hivyo, kutokana na msingi wa Kurani na *Sunna* ya Muhammad, Wanasheria wa Kiislamu wakapata kile kilichokuja kujulikana kama *Sharia*, 'njia' ya kuishi kama Mwislamu.

Sharia ya Waislamu inaweza pia kuitwa *Sharia* ya Muhammad, kwa sababu msingi wake ni mfano na mafundisho ya Muhammad. Mfumo huu wa *sharia* unafafanua mfumo kamili ya maisha, kwa ajili ya mtu mmoja mmoja na kwa jamii. Hakuwezi kuwepo Usilamu bila kuwepo *Sharia*.

Kwa sababu *Sunna* ya Muhammad ndiyo msingi wa *Sharia*, ni muhimu kuelewa na kuzingatia maelezo ya kile alichokifanya na kukisema kama ilivyoandikwa katika *hadith* na katika *sira*. Kutokujua kuhusu Muhammad ni kutokujua *Sharia*, na hivyo kuhusu haki za binadamu za watu wanaoishi chini ya masharti ya Kiislamu au ambao maisha yao yanaguswa na Uislamu. Kile alichokifanya Muhammad, Sheria (*Sharia*) ya kiislamu inaagiza Waislamu waiige, na hivyo basi maisha ya watu wote yanaguswa, Waislamu na wasio Waislamu. Uhusiano kati ya maisha ya Muhammad na maisha ya Waislamu leo huenda usiwe wa moja kwa moja, lakini unabaki kuwa wenye nguvu sana na wa muhimu.

Jambo jingine la kuliangalia kuhusu *Sharia* ni kuwa, tofauti na sheria zile zilizotungwa na mabunge, ambazo zimetungwa na wanadamu na zinaweza kubadilishwa, *Sharia* inadhaniwa kuwa imeagizwa na Mungu, Hivyo basi inadaiwa kuwa ni kamilifu na haiwezi kubadilika. Kuna maeneo fulani ya unyumbulifu. Mazingira mapya yanaendelea kuibuka hivyo ni lazima kwa wanasheria wa Kiislamu kutumia kanuni za kufikiri na mifano halisi kuweza kubaini ni kwa namna gani *sharia* itaweza kutumika, lakini haya ni marekebisho miongoni mwa kile ambacho kimehesabiwa kuwa kimekwisha thibitishwa, na cha mfumo ulio bora zaidi na usio na ukomo wa muda.

Katika sehemu hizi zinazofuata tunachunguza mafundisho ya Kiislamu kuwa Waislamu ndio waliofanikiwa, na ambao ni bora zaidi ya watu wengine.

"Njoo Ufanikiwe"

Kulingana na Kurani, Kitu gani ni matokeo ya uongozi sahihi? Kwa wale wanaomtii Allah na kuukubali uongozi wake, matokeo yanayokusudiwa ni mafanikio katika maisha haya na yale yajayo. Wito wa uislamu ni wito wa mafanikio.

Wito huu wa mafanikio unatangazwa kupitia *adhana*, au wito wa kuabudu, ambayo hupaazwa kwa sauti kwa Waislamu mara tano kwa siku moja:

Allah ni Mkuu! Allah ni Mkuu zaidi!
Allah ni Mku zaidi, Allah ni muu zaidi!
Mimi ni shahidi kuwa hapana mungu mwingine isipokuwa Allah.
Mimi ni shahidi kuwa hapana mungu mwingine isipokuwa

Allah.
Nashuhudia kuwa Muhammad ndiye mtume wa Allah,
Nashuhudia kwa Muhammad ni mtume wa Allah.
Njoni tumwabudu, njoni tumwabudu.
Njooni mfanikiwe. Njoni kwenye mafanikio.
Allah ni Mkuu zaidi! Allah ni Mkuu zaidi!
Allah ni Mkuu, Allah ni mkubwa zaidi!
Hakuna mungu isipokuwa Allah.

Kurani inasisitiza kuhusu umuhimu wa mafanikio kwa kiwango
kikubwa. Inawagawa wanadamu kati ya washindi na wale wengine.
Wale wasioukubali uongozi wa Allah wanaendelea kuitwa kila
wakati kuwa 'walioshindwa':

Na anayetafuta dini isiyo kuwa Uislamu haitakubaliwa kwake.
Naye Akhera atakuwa katika **wenye khasara.** (Sura 3:85)

Na kwa yakini yamefunuliwa kwako na kwa walio kuwa kabla
yako: Bila ya shaka ukimshirikisha Mwenyezi Mungu a'mali
zako zitaanguka, na lazima utakuwa miongoni mwa **wenye
khasara (kupotea).** (Sura 39:65)

Mlengo wa Usilamu katika kufanikiwa au kushindwa unamaanisha
kuwa Waislamu wengi wamefundishwa katika dini yao wajione
kuwa wao ni bora zaidi ya wasio Waislamu, na Waislamu
wanaomcha Mungu kwa dhati wamefundishwa kujiona kuwa wao
ni bora zaidi ya wale wasioishika dini vizuri, hivyo ubaguzi ndiyo
mtindo wa maisha katika Uislamu.

Dunia iliyogawanyika

Katika Sura zake zote, Kurani inayo mengi ya kusema, si tu kuhusu
Waislamu, lakini pia kuhusu watu wa imani nyingine, ikiwa ni
pamoja na mengi kuhusu Wakristo na Wayahudi. Kurani na
maneno ya kisheria ya Kiislamu inarejea matabaka manne tofauti ya
watu:

1. La kwanza kabisa juu ya yote ni *Waislamu wa kweli.*

2. Halafu kuna tabaka jingine la wale wanaoitwa *wanafiki,*
   ambao ni Waislamu waasi.

3. Waabudu *sanamu* walikuwa ni tabaka kuu miongoni mwa Waarabu kabla ya kuja kwa Muhammad. Neno hili 'Waabudu sanamu' kwa Kiarabu ni *mushrik*, ambalo lina maana hasa ya 'anayeshirikisha'. Hawa ni watu wanaodhaniwa wametenda kitendo cha *shirk* 'kushiriki', likimaanisha kusema kuwa kila mtu au kitu chochote ni sawa na Allah au Allah ana Washirika ambao wanashirikiana naye katika uwezo na nguvu.

4. Wale *'Watu wa Kitabu'* ni kundi dogo la mushrik. Tabaka hili linajumuisha Wakristo na Wayahudi. Wanapaswa kuhesabiwa kuwa *mushrik*, kwa sababu Kurani inawataja Wakristo na Wayahudi kuwa wana hatia ya shirk 'kushiriki' (Sura 9:30 – 31; Sura 3:64)

Dhana ya 'Watu wa Kitabu' inaashiria kuwa Ukristo na Dini ya Kiyahudi zinaaminika kuwa na uhusiano na Uislamu na zimetokana na Uislamu. Usilamu unahesabiwa kuwa ndiyo dini mama ambayo kutokana nayo Ukristo na Dini ya Kiyahudi zimechepuka kwa karne nyingi. Kulingana na Kurani, Wakristo na Wayahudi wanafuata imani ambazo hapo mwanzo kwa asili zilifuata imani ya Mungu mmoja – kwa maneno mengine Uislamu – lakini maandiko yake yameharibiwa (yamechakachuliwa), na hayana uhalisia au ukweli tena. Katika hali hiyo, Ukristo na Dini ya Kiyahudi zinahesabiwa kuwa zimetokana na Uislamu uliopotoshwa, na wafuasi wao wamepotoka na kwenda nje ya njia yenye maongozi sahihi.

Kurani ina maoni yaliyo chanya na yaliyo hasi kuhusu Wakristo na Wayahudi. Katika mtazamo chanya, inaarifu kuwa baadhi ya Wakristo na Wayahudi ni waaminifu na wanaamini kiukweli (Sura 3:113-114). Hata hivyo, sura hiyo hiyo inasema kuwa kipimo cha uaminifu wao ni kuwa wale wanaoamini kiukweli watakuja kuwa Waisalamu (Sura 3:199).

Kulingana na Uislamu, Wakristo na Wayahudi hawakuweza kufunguliwa kutoka kwenye ujinga wao mpaka pale Muhammad alipokuja na kuileta Kurani (Sura 98:1). Uislamu unafundisha kuwa Muhammad alikuwa ni zawadi ya Mungu kwa Wakristo na Wayahudi ili warekebishe hali yao ya kutokuelewa. Hii ina maana kuwa Wakristo na Wayahudi wanapaswa kumkubali Muhammad kama Mtume wa Mungu, na Kurani kuwa ndiyo ufunuo wake wa mwisho (Sura 4:47, Sura 5:15; Sura 57:28-29;).

Hapa kuna madai manne ambayo Kurani na *Sunna* huyatoa kuhusu wasio-Waislamu, na kuhusu Waakristo na Wayahudi:

1. Waislamu ni "watu bora" kuliko watu wengine – Jukumu lao ni kuwaagiza wengine kuhusu lililo sahihi na lilo kosa, kuagiza kutenda lililo la heshima, na kukataza lililo la aibu. (Sura 3:110).

2. Mustakabali wa Uislamu ni kutawala juu ya dini nyingine zote. (Sura 48:28).

3. Ili kuifikia hali hiyo ya kujikweza, Waislamu wanapaswa kupigana dhidi ya Wayahudi na Wakristo (Watu wa Kitabu) mpaka watakapowashinda na kunyenyekezwa, na kulazimishwa kulipa kodi kwa Waislamu. (Sura 9:29).

4. Wakristo na Wayahudi wanaong'ang'ania *shirk* yao na wanaendelea kutomwamini Muhammad na imani kwa Mungu mmoja – yaani. Wale wasioukubali Uislamu – watakwenda Jehanamu (Sura 5:72; Sura 4:47-56).

Ingawa Wayahudi na Wakristo wamehesabiwa katika tabaka moja la 'Watu wa Kitabu', Wayahudi wanachukuliwa vibaya zaidi katika Kurani. Kwa mfano, Kurani inasema kwamba ni Wakristo watakaokuwa 'karibu zaidi kupendwa' na Waislamu, lakini Wayahudi na Wapagani watakabiliwa na uadui mkubwa sana dhidi ya Waislamu. (Sura 5:82).

Mwishowe, hata hivyo, hukumu ya mwisho ya Kurani ni hasi juu ya Wayahudi na Wakristo sawia. Hukumu hiyo imejumuishwa katika sala ya kila siku ya Mwislamu aliye makini.

Wayahudi na Wakristo katika maombi ya Waislamu ya kila siku

Sura inayojulikana sana katika Kurani ni *al Fatihah* 'Ufunguzi'. Hii sura inakaririwa kama ni sehemu ya sala za lazima za kila siku. Salat inakaririwa ndani ya kila sala. Waislamu waaminifu wanaosali sala zote wataisema sura hii angalao mara kumi na saba kwa siku, na zaidi ya mara 5,000 kwa mwaka.

Al-Fatihah ni sala ya kuomba mwongozo:

Kwa Jina la Mwenyezi Mungu
Mwingi wa Rehema Mwenye Kurehemu.
Sifa njema zote ni za Mwenyeezi Mungu,
Mola Mlezi wa viumbe vyote;
Mwingi wa Rehema Mwenye Kurehemu;
Mwenye kumiliki siku ya malipo.
Wewe tu tunakuabudu,
na wewe tu tunakuomba msaada.
Tuongoe njia iliyonyooka.
Njia ya ulio waneemesha,
siyo ya **walio kasirikiwa, wala waliopotea.** (Sura 1: 1-7)

Sala hii ni ya kumwomba Mwenyezi Mungu (Allah) msaada kumwongoza muumini kwenye 'njia iliyonyooka'. Kwa hali hiyo, inabaki kuwa ya kuaminiwa kwa kuwa ndiyo moyo au kiini cha ujumbe wa Uislamu wa kutafuta uongozi wa Mungu.

Lakini ni akina nani hao wanaosemekana kuwa wamejipatia hasira ya Allah, au wamepotoka kwa kuiacha njia iliyonyooka? Ni akina nani watu hawa ambao wanapaswa kunyanyapaliwa katika kila sala ya Muislamu, kila siku, mara mamia ya maelfu katika maisha yote ya Waislamu? Muhammad alifafanua maana ya hii sura, akisema 'Wale waliojipatia ghadhabu ni Wayahudi na wale wanaopotoshwa ni Wakristo.'

Inashangaza sana kwamba sala za kila siku za kila Mwislamu, ndani sana katika moyo wa Uislamu, zinajumuisha kuwakataa Wakristo na Wayahudi kama viumbe vya Allah vitakavyopitishiwa ghadhabu yake.

᯼

Katika sehemu zinazofuata tunaangalia madhara yaliyosababishwa na Sharia ya Kiislamu. Yote haya mwisho wa yote yanatokana na mfano na mafundisho ya Muhammad.

Matatizo ya *Sharia*

Wakati Uislamu unapoanza na kushika mizizi katika nchi, baada ya muda mrefu utamaduni wa jamii hiyo unafanyiwa marekebisho kupitia *Sharia*. Mchakato huu unaitwa "Kusilimisha." Kwa sababu kulikuwa na mambo mengi ambayo hayakuwa mazuri katika maisha na mafundisho ya Muhammad, mambo mengi ya uvunjifu wa haki na matatizo ya kijamii yamesababishwa na *Sharia*. Hii ina maana kuwa ingawa Uislamu unaahidi mafanikio, jamii zinazifuata *Sharia* mara nyingi husababisha madhara mengi kwa watu. Kama tutaangalia duniani pote leo, tunaweza kuona nchi nyingi za Kiislamu hazina maendeleo mazuri na zina matatizo mengi ya ukosefu wa haki za binadamu kutokana na kuathiriwa na Uislamu.

Baadhi ya matendo ya uvunjifu wa haki na matatizo yaliyosababishwa na *Sharia* ni:

- Wanawake wana hadhi duni katika jamii za Kiislamu na wanateseka kwa udhalilishaji mkubwa kutokana na Sheria ya Kiislamu. Hapa tutaangalia mfano mmoja: Amina Lawal hapo chini.

- Mafundisho ya Uislamu kuhusu Jihadi yamekuwa yakisababisha migogoro mingi na madhara kwa mamilioni ya wanaume, wanawake na Watoto pote duniani.

- Adhabu za Sharia dhidi ya uhalifu wa namna fulani ni za kikatili na zimepindukia: kwa mfano, kukata mikono ya wezi na kuwaua walioanguka kwa sababu ya kuukataa Uislamu.

- *Sharia* haina uwezo wa kuwabadilisha watu kuwafanya wawe wema. Pale ambapo katika ncho kumekuwepo na mapinduzi ya kiislamu, na waislamu wenye msimamo mkali wamechukua madaraka ya Serikali, matokeo yake yamekuwa ni kuongezeka kwa ufisadi, na si kupungua. Historia ya hivi karibuni ya nchi ya Irani ni mfano halisi: baada ya mapinduzi ya Kiislamu ya Irani ya mwaka 1978, Shah mtawala wa Irani alipopinduliwa, wanazuoni wa Kiislamu walichukua madaraka lakini, licha ya ahadi zao, rushwa na ufisadi viliongezeka.

- Muhammad aliruhusu na hata kuwahamasisha Waislamu kusema uongo katika mazingira fulani.. Tutajadili madhara ya hilo hapo baadaye.

- Kwa sababu ya mafundisho ya Kiislamu, wasio-waislamu mara nyingi wanabaguliwa katika jamii za Kiislamu. Mateso mengi dhidi ya Wakristo dunia ni leo hutekelezwa na Waislamu.

Shauri la Amina Lawal

Sasa tutaangalia mfano wa mwanamke wa Kiislamu ambaye maisha yake yalitishiwa na *Sharia*. Mwaka wa 1999 nchi ya Nigeria ilianzisha matumizi ya Mahakama za *Sharia* katika majimbo yenye Waislamu wengi maeneo ya kaskazini ya nchi hiyo. Miaka mitatu baadaye, 2002, Amina Lawal alihukumiwa kifo kwa kupigwa mawe kwa amri ya Jaji wa *Sharia* kwa sababu alizaa mtoto ambaye mimba yake ilikuja baada ya kutalikiwa. Alilitaja jina na baba wa mtoto, lakini pasipi kufanyiwa kipimo cha *DNA* mahakama haikuweza kuthibitisha kuwa huyo alikuwa ndiyo baba wa mtoto, hivyo mwanamume huyo alionekana kuwa hana hatia. Ni yule mwanamke tu alitiwa hatiani kwa kosa la uzinzi na kuhukumiwa kupigwa kwa mawe.

Jaji aliyemhukumu Amina aliamuru kuwa kupigwa mawe kwake kusifanyike hadi atakapokuwa amemaliza kumnyonyesha mtoto. Hukumu hii, na utekelezaji wake ukiwa baada ya kuacha kumnyonyesha mtoto, kwa karibu sana ulifuata mfano wa Muhammad, ambaye alisababisha mwanamke wa Kiislamu kupigwa mawe hadi kufa baada ya kukiri kuhusika na uzinzi, lakini adhabu kutekelezwa baada ya kuacha kunyonyesha na kula chakula kigumu.

Sheria ya Sharia ya kupigwa kwa mawe ni mbaya kwa sababu kadhaa:

- Imepitiliza

- Ni ya kikatili: Kufa kwa kupigwa kwa mawe ni njia ya kutisha ya kufa.

- pia inawadhuru wanaume wanaotekeleza hukumu hiyo.

- Ni ya kibaguzi, ikimlenga mwanamke anayepata mimba lakini si mwanmume anayemsababishia mimba.

- Inamnyang'anya mtoto mchanga uwepo wa mama yake, na kumfanya yatima.

- Inapuuza uwezekana kwamba mwanamke huenda alibakwa.

Shauri la Amina lilivutia hasira kimataifa. zaidi ya barua milioni moja za kupinga shauri la Amina ziliwasilisha katika balizo za Nigeria pote duniani. Kwa bahati nzuri kwa Amina, hukumu dhidi yake ilitenguliwa na mahakama ya rufaa. Wakati ikiitengua hukumu dhidi ya Amina, Mahakama ya rufaa ya Sharia kiuhalisia, haikuikataa kanuni kuwa hukumu ya Kiislamu kwa uzinzi ni kwa kupigwa kwa mawe hadi kufa. Sababu nyingine zilitolewa badala yake; kwa mfano, mahakama ya rufaa ilitamka kuwa kulipaswa kuwe na majaji watatu wa kupitisha hukumu ya Amina, na si mmoja tu.

Udanganyifu Uliohalalishwa

Moja kati ya mambo yaliyo na tatizo kubwa zaidi katika *Sharia* ya Kiislamu ni mafundisho yake kuhusu uongo na udanganyifu. Wakati ambapo ni lazima ifahamike kuwa kusema uongo kunachukuliwa kuwa moja ya dhambi mbaya sana katika Uislamu, kuna mazingira ambayo uongo unaruhusiwa au unatakiwa kusemwa, kulingana na mamlaka za Kiislamu kwa kuzingatia mfano wa Muhammad.

Kuna mazingira kadhaa ya kipekee ambapo Waislamu wanaruhusiwa au wanatakiwa kusema uongo. Kwa mfano, katika sura moja iliyomo kwenye *Sahih al-Bukhari* yenye kichwa cha 'Anayefanya upatanishi (au amani) miongoni mwa watu si mwongo.' Kulingana na kipengele hiki cha mfano wa Muhammad, moja ya mazingira ambayo Waislamu wanaruhusiwa kusema mambo yasiyo ya kweli ni pale wanapowapatanisha watu na kuwepo na matokeo chanya.

Muktadha mwingine kwa ajili ya uhalali wa kusema uongo ni pale Waislamu wanapokuwa katika hatari dhidi ya wasio Waislamu (Sura 3:28). Kutokana na mstari huu unaopatikana kwenye dhana ya *taqiyya*, ambao unazungumzia desturi ya kusema uongo ili kuwaweka Waislamu salama. Makubaliano ya wanazuoni wa Kiislamu yamekuwa kwamba Waislamu, wanapokuwa wanaishi chini ya utawala wa kisiasa wa Waislamu wasio-waislamu, wanaruhusiwa kuonyesha wema na urafiki kwa wasio waislamu kama kinga, maadamu wanashikilia imani yao (na uadui) mioyoni mwao. Moja ya tafsiri ya fundisho hili ni kuwa tabia ya Waislamu

91

washika imani kwa wasio-Waislamu huenda ikatarajiwa kuendelea na kutokuwa na urafiki, na imani zao kufunuliwa kwa kiasi kidogo tu wakati nguvu yao ya kisiasa ikiongezeka.

Mazingira mengine ambayo Sheria ya Kiislamu (*Sharia*) inahamasisha Waislamu kutumia uongo ni pamoja na: kati ya waume na wake zao ili kudumisha amani au utulivu katika ndoa; wakati wa kutatua migogoro; pale kusema ukweli kunaweza kukusababishia wewe mwenyewe uingie katika hatia; - Muhammad wakati mwingine aliwakemea watu waliokiri kufanya uhalifu; wakati mtu mwingine amekuamini umtunzie siri yake; na katika mazingira ya vita. Kwa ujumla wake, Uislamu unahamasisha maadili ya uhalali wa uongo ambapo matokeo yanahalalisha njia iliyotumika.

Baadhi ya wanazuoni wameonysha kuwepo kwa mstari mwembamba kati ya uongo wa aina mbalimbali, kwa mfano, kuelezea maelezo ya kupotosha ni bora zaidi kuliko kusema uongo wa wazi wazi. Kujiridhisha binafsi – maadili ya -matokeo kuhalalisha njia iliyotumika – kwa kusema uongo na kusema ukweli yanaweza kusababisha madhara makubwa katika jamii. Hilo linaathiri kuaminika na kusababisha mkanganyiko, na kuharibu tamaduni ya nyumbani na za kisiasa. *Umma* wa Waislamu – jamii nzima ya kiislamu – ni jamii iliyoharibika kimaadili kwa sababu ya jambo hili. Kwa mfano, ikiwa waume wanakuwa na tabia ya kuwadanganya wake zao ili kusuluhisha tofauti zao, kama Muhammad alivyofundisha, hii huondoa kuaminiana ndani ya ndoa. Kama Watoto wanawaona baba zao wakiwadanganya mama zao hilo litawapa ruhusa ya kuwadanganya wengine, na kufanya iwe vigumu zaidi kwao kuwaamini watu wengine. Utamaduni wa udanganyifu uliohalalishwa husababisha kuvunjika kwa kuaminiana katika jamii nzima. Hii inamaanisha, kwa mfano, kuendesha biashara kunakuwa na gharama kubwa zaidi, migogoro inarefushwa na upatanisho unakuwa vigumu zaidi kufikiwa.

Pale mtu anapouacha Uislamu, ni muhimu kwamba ajielekeze mahsusi katika kukikana kipengele hiki cha mfano wa Muhammad. Tutarejea tena kwenye suala hili katika somo la 7.

Jifikirie Mwenyewe

Kwa sababu ya namna ambavyo maarifa yamepangiliwa na hata kulindwa ndani ya Uislamu, inaweza kuwa vigumu kujua Uislamu unafundisha nini 'hasa' katika masuala fulani. Utamaduni wa kudanganya unaweza kulifanya tatizo hilo kuwa kubwa zaidi.

Vyanzo vya msingi wa Uislamu ni vikubwa na changamani, na mchakato wa kubuni maamuzi ya *Sharia* kutokana na nyenzo a msingi za Kurani na kutoka kwenye *Sunna* unahesabiwa kuwa wenye kuhitaji weledi wa hali ya juu, likihitaji miaka mingi ya mafunzo, anbayo Waislamu walio wengi hawawezi kuyafanya. Hii ina maana kuwa, katika hali halisi, ni busara kwa Waislamu kuwategemea wanazuoni wao kwa ajili ya kupata mwongozo katika masuala ya imani. Kwa hakika Masuala ya Sheria za Kiislamu yanaagiza Waislamu kumtafuta mtu mwenye ujuzi zaidi juu ya masuala ya imani kuliko wao wenyewe, na kumfuata mtu huyo. Kama Waislamu wana maswali juu ya Sheria ya Kiislamu, wanapaswa kumuuliza mtu mwenye utaalam unaohitajika.

Ujuzi unaohusu dini ya Kiislamu hauko katika mfumo wa kidemokrasia kama ilivyo kwa maarifa ya Kibiblia yalivyokuwa katika karne za hivi karibuni. Maelezo kuhusu Uislamu yanapatikana kulingana na msingi wa anayehitaji kujua. Katika Uislamu kuna mambo fulani ambayo hayawezi kujadiliwa kama hakuna haja ya kuyataja, vinginevyo isije ikauweka Uislamu kutazamwa vibaya ikiwa itafanywa hivyo. Waislamu wengi wamejikuta wakikemewa wanapowauliza walimu wao wa dini ya kiislamu 'maswali yasiyo sahihi'.

Mtu yeyote asikubali kutishwa na madai kuwa hana haki ya kutoa maoni yake kuhusu Uislamu, *Kurani* au *Sunna* ya Muhammad. Katika siku za sasa, ambapo vyanzo vya nyenzo za msingi vinapatikana kila mmoja Wakristo, Wayahudi, Wasioamini Mungu, au Waislamu. Wachukue kila fursa kujihabarisha wenyewe, na kuyasema mawazo yao juu ya masuala haya.

⁂

Katika sehemu zinazofuata tunajadili vile Uislamu unayoyaelewa kuhusu Yesu, na kufafanua kwa nini Yesu wa Kiislamu hawezi kuwapatia wanadamu uhuru wao.

Isa Nabii wa Kiislamu

Watu wa imani ni lazima waamue kuhusu swali la muhimu: Je, watamfuata Yesu wa Nazareti, au watamfuata Muhammad wa Makka? Huu ni uchaguzi wa muhimu sana, ukiwa na madhara makubwa kwa mtu mmoja mmoja na hata kwa mataifa.

Inafahamika vizuri sana kuwa Waislamu wanamhesabu Yesu, ambaye wao wanamwita 'Isa', kuwa ni mtume wa Allah, kama alivyo Muhammad. Uislamu unafundisha kuwa Yesu alizaliwa kwa muujiza, kutokana na bikira Mariamu, hivyo, wakati mwingine anaitwa *Ibn Maryam*; 'mwana wa Mariamu'. Kurani pia humwita *Isa al Masih* 'yaani Masihi' lakini hakuna ufafanuzi kuhusu jina hilo linaweza kumaanisha nini hasa.

Yesu anatajwa katika Kurani kwa jina Isa zaidi ya mara ishirini kwa kulinganisha, jina Muhammad limetajwa mara nne tu – na Kurani inamwelezea Yesu kwa jina moja au jingine jumla ya mara 93.

Uislamu unafundisha kuwa kabla ya Muhammad kulikuwewpo na watumishi au Manabii waliotumwa na Allah kwa wazee wa zamani. Kurani inasisitiza kuwa wote hawa, akiwemo Isa, walikuwa ni wanadamu wa kawaida tu.

Kurani inadai kuwa hawa Mitume wa zamani walileta ujumbe uleule kama wa Muhammad: ujumbe wa Uislamu. Kwa mfano, inadai kwamba amri ya kupigana na kuua na ahadi ya paradiso kwa waumini wanaokufa wakipigana ilitolewa kwa Yesu na Musa huko zamani (Sura 9:111), na baadaye amri hii hii na ahadi zilitolewa kwa njia ya Muhammad. Bila shaka, Yesu wa Nazareti halisi hakuhubiri wala kufundisha mambo hayo.

Katika Kurani, wanafunzi wa Isa wanatangaza, "Sisi ni Waislamu" (Sura 3:52; Tazama pia Sura 5:111) na Kurani inasema kwamba Ibrahimu hakuwa Myahudi au Mkristo lakini Mwislamu (Sura 3:67). Watu wengine waliomo katika Biblia ambao wanadaiwa na Kurani kuwa ni manabii wa Uislamu ni pamoja na Ibrahimu, Isaka, Yakobo, Ishmaeli, Musa, Haruni, Daudi, Sulemani, Ayubu, Yona, na Yohana Mbatizaji.

Uislamu hauruhusu kile kinachodaiwa kuwa *Sharia* iliyoletwa na 'manabii wa Uislamu' wa zamani haikuwa sawa kabisa na *Sharia* ya Muhammad, Hata hivyo, inadaiwa kuwa zile*Sharia* za awali zilifutwa na kubadilishwa pale Muhammad alipokuja, hivyo, Yesu atakaporejea atatawala kwa kutumia *Sharia* ya Muhammad:

Kwa kuwa ile Shari'ah ya manabii wote wa awali inabaki kuwa imefutwa kufuatia kuja kwa utume wa Muhammad, Hivyo, Yesu atahukumu kulingana na Sheria ya Kiislamu.[6]

Kurani vile vile inadai kuwa Isa alipewa na Allah, kitabu kilichoitwa *Injil*, kama Kurani ya Muhammad. Mafundisho ya *Injili* yanaaminika kuwa sawa na ujumbe wa Kurani, hata hivyo, yale maandiko ya asili ya *Injil* yanadaiwa kupotea. Waislamu wanaamini kuwa zile Injili zilizomo kwenye Biblia zina vipande vipande tu vya Injili ya asilia iliyovurugwa. Hata hivyo, inadaiwa kuwa hilo si jambo la msingi kwa sababu Muhammad alitumwa na Allah kutoa neno la mwisho kuhusu kile kinachotakiwa.

Kimsingi, kile ambacho Uislamu unafundisha, na kile ambacho Waislamu wengi wanakiamini, ni kuwa kama Yesu angekuwa hai leo angewaambia Wakristo, "Mfuateni Muhammad!" Hii ina maana kuwa kama mtu atataka kujua Isa alifundisha nini hasa na anataka kumfuata, wanachopaswa kufanya ni kumfuata Muhammada na kunyenyekea kwa Uislamu: Kurani inaeleza kuwa Mkristo mzuri au Myahudi mzuri atamtambua Muhammad kuwa ni nabii wa kweli wa Allah (Sura 3:199).

Wakristo wanatahadharishwa na Kurani wasimwite Yesu "Mwana wa Mungu" au wasimwabudu kuwa ni Mungu. Inasisitizwa kuwa Isa alikuwa ni mwanadamu wa kawaida tu (Sura 3:59) na mtumwa wa Allah (Sura 19:30).

Uislamu unafundisha kuwa kabla ulimwengu haujafikia mwisho, Dini ya Kiyahudi na Ukristo utaangamizwa kwa mkono wa Isa. Mafundisho haya kuhusu wakati wa mwisho yanatusaidia kuuelewa mtazamo wa Kiislamu. Hebu fuatilia *hadith* ifiatayo kutoka kwa *Sunan Abu Daud*:

[Isa atakaporudi] Atapigana na watu kwa sababu ya Uislamu. Atauvunja msalaba, atawaua nguruwe, na kuipiga marufuku *Jizya*. Allah atasababisha dini zote kuangamia isipokuwa

---

[6] Sahih Muslim, vol. 2, uk. 111, fn. 288.

Uislamu. Atamwangamizi Mpinga Kristo naye ataishi duniani kwa miaka arobaini na kisha atakufa.

Muhammad anasema hapa kuwa wakati Isa atakaporudi duniani "atauvunja msalaba" – yaani, atauangamiza Ukristo – na kuifuta *"Jizya"* – yaani, kuhitimisha uvumilivu wa kisheria kwa Wakristo – wanaoishi chini ya utawala wa Waislamu. Hii ina maana kuwa Wakristo hawatakua na uchaguzi wa kulipa kodi ili waendelee katika imani yao ya Ukristo. Wanazuoni wa Kiislam wanaitafsiri hii kumaanisha kuwa wakati Isa yule Yesu wa Kiislamu atakaporudi atawalazimisha wote waiso Waislamu wakiwemo Wakristo, kuongolewa na kuwa Waislamu.

Kumfuata Yesu wa Nazareth wa kweli

Tulisema hapo awali kuwa watu ni lazima waamue watamfuata nani: Yesu au Muhammad. Hata hivyo, Waislamu wanafundishwa kuwa yote haya ni chaguo moja lililo sawa: kumfuata Yesu ni sawa na kumfuata Muhammad. Waislamu wanafundishwa kuwa kwa kumfuata na kumpenda Muhammad, wanamfuata Yesu na kumpenda Yesu wa zile Injili, wakiwa na Yesu tofauti, Isa wa Kurani. Kubadilishwa huku kwa utambulisho kunaficha mpango wa Mungu wa wokovu na unakuwa kikwazo kwa Waislamu kumtafuta na kumfuata Yesu wa kweli.

Ukweli ni kwamba Yesu yule wa kweli wa historia anaweza kujulikana kwetu kutoka kwenye Injili nne, ambazo ziliandikwa katika wakati wa kumbukumbu hai za Yesu. Hizi ni kumbukumbu za kuaminika za Yesu, ujumbe wake, na huduma yake, Mafundisho ya Uislamu, yaliyokusanywa pamoja miaka 600 baada ya Yesu kutembea duniani, hayawezi kutegemewa kwa ajili ya kupata taarifa zinazomhusu Yesu wa Nazareti.

Mtu anapoukataa Uislamu, anaukataa si tu mfano wa Muhammad lakini pia yule Yesu wa Uongo wa Kurani, Njia ya kweli na bora zaidi ya kuishi kama mwanafunzi wa Yesu ni kujifunza kutoka kwake na kutoka kwenye ujumbe wa wafuasi wake uliohifadhi wa kwa ajili yetu katika zile Injili nne, kama ambavyo Luka anasema, "ili upate kujua hakika ya mambo yale uliyofundishwa" (Luka 1:4).

Hili ni la muhimu sana kwa sababu, kama tutakavyoona, kiini cha kupata ushindi na kuwa huru kutoka kwenye vifungo vya kiroho ni maisha na kifo cha Yesu Kristo. Ni yule Yesu Kristo wa Nazareti tu, Yesu yule wa zile Injili, anayeweza kutupatia uhuru huo.

Mwongozo wa Mafunzo

Somo la 3

Msamiati

Uislam	Mtume	*salat*
shahada	*adhana*	Kusilimisha
Kurani	*mushrik*	*Sahih al-Bukhari*
Sunna	*shirk*	*taqiyya*
hadith	Watu wa Kitabu	*Umma*
sira	al-Fatihah	*Injili*

Majina Mapya

- Amina Lawal: Mwanamke wa Kinigeria (aliyezaliwa 1972)

- Isa: jina la Yesu kulingana na Kurani

Biblia katika somo hili

Luka 1:4

Kurani katika somo hili

Sura 33:21	Sura 8:12-13	Sura 4:47	Sura 1:1-7
Sura 4:80	Sura 3:85	Sura 5:15	Sura 3:28
Sura 33:36	Sura 39:65	Sura 57:28-29	Sura 9:111
Sura 24:52	Sura 9:30-31	Sura 3:110	Sura 3:52
Sura 4:69	Sura 3:64	Sura 48:28	Sura 5:111
Sura 4:115	Sura 3:113-14	Sura 5:72	Sura 3:67
Sura 59:7	Sura 3:199	Sura 4:47-56	Sura 3:59
Sura 9:29	Sura 98:1	Sura 5:82	Sura 19:30

Maswali somo la 3

- Jadili mfano huu wa mafunzo.

Jinsi ya kufanyika Mwislamu

1. Nini maana ya kimsingi ya neno la Kiarabu **Uislamu**?

2. Unakuwa nini ikiwa utaikariri **shahada**?

3. Unatangaza au kutamka nini ili uweze kuwa kiongozi wa maisha yako unapoitamka **shahada**?

4. Vyanzo viwili kwa ajili ya kuelewa uongozi wa Muhammad ni vipi, na vinatofautianaje?

5. Ni katika maandishi ya namna gani ambamo mfano wa Muhammad umerekodiwa?

Haiba ya Muhammad

6. Ikiwa Waislamu wanatamani kumtii Allah, basi ni nani hasa wanapaswa kumtii?

7. Kuna viashiria gani vinavyojitokeza, ikiwa mifano yote ya Muhammad imeamriwa na Allah kuwa ndiyo mfano ulio bora zaidi kwa Waislamu wote kuufuata?

8. Ni akina nani walioahidiwa kushinda kulingana na Sura 24:52?

9. Kitu gani kimeahidiwa kama malipizi kwa wale wasiomtii Allah na **Mtume** wake?

10. Ni akina nani ambao Waislamu lazima wapigane nao, kulingana na Sura 9:29 na Sura 8:12-13?

11. Durie anatuonyesha kuwa Muhammad alifanya mambo fulani mazuri ya kusifiwa, lakini ni mifano gani minane aliyoiorodhesha kuwa ya kushangaza?

Kurani—Nyaraka binafsi ya Muhammad

12. Ukiisema *shahada*, hivyo basi unalazimika pia kuamini na kutii nini?

13. Durie anatumia kielelezo gani kuelezea uhusiano kati ya *Sunna* na Kurani?

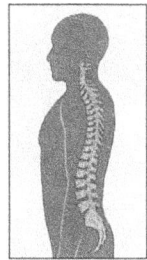

Sheria ya Kiislamu (*sharia*)—'Njia' ya kufanyika Mwislamu

14. Ni nani ambaye Waislamu ni lazima wamtegemee kupata mamlaka ya kitaalamu kuiwcka *Sunna na Kurani* katika mpangilio maalum wa taratibu, zinazoitwa *sharia*?

15. Kulingana na Durie, bila ya kuwepo kwa kitu gani, hapawezi kuwepo na Uislamu?

16. Kwa nini *sharia* ni tofauti na sheria zilizotungwa na mabunge?

"Njoo ufanikiwe"

17. Wito wa kuuamini Uislamu
    unaitwaje?

18. Ni katika aina mbili zipi za watu wito
    wa **Kurani** huwagawanya
    wanadamu?

19. Ni kwa njia zipi ambazo Uislamu hufundisha ubaguzi na hisia
    za kujikweza kuwa bora kuliko wengine?

Dunia iliyogawanyika

20. Kuna matabaka gani manne ya watu katika **Kurani** na Sheria
    (*Sharia*) ya Kiislamu?

21. Je, Muhammad anamwitaje mtu anayemhusisha mtu mwingine
    yeyote au anayehusisha chochote na Allah?

22. Wakati dini ya Kiyahudi na Ukristo (**Watu wa Kitabu**)
    mwanzoni walielezwa kwenye **Kurani** kuwa watu wenye namna
    safi ya kumwabudu Mungu mmoja, hilo lilibadilika. Hebu taja
    hadi mambo manne ambayo Waislamu sasa huyatumia
    kuwahukumu nayo Wayahudi na Wakristo:

    1)

    2)

    3)

4)

23. Ni mambo gani chanya yanasemwa juu ya Wayahudi na Wakristo ndani ya **Kurani**?

24. Ni kwa njia ipi ambapo madai manne ya kitheolojia yaliyotolewa na Waislamu dhidi ya wasio-waislamu na pia njia nne za namna ya kuwatesa Wakristo na Wayahudi; vilevile njia nne za kuwatesa Wayahudi na Wakristo? Orodhesha yote manne:

1)

2)

3)

4)

25. Uhusiano wa Wayahudi na Waislamu unaonyeshwa kwa taswira gani katika **Kurani**?

Wayahudi na Wakristo Katika maombi ya Waislamu ya kila siku

26. Mambo gani matatu yanaijenga sura ya ufunguzi ya Kurani, inayoitwa *al-Fatihah*?

27. Kulingana na Durie, ni akina nani waliotajwa katika *al-Fatihah* ambao wamepotoka na ambao wamejipatia ghadhabu ya Allah?

Matatizo ya *sharia*

28. Jambo gani ni chanzo cha msingi cha matatizo
    yanayosababishwa na *sharia*?

29. Neno gani linatumika kwa mchakato wa kubadilisha utamaduni
    wa taifa ili liuzingatie Uislamu?

30. Bainisha matatizo sita ambayo Durie anaelezea kuwa
    yanasababishwa na *sharia:*

    1)

    2)

    3)

    4)

    5)

    6)

Shauri la Amina Lawal

31. Ni badiliko gani nchini Nigeria mwaka
    1999 lilipelekea Amina **Lawal** kushitakiwa
    kwa uzinzi?

32. Jaji wa mahakama ya *Sharia* aliyetoa hukumu dhidi ya **Amina Lawal** ya kupigwa kwa mawe hadi kufa alikuwa akizingatia mfano wa nani kwa karibu sana?

33. Maeneo sita ya ukosoaji wa Durie dhidi ya Sheria ya Kiislamu ya kumpiga mtu kwa mawe ni yapi?

   1)

   2)

   3)

   4)

   5)

   6)

Udanganyifu uliohalalishwa

34. Ni katika mazingira gani mengine ambayo Durie anayaelezea kuwa Waislamu wanaruhusiwa kudanganya?

35. **Taqiyya** inamaanisha nini?

36. Ni kitu gani ambacho Durie anakiona kuwa ni uharibifu wa kimaadili wa tabia ya kudanganya?

Jifikirie mwenyewe

37. Je, Waislamu hutegemea nini kupata uongozi kuhusu masuala ya imani?

38. Je, Durie anatuhamasisha tufanye nini kwa kuwa sasa vyanzo vile vya msingi kuhusu Uislamu vinapatikana kwa ajili yetu katika ulimwengu wa kisasa wa mitandao ya kompyuta?

Isa Nabii wa Kiislamu

39. Je, ni uamuzi gani wa muhimu ambao watu hukabiliwa nao?

40. Ni jina gani linalotajwa zaidi katika **Kurani**: Muhammad au Isa (Yesu)?

41. Kulingana na Uislamu, Muhammad alisababisha nini kufutwa?

42. Kulingana na **Kurani**, *Injil* ilikuwa ni nini?

43. Kulingana na *hadith*, **Isa** atafanya nini atakaporejea?

Kumfuata Yesu wa Nazareti wa kweli

44. Je, Waislamu wanafundishwa nini kuhusu kumfuata Yesu?

45. Je, hilo linawaficha Waislamu kitu gani?

46. Je, tunawezaje kujua kwa uhakika kabisa kuhusu Yesu wa Nazareti wa kweli?

47. Ni kwa njia zipi ni muhimu kutofautisha kati ya Isa wa **Kurani na** Yesu wa Injili?

4

Muhammad na Kukataliwa

"Wapendeni adui zenu, watendeeni mema wale ambao wawachukia ninyi."
Luka 6:67

Malengo ya somo

a. Kutambua miaka 40 ya kwanza yenye maumivu ya maisha ya Muhammad kule Arabia.

b. Kuelewa vile kujikataa-binafsi na kuwa na mashaka binafsi ndani ya Muhammad yalikuwa ni mambo mawili yaliyoambatana katika kuanzishwa kwa Uislamu kule Makka.

c. Kuelewa vile 'mafunuo' ya Makka yalivyotumiwa kumthibitisha Muhammad katikati ya kudhihakiwa na kuteswa na watu wa Makka.

d. Kuwatambua watu muhimu katika maisha ya Muhammad ya kule Makka: wafuasi wake wa dhati na maadui zake wenye hasira.

e. Kufahamu vile dhana ya asili ya Muhammad ya *fitna* kama mateso au majaribu ilibadilishwa kuwa mafundisho ya vurugu ya vita, kuanzia mwishoni mwa kipindi kile cha Makka na kuendelea hadi katika miaka ya kule Medina.

f. Kuelewa vile shauku ya Muhammad ya kulipiza kisasi ilivyoijenga theolijia yake na alivyowatendea wale wasioamini hususan Wayahudi.

g. Kutambua kuwa njia ya Muhammad ya kupinga hali ya kukataliwa ilikuja kufanyika hisia ya dunia nzima juu ya kuwa wahanga na wakali katika Uislamu.

h. Kufahamu kuwa sifa mbaya za Muhammad zinanakiliwa katika maisha ya Waislamu leo, kutokana na ushawishi wa *sharia*.

i. Kutambua kuwepo kwa hitaji la wale wasio Waislamu kuachana na tabia na mfano wa Muhammad.

Mfano wa Mafunzo: Je, wewe ungefanya nini?

Taaluma yako inakutaka kuhudhuria semina maalum ili kuboresha sifa zako za kitaaluma. Wakati wa warsha mojawapo, unawekwa katika kikundi kazi ambacho kina Mwislamu mmoja mwaminifu, asiyeamini Mungu mmoja mwenye dharau, Mkatoliki wa kawaida, pamoja na wewe mwenyewe. Katika kufanya kazi na timu hii, wakati mwingine ilihusu kula pamoja. Wakati fulani katika mazungumzo ya wakati wa mlo mmoja yule mwanamume wa Kiislamu anaamua kuorodhesha matendo yote ya udhihirisho wa vurugu au matumizi ya nguvu yaliyofanywa na Wakristo dhidi ya Waislamu katika karne zilizopita ikiwa ni pamoja na uovu wote unaofanywa na Wakristo dhidi ya mataifa ya Kiislamu leo. Kama aonavyo yeye, "Waislamu ni wahanga wanaokandamizwa." Wakristo ni wavamizi na wachokozi". Yule asiyeamini Mungu anaungana na Mwislamu kushambulia matumizi ua umwagaji damu katika "Vita Vitakatifu" vilivyopiganwa na Wakristo. Yule mwenzako Mkatoliki anageuka kuwa mwekundu kwa ghadhabu na anakutazama wewe utoe msaada katika hilo.

Utasema nini kumwambia yule Mwislamu na yule Asiyeamini Mungu, ambaye sasa naye anakuangalia wewe?

Muhammad ndiye msingi na mwili wa Uislamu. Sura hii inatoa picha ya jumla ya baadhi ya mambo ya kuumiza katika mwenendo wa maisha ya Muhammad na njia yenye madhara ambayo aliitumia kukabiliana na mambo magumu katika maisha yake. Katika sehemu ya kwanza tunaangalia mazingira magumu ya familia yake na matatizo mengine yaliyomkuta akiwa Makka.

Maisha ya awali ya familia

Muhammad alizaliwa mwaka 570 BK, miongoni mwa watu wa Quraysh, ambalo ni kabila la Kiarabu kule Makka. Baba yake Abdullah bin 'Abd al Muttalib, alikufa kabla Muhammad hajazaliwa. Baada ya hapo ndipo alipolelewa kwenye familia nyingine na kutunzwa katika miaka yake ya awali. Mama yake alikufa wakati akiwa na umri wa miaka sita, na babu yake aliyekuwa mtu mwenye nguvu alimlea kwa muda, lakini naye pia alifariki wakati Muhammad alipotimiza miaka minane. Hivyo, Muhammad alikwenda kuishi na kaka wa baba yake Abu Talib, ambako alipewa jukumu la kunyenyekeza la kuwatunza ngamia na kondoo wa mjomba wake. Baadaye alikaririwa akisema kuwa: Hakuna nabii isipokuwa yule anayelichunga kundi, akiligeuza jukumu lake la hali ya chini kuwa kama lilivyo mpambanua.

Ingawa baadhi ya wajomba wa Muhammad walikuwa matajiri, inaonekana hawakufanya cho chote kumsaidia. Kurani inamkejeli mjomba wake mmoja aliyeitwa Abu Lahab au "baba wa mwanga", ikisema kwamba ataachomeka Jehanam, kwa kumdharau Muhammad:

Pana kuangamia mikono miwili ya Abu Lahab, naye amekwishangamia. Hayamfai mali yake wala alivyo vichuma; Atauingia Moto wenye mwako Na mkewe, mchukuzi wa kuni, Shingoni mwake iko kamba iliyo sokotwa. (Sura 111:1-5)

Ndoa na familia

Wakati akiwa kijana, Muhammad alikuwa na umri wa miaka ishirini na mitano, na akiwa ameajiriwa na Khadija. Yeye alikuwa mkubwa wa umri kati ya wawili hao. Khadija alihofia kuwa baba yake angeikataa ndoa hiyo, hivyo akamfanya awafungishe ndoa wakati akiwa amelewa. alipojirudia katika fahamu zake baba yake alighadhibika kugundua kile kilichotokea.

Kulingana na utamaduni wa Kiarabu, ilikuwa lazimu mwanaume amlipie mahari mke wake, na baada ya hapo mke huyo alikuwa sehemu ya mali yake. Kama mume wake angefariki, mrithi wake wa kiume angemuoa mke huyo. Lakini kinyume na hali hiyo, Khadija alikuwa tajiri na mwenye ushawishi mkubwa – mwandishi wa Maisha ya Mohammad, Ibn Ishaq, alimtaja kama mwanamke mwenye "heshima na utajiri": Muhammad alikuwa masikini na mwenye matumaini machache sana ya kubadilisha maisha yake. Kabla ya kuolewa na Muhammad, Khadija alikuwa ameolewa mara mbili hapo mbeleni. Kuna tofauti kubwa sana kati ya ndoa ya Kiarabu na mapatano kati ya Khadija na Muhammad.

Khadija na Muhammad walikuja kuwa na watoto sita (taarifa nyingine zinasema saba) pamoja. Ingawa Muhammad alikuwa nao wana watatu (kati ya wanne), lakini wote walikufa wakiwa wadogo, wakimwacha bila ya kuwa na mrithi wa kiume. Hii bila shaka ilikuwa sababu nyingine ya kufedheheka katika uzoefu wa maisha ya Muhammad kuhusu familia.

Katika kuhitimisha, katika mazingira ya familia ya Muhammad kulikoweko na mambo kadhaa yaliyokuwa na uwezekano wa kusababisha maumivu, ikiwa ni pamoja na kuwa yatima, kufiwa na babu yake, kuwa mtoto maskini na tegemezi, kuozeshwa na baba mkwe aliyelewa, na kuwa mlengwa wa uadui kutoka kwa ndugu wenye nguvu. Tofauti na mwendelezo wa hali ya kukataliwa ilikuwa ni ile hali ya kujali iliyoonyeshwa kwake na mjomba wake Abu Talib, na vile Khadija alivyomchagua yeye kuwa mwenza wake wa ndoa, jambo ambalo lilimwokoa kutoka kwenye umaskini.

Dini mpya inaanzishwa (Makka)

Mazingira katika maisha ya familia ya Muhammad yalikuwa magumu na wakati alipoanzisha dini mpya aliendelea kukutana na maisha magumu.

Muhammad alipotimiza takriban umri wa miaka arobaini, akaanza kupatwa na hali ya kutembelewa na pepo mmoja ambaye baadaye alimtambua kama malaika Jibril. Mwanzoni Muhamad alihuzunishwa sana na kutembelewa huko, na akawa na wasiwasi huenda amepagawa. Katika hali hiyo alifikiria kujiua, akisema, "Nitapanda juu ya mlima na kujirusha kutoka mlimani ili nijiue niweze kupumzika." Mkewe Khadija alimfariji akiwa katika hali yake mbaya ya tashwishi na akampeleka kwa binamu yake, Waraqa, ambaye alikuwa Mkristo, naye alimtangaza kuwa ni nabii, na kuwa hakuwa kichaa.

Baadaye, mafunuo yale yalipotulia kwa kitambo, Muhammad alikabiliwa tena na mawazo ya kujiua, lakini kila mara alipokuwa amekaribia kujitupa kutoka juu ya mlima, Jibril alimtokea na kumhakikishia akisema, "Ee Muhammad! Hakika wewe ni Mtume wa Allah wa kweli."

Inaelekea Muhammad aliogopa kukataliwa kama ni udanganyifu, kwa kuwa katika mojawapo ya zile sura za mwanzo Allah anamhakikishia Muhammad kuwa hakumkana na hatamwacha (Sura 93).

Jamii ya Kiislamu ilikua taratibu pale mwanzoni, Khadija alikuwa mwongofu wa kwanza. Aliyefuata alikuwa binamu yake mdogo Muhammad aitwaye 'Ali bin Abu Talib, ambaye alilelewa nyumbani mwake Muhammad mwenyewe. Wengine walifuatia, hususan kutoka miongoni mwa maskini, watumwa au waliokuwa watumwa na baadaye wakawekwa huru.

Kabila la Muhammad mwenyewe

Mwanzoni dini hiyo mpya ilifanywa siri na wafuasi wake, lakini baada ya miaka mitatu Muhammad alipokea neno kutoka kwa Allah itangaze mbele za umma. Alifanya hivyo baada ya kuitisha mkutano wa kifamilia ambapo aliwakaribisha ndugu zake wajiunge na Uislamu.

Pale mwanzoni watu wa kabila la Muhammad mwenyewe wa Makka walielekea kumsikiliza, lakini ilikuwa mpaka pale alipoanza kuidharau miungu yao. Baada ya hapo Waislamu wakawa kile Ibn Ishaq alichokiita 'wachache waliodharauliwa'. Mivutano ikawa mikubwa, na pande hizo mbili zikaanza kupigana.

Wakati upinzani ulipoongezeka, mjomba wake Muhammad Abu Talib alimlinda. Wakati wengine waliotoka Makka wakamjia na kumwambia 'Ee Abu Talib, mpwa wako ameilaani miungu yetu, ameilaani dini yetu, ameudhihaki mwenendo wetu wa maisha … ama ni lazima umzuie au utuache tumkamate," Abu Talib akawaondoa njiani.

Wale Waarabu wasioamnini wakaweka vikwazo vya kiuchumi na vya kijamii dhidi ya kabila la Muhammad, wakikataza biashara na ndoa nao. Kwa sababu ya umaskini wao, Waislamu hao walikuwa kwenye hatihati. Ibn Ishaq anatoa muhtasari jinsi walivyotendewa na kabila la Quraysh:

> Kabila la Quraysh waliuonyesha uadui wao kwa wote waliomfuata mtume; kila kabila lililokuwa na Waislamu liliwashambulia, likiwafunga gerezani, na kuwapiga, kuwanyima chakula au maji, na kuwaacha nje waunguzwe na joto kali la Makka, ili kuwashawishi watoke kwenye dini yao. Baadhi yao

wakaachana na msimamo wao kutokana na shinikizo la mateso, na wengine wakawapinga, wakilindwa na Mungu.[7]

Muhammad mwenyewe hakuweza kuepuka hatari na kutukanwa: Alirushiwa tope, na hata kurushiwa utumbo wa wanyama wakati akisali.

Wakati mateso hayakuwa yamemwacha, wanaume Waislamu 83 wakiwa pamoja na familia zao walihamia nchi ya Abysssinia ya Wakristo kama wakimbizi, ambako walipatiwa hifadhi.

༄

Katika sehemu zinazofuata tunaangalia vile Muhammad alivyojibu kukataliwa na watu wake mwenyewe kule Makka.

Kujionea Mashaka na Kujithibitisha

Kuna wakati fulani Muhammad alionekana kuyumba katika imani yake ya Mungu mmoja, kutokana na shinikizo kutoka kabila la Quraysh, waliokuwa wamempendekezea kuwa wao watamwabudu Allah ikiwa naye pia ataiabudu miungu yao. Hilo hakulikubali, alipokea maandiko ya Sura 109:6 "Nyinyi mna dini yenu, nami nina dini yangu!" Hata hivyo, bila shaka Muhammad alisitasita, kwani Al Tabari anaandika kuwa wakati akipokea Sura 53, kulikuwa na "kufunuliwa" kwake kile kilichokuja kujulikana kama 'aya ya Shetani' kama rejea kwa miungu ya kike ya Makka al-Lat, al-Uzza na Manat: "hawa ndio walioinuliwa *gharaniq* (korongo) ambao sala zao zimekubaliwa."

Walipousikia mstari huu, wasioamini wa-Quraysh walifurahi na wakaanza kuabudu pamoja na Waislamu. Hata hivyo, malaika Jibril alimkemea Muhammad: ayah ii ilifutwa na kusemekana kuwa ilitoka kwa Shetani. Muhammad baadaye aliarifu kuwa aya hiyo imeondolewa, lakini kitendo hicho kilivutia kuwepo na dharau zaidi kutoka kwa wa-Quraysh, ambao walizidi kuonyesha uhasama dhidi ya Muhammad na wafuasi wake.

Baada ya hapo, Muhammad aliripoti kuhusu mstari uliodai kuwa manabii wote waliokuwepo kabla yake walipotoshwa na Shetani

---

[7] A. Guillaume, *The Life of Muhammad*, p. 143.

(Sura 22:52). Hapa tena tunaona Muhammad anajichukulia sababu yenye uwezekano wa kumletea aibu na kuigeuza kuwa alama ya kumpambanua.

Katikati ya dhihaka na mashtaka kuwa alikuwa mtu wa kughushi, ambayo yalimchoma sana, Muhammad aliripoti kupokea mistari kutoka kwa Allah ambayo ilimthibitisha, na kuisifu tabia yake kuwa ni njema ya kushangaza. Hakuwa mkosaji, ndivyo isemavyo Kurani, lakini ni mtu wa maadili (Sura 53:1-3; Sura 68:1-4).

Desturi kadhaa za *hadith* zinaarifu kuwa Muhammad alikuja kuamini katika ubora wa utaifa wake, kabila na wazazi. Katika kujibu madai ya kuwa mwana haramu, alisema kwamba babu zake wote walizaliwa ndani ya ndoa, na hakuna hata mmoja miongoni mwao nje ya ndoa, ukirudi nyuma hadi kuanzia Adamu. Katika *hadith* iliyoripotiwa na Ibn Kathir, Muhammad alisema kuwa yeye alikuwa mtu bora zaidi, kutoka katika kabila bora zaidi (Wahashemi) kutoka taifa bora zaidi (Waarabu), akasema 'Mimi ndiye niliye bora zaidi kati yenu katika roho na bora zaidi kwa wazazi... Mimi ndiye chaguo bora miongoni mwa waliochaguliwa wote; hivyo yeyote yule anayewapenda Waarabu, ni kwa kupitia kunipenda mimi ndiyo anawapenda'.

Ilikuwa katika miaka 13 ya Muhammad akiwa Makka kwamba dhana ya Kiislamu kuhusu mafanikio ilipoanza kuibuka ikiwa kama mada katika Kurani. Kwa mfano, katika marejeo ya ugomvi wa Musa na waabudu sanamu wa Misri, Kurani inaelezea matokeo yake kwa maana ya washindi na walioshindwa. (kwa mfano, Sura 20:64, 68; Sura 26:40-44). Aidha, Muhammad akaanza kutumia lugha ya mafanikio katika migogoro kati yake mwenyewe na wapinzani wake, akitangaza kuwa wale wanaoyakataa mafunuo ya Allah watashindwa (Sura 10:95).

Kukataliwa zaidi na kuwa na washirika wapya

Mambo hayakuwa yanamwendea vema Muhammad kwa muda mrefu alipofiwa na mkewe Khadija na mjomba wake Abu Talib mwaka kwa mwaka mmoja. Haya yalikuwa mapigo makubwa. Bila ya msaada wao na hifadhi, Wa-Quraysh walipata ujasiri wa kuwa na uhasama zaidi dhidi yake.

Jamii ya Waarabu ilikuwa na msingi wa mishikamano na mahusiano na wateja. Namna ya kupata usalama ilikuwa kwa njia ya kuwa chini ya hifadhi ya mtu aliye na nguvu zaidi kuliko wewe mwenyewe. Hatari kwake yeye mwenyewe na kwa wafuasi wake zikiwa zinaendelea kuongezeka, na akiwa amekataliwa na kabila lake, Muhammad alitoka akaenda kutafuta walinzi mbadala mahali pengine. Hata hivyo, kule Ta'if alidhihakiwa na kukejeliwa, na hatimaye akafukuzwa na kundi la watu wa huko.

Alipokuwa njiani akirejea kutoka Ta'if, mapokeo ya Kiislamu inaripoti kwamba kundi la majini (pepo wachafu) walimsikia Muhammad akikariri maandiko kutoka Kurani wakati alipokuwa akisali usiku wa manane, Walivutiwa sana na kile walichokisikia hata wakaupokea Uislamu mara moja. Kisha mapepo haya ya Kiislamu yalitoka na kwenda kuyahubiria *majini* mengine. Tukio hili limerejewa mara mbili katika Kurani (Sura 46:29-32; Sura 72:1-15).

Tukio hili ni la muhimu kwa sababu mbili. Kwanza, linaendana sawa sawa na utaratibu wa Muhammad wa kujihesabia haki mwenyewe: aliweza kudai kuwa ingawa wanadamu wa kule Ta'if walimkataa, kulikuwepo na majini waliomtambua kwa kile alichodai kuwa: mtume wa kweli kutoka kwa Allah.

Pili, dhana kuwa *majini* wanaweza kuwa Waislamu wacha Mungu uliufungua mlango ndani ya Uislamu kwa ulimwengu wa mapepo. Tukio hili katika maisha ya Muhammad, na marejeo yake kwa *majini ya* Kiislamu, kumetoa uhalali kwa Waislamu kujaribu kufanya mawasiliano na ulimwengu wa roho (wa Kiislamu). Sababu nyingine ya Waislamu kujiingiza katika ulimwengu wa roho ni zile rejea zilizomo kwenye Kurani na *Hadithi* kwa kila mtu anayekuwa na roho ya mwenza wa kufanana naye wa kudumu. (Sura 43:36; Sura 50:23, 27).

Kule Makka, mambo hayakuonekana kuwa mazuri kwa Muhammad. Lakini hatimaye alifanikiwa kuipata jamii iliyokuwa tayari kumlinda. Hawa walikuwa ni wale Waarabu kutoka Yathrib (baadaye paliitwa Medina), jiji ambamo Wayahudi wengi waliishi. Wakati wa tamasha la kila mwaka kule Medina, kundi la wageni kule Medina waliahidi uaminifu wao na utii kwa Muhammad, wakikubali kuishi kwa kuufuata ujumbe wake wa kumwamini Mungu mmoja.

Katika ahadi hii ya kwanza hapakuwepo na makubaliano yoyote ya kupigana. Hata hivyo, katika tamasha la mwaka uliofuata kundi kubwa zaidi la watu wa Medina waliahidi kutoa ulinzi ambao Muhammad alikuwa akiutafuta. Wale watu wa Medina ambao baadaye waliitwa *Ansar*, au 'wasaidiaji', walijitolea kupigana "vita kwa kuonyesha utii kamili kwa mtume."

Baada ya hayo, uamuzi ulifanyika kuwa Waislamu wahamie Medina ili kuunda hifadhi ya kisiasa iliyo salama. Muhammad alikuwa wa mwisho kutoroka Makka, akitoroka katikati ya usiku kupitia dirisha la nyuma. Walipowasili Medina, Muhammad aliweza kutangaza ujumbe wake bila kupingwa, takriban Waarabu wote wa Medina waliongoka na kuupokea Uislamu katika kipindi kile cha mwaka mmoja. Muhammad wakati huu alikuwa na umri wa zaidi kidogo ya miaka 52.

Katika kipindi kile cha kukaa Makka, Muhammad alikataliwa na familia yake mwenyewe, na kabila lake. Ukiacha wachache tu, ni wale waliokuwa maskini wanyenyekevu walimwamini, naye alidhihakiwa, kutishiwa, kudhalilishwa na kushambuliwa na waliobaki wote.

Mwanzoni Muhammad hakuwa na uhakika na maisha yake mwenyewe, akihofia kukataliwa kwa kile alichokiona kuwa ni wito wake wa kinabii. Wakati mmoja alionekana kana kwamba akiikubali hata miungu ya Wa-Quraysh. Hata hivyo, mwishoni licha ya upinzani wote huo, Muhammad alichukua hatua akiwa na dhamira yenye ustahimilivu na kujipatia kikundi cha wafuasi waliojitoa kikamilifu.

Je, Muhammad alikuwa mtu wa amani kule Makka?

Waandishi wengi wamedai kuwa muongo mmoja wa ushuhuda wa Muhammad kule Makka ulikuwa wa amani. Kwa hali fulani hili lilikuwa ni jambo la kweli. Hata hivyo, ingawa hakuna vurugu yoyote ya vitendo iliyoamriwa katika zile sura za Makka za Kurani, kwa hakika ilikuwa imefikiriwa, na ule ufunuo wa mapema unawakana majirani wa Muhammad katika lugha ya kuogofya, alitangaza mateso makali kwa watakaokataa dini yake baada ya wakati huo.

Moja ya kazi ya maandiko ya hukumu ya kule Makka katika Kurani ilikuwa kumthibitisha Muhammad katikati ya kukubaliwa na kukataliwa na Waarabu wa Quraysh. Kwa mfano, Muhammad anasema kuwa wale waliowacheka Waislamu watapata malipo yao. Waumini, wakiwa wamejikalia tu huku wakinywa mvinyo kwa starehe wakiwa wameketi katika makochi yao kule paradiso, watacheka pale watakapokuwa wamewakodolea macho wale wasioamini wakiwa wanaunguzwa na moto wa Jehanamu (Sura 83:29-36).

Jumbe hizi za hukumu bila shaka zilichochea moto wa magomvi kule Makka. Wapagani hawakupenda kile walichokuwa wanakisikia.

Si tu kwamba Muhammad alihubiri kuhusu hukumu ya milele, Ibn Ishaq anaandika kuwa ilikuwa ni mapema katika kipindi cha Makka ambapo Muhammad kwa mara ya kwanza iligubika nia yake ya kuwaua wapagani: "Je, mtanisikiliza, Enyi wa Quraysh? Kwa yeye yule anayeyashikilia maisha yangu mkononi mwake, nitawaletea mauaji."

Baadaye, kabla ya Muhammad kutorokea Medina, kundi la wa-Quraysh lilimjia Muhammad na kumkabili na madai kuwa alitishia kuwaua wale waliomkataa. "Muhammad anadai kuwa... kama hamtamfuata yeye mtachinjwa, na mtakapofufuliwa kutoka kwa wafu mtachomwa katika moto wa Jehanamu." Muhammad alikiri kwamba yote hayo yalikuwa ni ukweli: "Nasema hivyo."

Kutokana na mzunguko wa kukataliwa na kuteswa kule Makka kukatokea uamuzi wa jamii ya Kiislamu – ukiongozwa na Mtume wao Muhammad, ulichagua kuingia katika vita dhidi ya wapinzani wao.

🜋

Katika sehemu hizi tunachunguza vile Muhammad alivogeukia vurugu dhidi ya wale waliomkataa na kuukataa ujumbe wake.

Kutoka Mateso hadi Mauaji

Neno la Kiarabu *fitna* - 'mapito', mateso, majaribu' ni la muhimu sana katika kuyaelewa mabadiliko ya Muhammad kuwa kiongozi wa kijeshi. Neno hili limetokana na neno *fatana* 'kugeuka kutoka, kujaribu, kushawishi au kuingiza kwenye majaribu'. Maana yake ya msingi ni kuthibitisha chuma kwa moto. *Fitna* linaweza kumaanisha jaribu au mapito, likijumuisha mvuto kwa yaliyo chanya na hasi, hadi na kujumuisha mateso. Linaweza kuwa suala la kumshawishi mtu, au kumkatakata kiungo kimoja kutoka kingine.

Fitna lilikuwa ni dhana ya msingi ya tafakari za kitheolojia katika uzoefu wa jamii za awali za Waislamu dhidi ya wasioamini. Tuhuma za Muhammad dhidi ya wa-Quraysh ni kuwa walitumia *fitna* – pamoja na kulaani, kuchafua, mateso, kutenga, mashinikizo ya kiuchumi, na vichocheo vingine ili kuwafanya waachane na Uislamu au kufifisha madai yake.

Aya za mwanzo ziliweka wazi kwa habari ya mapigano kuwa kusudi zima la mapigano na mauaji lilikuwa kuondoa *fitna*:

> Na piganeni katika Njia ya Mwenyezi Mungu na wale wanao kupigeni, wala msianze uadui. Kwani Mwenyezi Mungu hawapendi waanzao uadui Na wauweni popote mwakutapo, na muwatoe popote walipo kutoeni; kwani [*fitna*] ni mbaya zaidi kuliko kuuwa.
>
> …..
>
> Na piganeni nao mpaka pasiwepo [*fitna*], na dini iwe ya Mwenyezi Mungu tu. Na kama wakiacha [wakiacha kutokamini kwao na upinzani dhidi ya Uislamu] basi usiweko uadui ila kwa wenye kudhulumu. (Sura 2:190-93).

Wazo hili kwamba *fitna* ya Waislamu ilikuwa "mbaya zaidi ya kuua" imethibitika kuwa ya muhimu sana. Kirai hicho hicho kimefunuliwa tena baada ya mashambulizi dhidi ya msafara kule Makka (Sura 2:217) wakati wa mwezi mtakatifu (kipindi ambacho desturi za makabila ya Kiarabu zilikataza uvamizi). Ilimaanisha kuwa, kumwaga damu ya makafiri (wasioamini) ni jambo dogo sana kuliko la Waisalamu kupotoshwa kutoka kwenye imani yao.

Kirai kingine cha muhimu katika aya hii kutoka *Sura* 2 ni "wapigeni hadi kusiwepo na *fitna.*" Hii nayo ilifunuliwa kwa mara ya pili, baada ya vita ya Badr, wakati wa mwaka wa pili kule Medina (Sura 8:39).

Kauli hizi za *fitna*, kila moja ilidhihirishwa mara mbili, zilianzisha kanuni kuwa *jihad* ilihalalishwa na kuwepo kwa kikwazo chochote kile kwa watu wanaoingia Uislamu, au kwa vichocheo kwa

Waislamu kuiacha imani yao. pamoja na kuwa ilikuwa ni vibaya kuwapiga na kuwaua wengine, kuuhujumu au kuuzuia Uislamu ilikuwa ni kitu kibaya zaidi.

Wanazuoni wengi wa Kiislamu waliipanua dhana ya *fitna* kujumuisha hata kule kuwepo tu kwa kutokuamini, hivyo kauli hiyo ingeweza kutafsiriwa kuwa ni "kutokuamini ni kitu kibaya zaidi ya kuua."

Kwa uelewa wa namna hii, kirai *"fitna"* ni kibaya zaidi ya kuua" ikawa ni wajibu wa kiujumla kuwapiga na kuwaua wasioamini wote waliokataa ujumbe wa Muhammad, iwe wanawaingilia Waislamu au sivyo. Kule tu kwa Wasioamini kutenda kitendo cha 'kutoamini' kwa kutumia kauli ya msemaji mkuu Ibn Kathir – kulikuwa ni uovu mkubwa zaidi kuliko kwa wao kuuawa. Hali hii ilitoa uhalali wa kuwepo vita kwa ajili ya kuondoa kutokuamini, na kuufanya Uislamu kutawala dini nyingine zote (Sura 2:193; Sura 8:39).

"Sisi ni wahanga!"

Kupitia aya hizi katika Kurani, Muhammad alikuwa anasisitiza kuwa Waislamu ni wahanga. Ili kudumisha msimamo wa kitheolojia kuwa kuwateka wengine ndiyo ukombozi, inakuwa ni lazima kutafuta misingi ya kumkuta adui asyeamini kuwa na hatia na kuwa anastahili kushambuliwa. Vilevile, kadiri adhabu inavyozidi kuwa kali kupindukia, ndivyo inavyokuwa lazima kusisitiza kuwa adui ana hatia. Kwa kuwa kwa amri ya Mungu mateso ya Waislamu yalikuwa "mabaya zaidi ya mauaji," ikawa ni lazima kwa Waislamu kuchukulia kuwa hali yao ya kuwa wahanga ni kubwa zaidi ya walivyowatenda maadui zao. Hali mbaya zaidi ya uhanga kwa Waislamu ikawa ni lazima kulingana na fundisho, ni kipengele cha 'dira ya imani' kwa Waislamu.

Ni huu msingi wa kitheolojia, uliowekewa msingi ndani ya Kurani na Sunna ya Muhammad, unaofafanua kwa nini, kila mara, baadhi ya Waislamu wamekuwa wakisisitiza kuwa uhanga wao ni mkubwa zaidi ya ule wa wale ambao wamewashambulia. Hali ya mawazo ya namna hii ilionyeshwa na Ahmad bin Muhammad, Profesa wa Algeria wa Siasa za Kidini, katika mdahalo wake na Prof. Wafa Sultan katika Runinga ya Al Jazeera. Kutokana na kukasirishwa na hoja za Dkt. Sultan, akaanza kupiga kelele:

Sisi ni wahanga! ... Kuna mamilioni ya watu wasio na hatia miongoni mwetu [Waislamu], wakati wasio na hatia miongoni mwenu ... idadi yao ni dazeni kadhaa, mamia, au maelfu, kama wako wengi.

Mawazo ya kuwa mhanga yanaendelea kuzikumba jamii nyingi za Kiislamu hata leo hii, na kudhoofisha uwezo wao wa kuwajibika kwa matendo yao wenyewe.

Kulipiza Kisasi

Wakati nguvu ya kijeshi ya Muhammad kule Medina ilipoongezeka, na ushindi ukaendelea kupatikana, vitendo vyake dhidi ya maadui walioshindwa vilizungumza mengi kuhusu msukumo wake wa kupigana. Tukio kubwa lilikuwa vile Muhammad alivyomtendea 'Uqba, ambaye awali aliwahi kumrushia kinyesi na utumbo wa ngamia. 'Uqba alitekwa katika vita vya Badr, na alisihi maisha yake yasidhuriwe akisema 'Lakini ni nani atakayewaangalia watoto wangu, Ee Muhammad?' Jibu lilikuwa 'Jehanamu!', na baadaye Muhammad akaagiza 'Uqba auawe. Baada ya vita ya Badr, miili ya watu wa Makka waliouawa ilitupwa katika shimo, na Muhammad alikwenda palipokuwa na shimo katikati ya usiku mnene kuwadhihaki wale wafu wa Makka.

Matukio kama haya yanaonyesha kuwa Muhammad alitafuta kulipiza kisasi na kujitetea dhidi ya wale waliokuwa wamemkataa. Alisisitiza kuwa yeye ndiye aliyekuwa na kauli ya mwisho, hata juu ya wafu.

Wale waliomkataa Muhammad wakati wote walikuwa juu katika orodha yake ya watu wa kuuawa. Alipoiteka Makka, Muhammad alihimiza kuachwa kwa mauaji. Hata hivyo, kulikuwa na orodha ndogo ya watu waliotakiwa kuuawa kwa hali yoyote ile. Watatu waliokuwa waasi, wawili (mmoja mwanamke) walikuwa watu waliomlaani Muhammad kule Makka, na wawili walikuwa wasichana watumwa waliokuwa wakiimba nyimbo za dhihaka kuhusu yeye.

Orodha ya watu wa kuuawa kule Makka inaakisi chuki ya Muhammad ya kukataliwa. Waasi walikuwa ni tishio kwa *fitna*, kwa kuwa walikuwa mashahidi kwa uwezekano wa kuuacha Uislamu, wakati ambapo wale waliomdhihaki au kumlaani Muhammad walikuwa watu hatari kwa sababu walikuwa na uwezo wa kuhujumu imani ya wengine.

Athari kwa Wasio-Waislamu

Kiini cha kukataliwa kwa wasioamini katika Sheria ya Kiislamu kinapatikana katika mtazamo wa dunia wa Muhammad wenye mhemko na mwitikio wake yeye mwenyewe kwa hali ya kukataliwa. Awali Muhammad alilenga zaidi kwenye uadui wake kwa watu wa kabila lake, Waarabu wapagani. Tunaweza kuona mtiririko katika vitendo vya Muhammad dhidi ya Waarabu wapagani ambapo hali ya kukwazwa katika majaribu waliyowatwika Waislamu yanatumika kuhalalisha fundisho ambalo kule kuwepo kwa kutokuamini huleta fitna. Mtiririko uo huo vilevile unapatikana katika namna ambavyo Muhammad alishughulika na Watu wa Kitabu. Kwa kuwa walikuwa walioukataa Uislamu, katika hali ya kudumu walihesabiwa kuwa wenye hatia, na hivyo kustahili kugandamizwa na kuchukuliwa kuwa dhalili.

Kabla ya kutekwa kwa Makka, Muhammad aliota ndoto kwenda kuhıjı Makka. Hili lilikuwa jambo lisilowezekana kwa wakati huo, kwa sababu Waislamu walikuwa katika hali ya vita na watu wa Makka. Baada ya ndoto yake, Muhammad akafanya mapatano ya Hudaybiyyah, ambayo yalimwezesha kufanya safari yake ya hija. Mapatano hayo yalikuwa ya miaka kumi, na moja ya vipengele vyake kilikuwa Muhammad angemrejesha kwa watu wa Makka yeyote ambaye angekuja kwake bila ya ruhusa ya walezi wake. Hii ilijumuisha watumwa na wanawake. Mapatano hayo vilevile yaliruhusu watu wa upande wowote kuingia katika ushirikiano na upande mwingine.

Muhammad kwa upande wake, hakutekeleza upande wake wa makubaliano, kwa sababu watu waliotoka Makka walipomjia kwa ajili ya kudai wake zao au watumwa alikataa kuwarejesha wakimbizi hao, akidai mamlaka ni ya Allah. Shauri la kwanza lilimhusu mwanamke, Umm Kulthum, ambaye kaka zake walikuja kumkomboa. Muhammad alikataa, Kwa maana, kama Ibn Ishaq alivyoeleza, 'Allah alikataza' (tazama pia Sura 60:10).

Sura 60 inawaagiza Waislamu wasifanye urafiki na wasioamini. Inasema ikiwa Mwislamu yeyote atampenda mtu wa Makka kwa siri, atakuwa amepotoka: Kwa vyovyote vile nia ya asiyeamini ni kumsababisha Mwislamu aache kuamini. Sura nzima ya 60 (Sura 60) inakinzana na ile hali ya mapatano ya Hudaybiyyah, ambayo yalisema kwamba 'hatutaonyesha uadui mmoja na mwenzake na kuwa hakutakuwa na hifadhi ya siri au kutokuaminiana'. Hata hivyo, wakati Waislamu walipoishambulia na kuiteka Makka, hii ilisemekana kuwa halali katika msingi uliodai kwamba ni wale wa Quraysh waliokiuka mapatano.

Baada ya hapo, Allah alitangaza kuwa hakutakuwa na mapatano mengine yoyote yatakayofanywa na - waabudu sanamu- 'Allah amejitoa ... kutoka miongoni mwa waabudu sanamu' na 'Waueni waabudu sanamu popote mtakapowakuta' (Sura 9:3-5)

Mtiririko huu matukio unafunua kile kilichokuja kuwa mtazamo wa ndani sana wa Kiislamu kuwa wasiouamini Uislamu kwa asili ni watu wanaovunja mapatano, wasioweza kutimiza maagano (Sura 9:7-8). Wakati huo huo, Muhammad, kwa maelekezo kutoka kwa Allah, akadai haki yake ya kuvunja maagano na makafiri. Wakati Muhammad akidai mamlaka kutoka nguvu iliyo juu, alikiuka makubaliano yake, hilo halikuchukuliwa kuwa ni uvunjifu wa haki.

Matukio kama haya yanadhihirisha kuwa Muhammad kwa kuwaweka wasioamini katika kundi la wanaowashawishi Waislamu kuiacha imani yao (yaani, wanafanya *fitna*) akafanya iwe haiwezekani kuwa na uhusiano wa kawaida nao, maadamu wamekataa kuukubali Uislamu.

Katika sehemu hizi zinazofuata tunaona vile Muhammad alivyowageuzia Wayahudi wa Uarabuni chuki na mashambulizi yake, zikiwa na athari mbaya sana. Maingiliano ya Muhammad na Wayahudi wa Uarabuni yalijenga msingi wa sera ya Kiislamu kwa wasio-Waislamu, ikiwemo mfumo wa Agano la *Dhimma* kwa ajili ya Watu wa Kitabu, ambao tutauangalia kwa undani katika somo la baadaye.

Mawazo ya Muhammad ya awali juu ya Wayahudi

Mwanzoni kilichomvutia Muhammad kwa Wayahudi kilihusu madai yake kuwa alikuwa ni nabii katika mlolongo mrefu ambao ulijumuisha manabii wengi wa Kiyahudi. Katika kipindi kile cha mwishoni cha kule Makka na cha mwanzoni cha kule Medina, kuna marejeo mengi kuhusu Wayahudi, mara nyingi wakiitwa kuwa ni Watu wa Kitabu. Katika kipindi hicho Kurani inazungumza kuwa ingawa kulikuwa na baadhi ya Wayahudi wanaoamini na wangine wasioamini, ujumbe wa Muhammad uliwafikia wote hao kama baraka (Sura 98:1-8).

Vilevile Muhammad alikuwa amekutana na baadhi ya Wakristo wakati akiwa kule Makka, na mawasiliano hayo yalikuwa yenye kutia moyo. Binamu ya Khadija aliyekuwa Mkristo, Waraqa alikuwa amemtambua Muhammad kama nabii, na Wakristo wa Abyssinnia waliokutana naye kule Makka waliamini hivyo. Pengine alitarajia kuwa Wayahudi nao wangeupokea vizuri ujumbe wake, walibaini ndani yake 'ishara dhahiri' kutoka kwa Allah (Sura 98) na kuupokea vizuri ujumbe wake. Hakika Muhammad alisema kuwa alichokuwa akikifundisha kilikuwa ni sawa na yale ya dini ya Kiyahudi, ikiwa ni pamoja na 'kufanya sala' na kulipa *zaka*[8] (Sura 98.5). Naye akawaelekeza wafuasi wake husali wakitazam *al-Sham* 'Syaria', ambayo inatafsiriwa kumaanisha Yerusalemu, wakiiga desturi ya Kiyahudi.

Wakati Muhammad alipowasili kule Medina, kanuni za Kiislamu zinaarifu kuwa alitekeleza Makubaliano kati ya Waislamu na Wayahudi. Agano hili liliitambua dini ya Kiyahudi 'Wayahudi wana dini yao na Waislamu wanayo yao' nalo liliamuru Wayahudi wamtii Muhammad.

Upinzani kule Medina

Muhammad alianza kuwasilisha ujumbe wake kwa Wayahudi waliokuwa wakazi wa Medina, lakini alikutana na upinzani usiotarajiwa. Kanuni za Kiislamu zinaelezea hili kuwa ni wivu.

---

[8] Moja ya nguzo tano za kiisalmu, *zakat* ni kodi ya kidini ya kila mwaka.

Baadhi ya mafunuo ya Muhammad yalikuwa na rejea za maandiko ya Biblia, na hapana shaka ma-rabbi walipinga mafundisho hayo, wakionyesha kukinzana katika tafsiri za Muhammad.

Nabii wa Uislamu akayaona maswali ya ma-rabii kuwa ya usumbufu, na wakati mwingine Kurani zaidi ilishushwa kwake, ikimjaza majibu ya kuwapa. Kila mara Muhammad alipokutana na changamoto ya swali, aliligeuza tukio hilo kuwa fursa la kujithibitisha yeye mwenyewe, kama ilivyoakisiwa kwenye aya za Kurani.

Moja kati ya mikakati rahisi aliyoitumia Muhammad ilikuwa kusisitiza kuwa Wayahudi walikuwa wadanganyifu, wakinukuu aya zilizowafaa, lakini wakificha nyingine ambazo zisingetetea hoja yao (Sura 36:76; Sura 2:77). Jibu jingine kutoka kwa Allah lilikuwa kwamba Wayahudi kwa makusudi kabisa waliyapotosha maandiko yao. (Sura 2:75).

Mazungumzo ya rabbi (walimu wa Kiyahudi) na Muhammad yalitafsiriwa kulingana na kanuni za Kiislamu, si mazugumzo ya kweli kati ya pande mbili au majibu ya kuridhisha kwa madai ya Muhammad, lakini kama *fitna*, ikiwa ni jaribio la kuuangamiza Uislamu na imani ya Waislamu.

Theolojia ya uhasama ya wanaokataa

Mazungumzo na Wayahudi yaliyokanganya yalichangia kuongezeka kwa uadui wake dhidi yao. Wakati ambapo katika wakati uliopita baadhi ya aya zilisema kuwa baadhi ya Wayahudi walikuwa waumini, sasa Kurani ilitamka kuwa watu wote wa utaifa wa Kiyahudi wamelaaniwa na ni wachache tu kati yao walikuwa waumini wa kweli (Sura 4:46)

Kurani ilidai kuwa huko nyuma baadhi ya Wayahudi waligeuzwa kuwa tumbili na nguruwe kwa sababu ya dhambi zao (Sura 2:65, Sura 5:60; Sura 7:166). Allah vilevile, aliwaita kuwa wauwaji wa manabii (Sura 4:155; Sura 5:70). Inasemekana kuwa Allah alikuwa ameuvunja uhusiano wake na Wayahudi wavunja-maagano, akiifanya mioyo yao kuwa migumu, ili daima Waislamu watarajie kuwakuta kuwa ni wasaliti (isipokuwa kwa wachache tu) (Sura

5:13). Kwa kuwa walikuwa wamevunja agano lao, Wayahudi walitangazwa kuwa 'walioshindwa' ambao wamepoteza uongozi wao wa kweli (Sura 2:27).

Kule Medina, Muhammad alikuja na mawazo kuwa ametumwa kuja kurekebisha makosa ya Wayahudi (Sura 5:15). Mapema katika wakati wake kule Medina, mafunuo ya Muhammad yalionyesha kuwa dini ya Kiyahudi ilikuwa halali (Sura 2:62). Hata hivyo, mstari huu ulifutwa na ule wa Sura 3:85. Muhammad alimalizia kwa kusema kuwa kuja kwake kuliifuta dini ya Kiyahudi, na kuwa Uislamu aliouleta yeye ulikuwa ndiyo dini ya mwisho, na Kurani ufunuo wa mwisho. Wote walioukataa ujumbe wake watakuwa watu wa 'kushindwa'(Sura 3:85). Haitakubalika tena kwa Wayahudi – au Wakristo – kufuata dini zao za zamani: walipaswa kumtambua Muhammad, na wao pia kuwa Waislamu.

Katika mistari ya Kurani, Muhammad akaanzisha mashambulizi kamili dhidi ya Dini ya Kiyahudi. Hii iliibuka kutokana na Muhammad kukwazwa kwa kiasi kikubwa kwa sababu Wayahudi walioukataa ujumbe wake. Jambo hili lilikuwa ni jingine la Muhammad la kujithibitisha mwenyewe kama lile alilokimbilia kulifanya kwa wale watu wa Makka walioabudu sanamu. Kisha Muhammad akaenda mbali zaidi na kutekeleza, na akachukua hatua kali zaidi.

Kukataliwa kunageuzwa vurugu

Kule Medina. Muhammad akaanza kampeni ya kuwatishia na hatimaye kuwaua Wayahudi. Akiwa amepata ujasiri kufuatia ushindi dhidi ya waabudu sanamu katika vita ya Badr, aliwaendea kabila ya Wayahudi la Qaynuqa' na kuwatishia kuwa watakabiliwa na kisasi cha Mungu. Kisha akapata kisingizio cha kuwahusuru Wayahudi wa Qaynuqa na kuwafukuza kutoka Medina.

Kisha, Muhammad akaanza mfululizo wa mauaji ya Wayahudi yaliyopangwa kwa walengwa maalum, na kutoa amri kwa wafuasi wake "kumuua kila Myahudi atakayeangukia chini ya uwezo wake." Kwa Wayahudi akawatangazia *aslim taslam* 'kubali Uislamu nawe utakuwa salama'.

Badiliko kubwa lilitokea katika ufahamu wa Muhammad. Wasio Waislamu walikuwa na haki juu ya mali zao na maisha yao ikiwa tu

127

wangeuunga mkono na kuuheshimu Uislamu na Waislamu. Kingine chochote tofauti na hili ni *fitna*, na kisingizio cha kupigana nao.

Kazi ya Muhammad ya kushughulika na Wayahudi ilikuwa bado haijakamilika. Watu wa Banu Nadir walikuwa wanaofuatia katika mstari katika kuwafuatilia. wakitelekeza mali zao kuwa nyara kwa Waislamu. Kabila zima la Banu Nadir walikuwa wanaofuatia chini ya mlengo wake. Kabila zima za Nadir lilituhumiwa kuvunja makubaliano yao, hivyo wakashambuliwa, na baada ya kuhusuriwa kwa muda mrefu, nao pia wakafukuzwa na kuondolewa kutoka Medina, wakiacha mali zao kuwa nyara kwa Waislamu.

Baada ya hapo, Muhammad akalihusuru kabila la Kiyahudi la mwisho lililobaki, Banu Qurayza, kwa msingi wa kupokea amri kutoa wa malaika Jibrili. Pale Wayahudi walipojisalimisha bila masharti, wanaume walikatwa vichwa sokoni kule Medina- watu mia sita hadi mia tisa kulingana na taarifa za vyanzo tofauti- na wanawake wa Kiyahudi na watoto waligawanywa kama nyara (yaani, watumwa) miongoni mwa Waislamu.

Muhammad hakuwa amemaliza kabisa na Wayahudi wa Arabia. Baada ya kuufuta uwepo wao kule Medina, akaishambulia Khybar. Kampeni ya Khybar ilianza kwa kutoa machaguo mawili kwa Wayahudi: ukubali kuwa Mwislamu au uuawe. Hata hivyo, wakati Waislamu walipowashinda Wayahudi wa Khybar, chaguo la tatu likajadiliwa: kusalimu amri kwa masharti. Hivyo, ndivyo Wayahudi wa Khybar wakawa wa *dhimma* wa kwanza. (Tazama somo la 6)

Hilo ndilo linalohitimisha mjadala wetu wa namna Muhammad alivyowashughulikia Wayahudi.

Ni muhimu kufahamu kuwa Kurani inawachukulia Wakristo na Wayahudi kwa usawa kama wawakilishi wa tabaka moja, la wale 'Watu wa Kitabu'. Namna Wayahudi walivyotendewa kwenye Kurani na maisha ya Muhammad, kama 'Watu wa Kitabu' ikawa ni kiolezo cha namna ya kuwatendea Wakristo kwa miaka mingi pia.

⁂

Majibu matatu ya Muhammad dhidi ya kukataliwa

Katika simulizi ya utendaji wa kinabii wa Muhammad, tumeona alivyokutana hali za kukataliwa: kwa namna mbalimbali: katika mazingira ya familia yake mwenyewe, na jamii yake mwenyewe kule Makka, na Wayahudi kule Medina.

Aidha, tumeshuhudia matukio mengi ya witikio wake dhidi ya kukataliwa. Awali, Muhammad alionyesha *vitendo vya kujikataa yeye binafsi*, ikiwa ni pamoja na mawazo ya kutaka kujiua, hofu kuwa amepagawa, na kukata tamaa.

Vilevile kuna *vitendo vya kujihalalishia*, kana kwamba kukinzana na hofu ya kukataliwa.[9] Hii ni pamoja na matamko kuwa Allah atawaadhibu adui zake jehanamu; yanadaiwa kufunika maeneo yenye uwezekano wa kuleta fedheha, kama msisitizo kuwa manabii wote wamepotoshwa na Shetani; na aya zilizoletwa kutoka kwa Allah zilizotamka kuwa wale waliofuata mafunuo ya Allah watakuwa washindi katika maisha haya na yale yajayo.

Hatimaye, vitendo vya *kujihu kwa ukali* vilikuja kutawala. Hivi vilisababisha fundisho la *jihad* ili kuondokana na *fitna* kwa kupigana dhidi ya wasio Waislamu.

Katika majibu yake, Muhammad aliyapitia katika hali ya kujikataa mwenyewe, halafu ya kujihesabia uhalali, na hatimaye kuwa mkali. Muhammad aliyekuwa yatima akawa mtengeneza mayatima. Mwenye mashaka na yeye mwenyewe kuwa aliyefikiria kujinyonga kwa sababu aliuwa anaogopa kuteswa na mapepo, akafanyika mktataaji mkuu, akilazimisha imani yake kwa wengine kwa njia ya vita ili kuzizidi na hatimaye kuzibadili imani nyingine zote.

Katika mtazamo wa dunia wa kimhemko wa Muhammad, kuwashinda na kuwadhalilisha wasioamini 'kungeponya' hisia za wafuasi wake na kuzima hasira zao. Uponyaji huu au 'amani ya Kiisalamu' iliyopatikana kwa njia ya vita, imeelezwa katika Kurani:

---

9. Kwa ajili ya mjadala wa kukataliwa na mwitikio wake, tazama Noel and Phyl Gibson, *Evicting Demonic Squatters and Breaking Bondages*.

Wapigeni hao! Allah atawaadhibu kwa mikono yenu na kuwaaibisha, na atawasaidia dhidi yao, iponyeni mioyo ya watu wanaoamini, na ondoeni hasira kutoka mioyoni mwao. (Sura 9:14-15)

Mwanzoni Muhammad na wafuasi wake walikutana na mateso halisi kutoka kwenye mikono ya watu wanaoabudu miungu wengi. Lakini alipojitwalia madaraka kule Medina, Muhammad alikuja kuchukulia kuwa hata kule kudharau kule kuwa nabii kwake kuwa ni mateso na akaidhinisha matumizi ya nguvu kuwashughulikia wasioamini na wanaodhihaki, iwe ni waabudu miungu wengi, Wayahudi au Wakristo ili waweze kunyamazishwa, kutishiwa ili waweze kutii. Muhammad alianzisha mipango ya kiitikadi na kijeshi ambayo iliweka mpangilio wa kuondosha udhihirisho wote wa kukataliwa ulioonyeshwa kwake dini yake, na jamii yake. Alidai kuwa mafanikio ya mipango yake hiyo yalihalalisha na kuthibitisha nafasi yake kama nabii.

Wakati huo huo hayo yakitokea, Muhammad alizidi kuendelea kuwa na udhibiti juu ya wafuasi wake, Waislamu. Wakati ambapo hapo awali kule Makka Kurani ilikuwa imetangaza kuwa Muhammad alikuwa ni "mwonyaji tu," baada ya kuhamia kule Medina akafanyika kuwa jemadari wa waaminifu, akiyasimamia maisha yao kwa kiasi ambacho Kurani inatangaza kuwa "pale Allah na Muhammad na Mtume" wanapoamua jambo, hakuna kilichosalia kwa waumini lakini ni kutii tu pasipo kuhiji (Sura 33:36), na kama ambavyo tunamtii Allah, vivyo hivyo ndivyo tunavyopaswa kumtii Mtume wake (Sura 4:80).

Udhibiti aliouanzisha Muhammad katika kipindi cha kule Medina kinaendelea kuwasababishia maumivu makubwa Waislamu wengi leo kupitia *Sharia*. Mfano mmoja ni ile Sheria ya *Sharia*, iliyoanzishwa na Muhammad, kwamba ikiwa mwanamume atamtaliki mke wake kwa kusema, "Ninakuachia talaka" mara tatu, lakini baada ya hapo wanandoa hao wanataka kuingia katika ndoa tena, ni lazima kwanza mwanamke aolewe na mwanamume mwingine, afanye tendo la ndoa naye, aachiwe talaka na mumewe huyu wa pili, kisha talikiwe na mumewe wa pili kabla hajarejea kuolewa tena na mumewe wa kwanza. Sheria hii imesababisha huzuni na maumivu makubwa kwa wanawake Waislamu.

130

Kurani inatuonyesha mwendelezo wa kazi ya Muhammad ya kuwa nabii: ni ya Muhammad binafsi., kwa kiasi kikubwa ni nyaraka yake yeye peke yake, kumbukumbu ya hali yake ya uadui inayoongezeka mbele ya kukataliwa, na kuendelea kukua kwa utayari wa kuyadhibiti maisha ya wengine. Tabia ambazo baadaye zilikuja kulazimishwa juu ya wasio-Waislamu – kama vile ukimya, kujisikia hatia, na shukrani – zilikuja kutoka kwenye mwenendo wa mabadiliko ya Muhammad mwenyewe katika dhidi ya kukataliwa, wakati kwa nguvu ya mabavu, "Ninaamini kwamba hakuna mungu mwingine isipokuwa Allah, na Muhammad ni mtume wake."

Haya yanakamilisha mapitio ya jumla ya maisha na witikio wa Muhammad dhidi ya kukataliwa, alikofanyiwa na pia alivyowalizimishia wengine, na hali yake ya kujihalalishia kutafuta mafanikio dhidi ya maadui zake.

Mfano "bora kuliko yote"

Katika sura hii tumekuwa tukijifunza kuhusu sifa za msingi za Muhammad. Ingawa katika Uislamu anahesabiwa kuwa ni mfano bora kuliko yote wa kuigwa na wanadamu, tumeona kuwa aliathiriwa na tena aliharibiwa sana na hali ya kukataliwa. Mwitikio wake ulijumuisha kujikataa yeye mwenyewe, kujihalalishia mambo, kudhibiti wengine, na kuwa mkali sana. Miitikio hii dhidi ya kukataliwa ilikuwa na athari kwake na inaendelea kuwa na athari kwa watu wengine wengi hata leo hii.

Historia binafsi ya Muhammad ni ya muhimu kwa sababu matatizo yake binafsi yamekuwa matatizo ya dunia nzima kupitia *Sharia* na mtazamo wake wa dunia. Kwa njia hii, Mwisalmu anakuwa amefungwa kiroho na kitabia kulingana na mfano wa maisha ya Muhammad. Kifungo hiki kinajitokeza zaidi kupitia utaratibu wa kuitamka *shahada*, na inaimarishwa kupitia matambiko ya Uislamu wakati wowote ule *shahada* inapotamkwa. Maneno ya kwanza kabisa ambayo mtoto wa Kiislamu huyasikia punde baada ya kuzaliwa ni lile tamko la *shahada* likitamkwa masikioni mwake.

Shahada inatangaza kuwa Muhammad ni mtume wa Allah, ambalo ni kutangaza kukubalika kwa Kurani kuwa ni neno la Allah, alilopelekewa Muhammad kama mtume wa Allah. Kuikubali *Shahada* inamaanisha kutoa kibali kwa kile Kurani inachosema juu

131

ya Muhammad, ikiwemo wajibu wa kulazimika kuufuata mfano wake, kukubali kufanyiwa vitisho na laana alizotamka Muhammad dhidi ya wale wasiomfuata yeye, na wajibu wa kuwapinga na hata kupigana dhidi ya wale wanaoukataa ujumbe wake na kukataa kumfuata.

Katika hali halisi, *Shahada* ni tamko kwa ulimwengu wa roho – kwa mamlaka na falme na nguvu za ulimwengu huu wa giza (Waefeso 6:12) – kuwa muumini anafungwa na agano la kuuzingatia mfano wa Muhammad (Tazama Somo la 7). Hatua hiyo inajenga fungamano la kiroho na Muhammad. Fungamano hili la agano linatoa ruhusa kwa mamlaka na nguvu hizo kuwekeza kwa lazima juu ya waumini wa Uislamu matatizo yaleyale ya kimaadili na ya kiroho ambayo yalimpa Muhammad changamoto na kumfunga, na ambayo yamejichimbia ndani na kuimarishwa kwa njia ya *Sharia* ya Uislamu, ikijiingiza ndani sana ya tamaduni za jamii za Kiislamu.

Tumekuwa tukijadili baadhi ya tu mambo mengi hasa ya *Sunna* ya Muhammad ambayo inajinakili katika maisha ya Waislamu wengi kutokana na athari za *Shahada* na *Sharia*. Hapa tuna orodha ya baadhi ya sifa hasi zinazogubika mifano na mafundisho ya Muhammad:

- vurugu na vita
- mauaji
- utumwa
- kulipiza na kisasi
- chuki
- chuki dhidi ya wanawake
- chuki dhidi ya Wayahudi
- unyanyasaji
- aibu na kuwaaibisha wengine
- vitisho
- udanganyifu
- kukwazika
- kuwa mhanga

- kujifutia lawama
- hisia za kujiona kuwa bora zaidi ya wengine kuwa na matendo na tabia kinyume na Mungu
- Kuwa kinyume na Mungu
- kuwatawalaa wengine
- ubakaji.

Katika kuikariri shahada Waislamu kiuhalisia wanayaidhinisha madai ya Kurani na madai ya Sunna kuhusu Kristo na Biblia. Haya ni pamoja na:

- kukana kifo cha Kristo msalabani.
- chuki dhidi ya msalaba
- kukana kuwa Yesu ni Mwana wa Mungu (na kuwalaani wanaoamini hivyo)
- madai kwamba Wayahudi na Wakristo wameyaharibu Maandiko yao
- kuwa na madai kwamba Yesu atarudi na kuuangamiza Ukristo na kuulazimisha ulimwengu wote kusilimu kwa *Sharia* ya Muhammad.

Tabia na sifa hizi ama kwa hakika ni mzigo mzito sana. Moja ya changamoto zinazowakabili watu wanaouacha Uislamu na kumfuata Yesu Kristo ni kuwa isipokuwa pale tabia na sifa hizi mbaya zimeshughulikiwa kukamilifu bado zitaendelea kujipatia nafasi ndani ya nafsi za watu. Hii ni mojawapo ya sababu kwa nini Waislamu wanaomgeukia wanaweza kupatwa na masumbufu na mambo magumu katika maisha yao ya Kikristo.

Kama hadhi ya Muhammad kama mtume haijakanushwa kikamilifu, hapo ndipo vitisho na laana za Kurani, na upinzani wa Muhammad dhidi ya kifo cha Kristo na U-Bwana wa Kristo vinaweza kuwa sababu ya kuyumba kiroho, na kufanya mtu awe katika hali ya kutishwa kirahisi na kuzalisha hali hatarishi na kukosa kujiamini kama mfuasi wa Yesu. Hili linaweza kuharibu kabisa hali ya uanafunzi wa Mkristo.

Kwa sababu hii, mtu anapouacha Uislamu, inashauriwa kwa makusudi kabisa atapaswa kukataa na kuukana mfano na mafundisho ya Muhammad, pamoja na Kurani, pamoja na mustakabali na laana zote zilizoelezwa kwenye *shahada*. Katika sura uinayofuata, tutajifunza jinsi ya kufanya hivyo katika sura inayofuata tutakapoyaangalia maisha ya Yesu Kristo na msalaba wake, na kupendekeza funguo zenye nguvu za kuwekwa huru mbali na mfano wa Muhammad.

Mwongozo wa Mafunzo

Somo la 4

Msamiati

Aya za Shetani	Mkataba wa Hudaybiyyah
kufutwa	*zakat*
jini	*aslim taslam*
qarin	*Khaybar*
uhamaji	*dhimmi*
fitna	Watu wa Kitabu

Mwitikio wa kukataliwa: kujikataa-binafsi, kujihesabia - uhalali, ukali

Majina mapya

- Wa Quraysh, kabila la Muhammad kule Makka
- Abdullah bin Abd al-Muttalib: Baba wa kiarabu wa Muhammad (alikufa 570 BK)
- Abu Talib: Mjomba na mlezi wa Muhammad (alikufa 620 BK)
- Abu Lahab: Mjomba na mpinzani wa Muhammad (alikufa 624 BK)
- Khadija: Mke wa Muhammad wa kule Makka (alikufa 620 BK)
- Ibn Kathir: Mwanahistoria na mwanazuoni wa Syria (1301-1373 BK)
- Ibn Ishaq: Mwandishi wa wasifu wa

Muhammad wa Ki-Syria na Mwislamu (704-768 BK). Maelezo yake kuhusu Muhammad yalirekodiwa —katika hali ya kuhaririwa—na Ibn Hisham (c. 833 BK).

- Jibril: Malaika anayedaiwa kumpelekea Muhammad jumbe kadhaa
- Waraqa: Binamu Mkristo wa Khadija, mke wa kwanza wa Muhammad
- Ali bin Abu Talib: binamu mdogo wa Muhammad, mwana wa Abu Talib na mwongofu wa pili wa Muhammad (601-661 BK)
- Al-Tabari: Mwislamu mwanahistoria mwenye ushawishi mkubwa na mzungumzaji wa Kurani (839-923 BK)
- Al-Lat, al-Uzza, na Manat: miungu wa kike wa Makka, mabinti watatu wa Allah
- Wahashemi: wazao wa baba wa babu yake Muhammad, Hashim
- Yathrib: jina la awali la mji wa Medina
- Ansar 'wasaidizi': Watu wa Medina waliomfuata Muhammad
- Dk. Wafa Sultan: Mtaalam wa masuala ya akili na mkosoaji wa Uislamu raia wa Syria na-Marekani (amezaliwa 1958 BK)
- Ahmad bin Muhammad: Raia wa Algeria Profesa wa Siasa za Kidini
- Uqba: Mwarabu wa Makka mpinzani na adui wa Muhammad
- Bahira: Mtawa wa Kikristo ambaye Muhammad alikutana naye katika safari zake
- Banu Qaynuqaʻ, Banu Nadir na Banu Qurayza: Makabila ya Kiyahudi ya Medina

Biblia katika somo hili

Waefeso 6:12

Kurani katika somo hili

Sura 111	Sura 46:29-32	Sura 36:76	Sura 2:27
Sura 93	Sura 71:1-15	Sura 2:77	Sura 5:15

Sura 109:6	Sura 83:29-36	Sura 2:75	Sura 2:62
Sura 53	Sura 2:190-93	Sura 4:46	Sura 3:85
Sura 22:52	Sura 2:217	Sura 2:65	Sura 9:14-15
Sura 53:1-3	Sura 8:39	Sura 5:60	Sura 33:36
Sura 68:1-4	Sura 2:193	Sura 7:166	Sura 4:80
Sura 20:64, 69	Sura 60:10	Sura 4:155	
Sura 26:40-44	Sura 9:3-5, 7-8	Sura 5:70	
Sura 10:95	Sura 98:1-8	Sura 5:13	

Maswali somo la 4

- Jadili mfano huu wa mafunzo.

Mwanzo katika familia

1. Matukio gani matatu yaliyotokea na kusababisha maumivu katika miaka ya awali ya Muhammad?

2. Mjomba wa Muhammad **Abu Lahab** anajulikana kwa ajili ya nini?

3. Kuna mambo gani sita ya kipekee katika ndoa ya Muhammad na **Khadija**?

4. Muhammad na **Khadija** walipatwa na mateso gani wakati wa kuzaliwa?

5. Ni watu gani wawili walioonyesha kumjali sana Muhammad?

137

Dini mpya imeanzishwa (Makka)

6. Muhammad alikuwa na umri gani wakati alipoanza kupata maono ya kutembelewa na 'Malaika' **Jibril** na aliyapokeaje?

7. Wakati **Waraqa** aliposikia juu ya maono ya Muhammad maono ya kutembelewa na malaika, alitangaza jambo gani?

8. Muhammad kwa kurudia rudia alikuwa na hofu ya nini, ambapo Allah kwa kurudia rudia alimhakikishia kuwa haikuwa hivyo?

9. Waumini wa mwanzo wa Uislamu walikuwa akina nani?

Kabila lake Muhammad

10. Jambo gani lilisababisha jamii ndogo ya Waislamu kuwa ya wachache waliodharauliwa?

11. Mjomba **Abu Talib** alikuwa na jukumu gani la muhimu, ingawa hakuwa Mwislamu?

12. Jambo gani lilifanyika sera mpya ya kabila la **Quraysh** kule Makka kwa Muhammad na jamii yake?

13. Waislamu wengi walikimbilia katika taifa gani la Kikristo na ni wanaume wangapi walikimbia pamoja na familia zao?

Kujionea mashaka na kujithibitisha

14. Muhammad alipewa makubaliano gani ambapo Sura 109:6 ilihusika?

15. Ni mambo gani ambayo Muhammad alikubali kuyaachilia yaliyowafanya watu wa Makka kufurahia na ambayo baadaye aliyafuta, na ambayo sasa yanajulikana kama **aya za Shetani?**

16. Kufuatia Muhammad kufuta msimamo wake wa awali Sura 22:52 ilitoa udhuru gani?

17. Muhammad alifanya vitendo gani vya kujisifu mara nyingi, kutangaza kujiona kuwa ni bora zaidi?

18. Kitu gani kilifanyika dhana mpya ya 'mafanikio' mwishoni mwa kipindi cha Makka?

Kukataliwa zaidi na marafiki wapya

19. Ni mapigo mawili ya namna gani yalimngojea Muhammad na ni mahali gani alipowapata walinzi wapya?

20. Wakati Muhammad alipokuwa akirejea kutoka Ta'if, ni akina nani waliupokea Uislamu walipomsikia akisali?

21. Kuna sababu zipi mbili ambazo Durie anazitoa kwa Waislamu wengi kuwa katika hali ya kwa ulimwengu wa roho?

22. Ni ahadi gani iliyotolewa na Ansar kutoka Medina kwa ajili ya Muhammad?

23. Ni jambo gani ambalo Muhammad alifanikiwa katika mwaka wake wa kwanza akiwa Medina ambalo hakufanikiwa kule Makka?

Je, Muhammad alikuwa mtu wa amani kule Makka?

24. Ni matangazo gani yenye madhara yanayopatikana katika *Sura* za Makka?

25. Kitu gani, kulingana na **Ibn Ishaq**, ambacho Muhammad aliahidi kuwa kitawatokea watu wa kabila la **Quraysh**?

☫

Kutoka mateso hadi mauaji

26. Muhammad aliwatuhumu watu wa kabila la Quraysh kuwa walitumia nini dhidi yake ambacho, kilihalalisha kusudi zima la mapigano?

27. Kulingana na Muhammad, ni jambo gani lenye kuumiza sana kuliko kuua watu au kuukiuka kwa hasira?

28. Kitu gani wakati wote kinahalalisha *jihadi*?

29. Ikiwa 'unatenda kutoamini', unastahili nini, kulingana na wanazuoni wa Kiislamu na mwanazuoni wa Kisyria na Kiajemi **Ibn Kathir**?

"Sisi ni wahanga!"

30. Kwa nini Waislamu wanahesabu hali yao ya kuwa wahanga kuwa ni mbaya zaidi ya mauaji ya maadui zao?

31. Juu ya jambo gani Profesa **Ahmad bin Muhammad** amejenga kesi yake ya kuwa mhanga alipokuwa akijadiliana na Dkt. **Wafa Sultan**?

Kulipiza kisasi

32. Je, vile Muhammad alivyomtendea Uqba na tabia yake hiyo vinaashiria nini?

33. Je, orodha ya Muhammad ya watu wa Makka waliotekwa na wanaotakiwa kuuawa inaashiria nini?

Athari kwa wasio-waislamu

34. Ni jambo gani liliwangojea **Watu wa Kitabu** wakati ambapo nao pia waliokataa Uislamu?

35. Jambo gani, kulingana na Durie, lilikuja kuyatawala maisha ya Muhammad?

36. Kwa nini Muhammad alijisikia kuwa angeweza kuyakiuka **Makubaliano ya Hudaybiyyah?**

37. Je, Mistari ya Sura 9:3-5 inawaagiza Waislamu kuwafanya nini waabuduo sanamu?

✿

Mawazo ya Muhammad ya awali juu ya Wayahudi

38. Je, Wayahudi wanazungumziwaje katika sura za Kurani na katika Sura 98?

39. Ni nini kinachoashiria kuwa Muhammad alitarajia kuwa Wayahudi wangeupokea vizuri ujumbe wake?

Upinzani kule Medina

40. Kwa nini Muhammad ilimbidi ategemee zaidi mafunuo mapya ya Kurani katika mijadala yake na rabii (walimu wa wa Kiyahudi) wa Medina?

41. Ni kwa njia zipi mbili ambazo Muhammad alijibu *fitna* za Wayahudi?

Theolojia ya uhasama kwa wanaokataa

42. Durie anaelezea ujumbe wa Muhammad wa upinzani dhidi ya Wayahudi: Kurani inasemaje kuhusu "Wayahudi walivyokuwa"?

    1) Sura 4:46 ...

    2) Sura 7:166, nk ...

    3) Sura 5:70 ...

    4) Sura 5:13 ...

    5) Sura 2:27 ...

43. Muhammad sasa aliamini nini kuwa ujumbe wake umebatilishwa?

Kukataliwa kunageuzwa vurugu

44. Je, Muhammad aliwafanya nini kabila la kwanza la Wayahudi wa **Qaynuqa**?

45. Kwa nini Muhammad alihubiri *aslim taslam* kwa Wayahudi waliobaki Medina?

46. Je, Muhammad aliwafanya nini kabila la pili la Wayahudi wa Medina wa **Nadir**?

47. Je, Muhammad aliwafanya nini kabila la tatu la Wayahudi wa Medina wa **Qurayza**?

48. Je, Muhammad aliwafanya nini Wayahudi wa kabila la **Khaybar**?

49. Ni akina nani wanaotazamwa kuwa ni **Watu wa Kitabu** katika Uislamu?

⁂

Majibu matatu ya Muhammad dhidi ya kukataliwa

50. Kupitia matokeo ya namna mbalimbali za **kukataliwa**, ni katika hatua zipi tatu alizozipitia Muhammad katika majibu yake?

51. Kulingana na Sura 9:14-15, Ni kitu gani "kitakachoponya" hisia za Muhammad na wafuasi wake na kuzima hasira zao?

52. Je, Muhammad alifanya nini kuzuia kukataliwa yeye mwenyewe na jamii yake?

53. Je, kulikuwa na badiliko gani katika jukumu la Muhammad baada ya kuhamia Medina?

54. Je, ni kitu gani katika mistari ya mwisho ya Kurani kinahesabiwa kuwa njia ya kumtii Allah?

55. Je, ni juu ya nini hasa umewekwa msingi ule wa ukimya wa kulazimishwa, hatia, na shukrani za wasio-Waislamu?

Mfano "bora kuliko yote"

56. Ni kwa namna gani matatizo ya Muhammad yamekuwa matatizo ya dunia nzima?

57. Ni maneno gani ya kwanza hutamkwa katika sikio la mtoto mchanga wa Kiislamu punde anapozaliwa?

58. Ni mambo gani mawili ambayo Waislamu huyaidhinisha wanapoitamka *shahada*?

59. Kulingana na Durie, ni ruhsa ya namna gani kule kuitamka *shahada* hutoa kwa nguvu za kiroho?

60. Ikiwa umekutana wewe binafsi na Waislamu, je, umewahi kuona lolote kati ya mambo 18 ya mfano wa Muhammad kama yalivyoorodheshwa hapo chini? (Zungushia duara)

- vurugu / vita
- Mauaji
- Utumwa
- Kulipiza /kisasi
- chuki
- chuki dhidi ya wanawake
- chuki dhidi ya Wayahudi
- kudhalilisha
- Aibu / kuaibisha
- vitisho

- udanganyifu
- kukwazika
- kuwa mhanga
- kujihesabia haki
- kujisikia bora kuliko wengine
- kuwa kinyume na Mungu
- kuwatawala wengine
- ubakaji
- hakuna lolote kati ya yaliyo hapo juu

61. Kurani na *Sunna* zinajibuje hali ya Kristo kuwa Mwana wa Mungu?

62. Kurani na *Sunna* zinaijibuje Biblia?

63. Je, Kurani na *Sunna* zinasema nini kuwa Yesu (Isa) atawafanyia Wakristo atakaporejea duniani?

64. Tunapoukataa na kuukana mfano wa Muhammad na laana zinazoambatana nao, kitu gani kingine tunakikataa?

65. Ni mambo gani manne ya kiroho yanaweza kutokea kwa kutomkana Muhammad wazi wazi?

5

Kufunguliwa kutoka *Shahada*

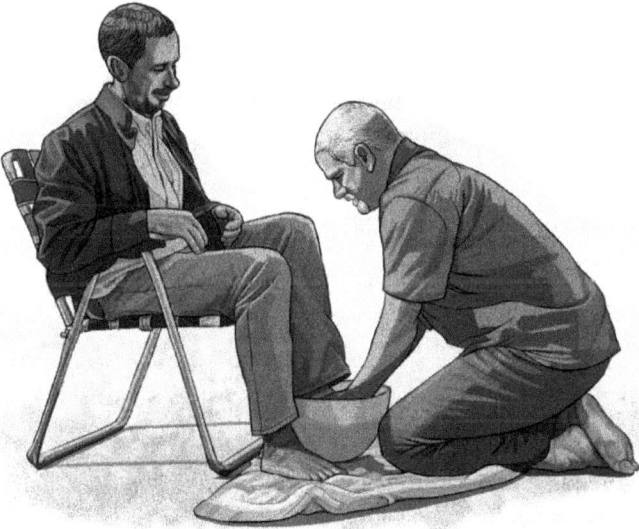

"Mtu akiwa ndani ya Kristo amekuwa kiumbe kipya."
2 Wakorintho 5:17

Madhumuni ya Somo

a. Kutofautisha na kufahamu jinsi ambavyo Yesu na Muhammad walivyokuwa kwa namna ambavyo walipokea kukataliwa.

b. Kuchunguza njia mbalimbali ambazo Yesu alihojiwa, alikataliwa, na kudharauliwa.

c. Kufahamu namna ambavyo Yesu alikumbatia kukataliwa na alikataa vurugu.

d. Kutambua matokeo makubwa ya mafundisho ya Kristo ya kuwapenda adui zetu.

e. Kukubali kuwa Yesu aliwaandaa wanafunzi wake na Wakristo wote kwa mateso yatakayokuja baadaye.

f. Kuelewa vile Mungu anavyoshughulikia kukataliwa kwa wanadamu na kimungu katika kifo cha Yesu Kristo juu ya msalaba.

g. Kuelewa jinsi ufufuo na kupaa kulivyoonyesha uthibitisha wa kifo cha Yesu Kristo.

h. Kujua kwa uhakika chuki kubwa aliyokuwa nayo Muhammad dhidi ya msalaba wa Yesu.

i. Kujenga mahusiano ya kumwamini Kristo kwa kuisema sala ya kumfuata.

j. Kuangalia mistari ya maandiko inayotamka kweli 15 mahsusi unapojiandaa kuikana *shahada*.

k. Kudai kufunguliwa kiroho kutoka kwenye *shahada* kwa kuisema sala ya kukana.

Mfano wa Mafunzo: Je, wewe ungefanya nini?

Umealikwa Kwenda Jos, Nigeria kuhudhuria kongamano la "Imani na Haki". Umegharamiwa gharama zote kikamilifu na unakwenda kule ukiwa kama mfanyakazi wa kujitolea na wa kutoa usaidizi kwenye idara ya Habari. Unaona majadiliano kuwa yenye hisia kali na yenye mvuto na pia unahamasishwa na uongozi kuketi na kusikiliza vipindi vidogo vidogo vinapokuwa katika warsha. Unafanya hivyo kwa hiari na utashi wako.

Ilipofika siku ya pili, suala lililokuwa likijadiliwa katika kikundi kidogo ulichokuwemo ni "Je, Wakristo wanapaswa kugeuza shavu la tatu?"[10] Kuna sauti mbili katika kikundi chako wakati wote zimedumu kusimamia hoja ya kutokuchukua hatua ya vurugu, kuendelea na hatua za amani, na kuukimbia muktadha wowote ule wenye kutumia nguvu. Wengi zaidi walio kwenye kikundi chako wanaupinga msimamo huu, wakisema, "Kukimbia kwa hofu na kutokutumia nguvu kutawahamasisha tu Waislamu kueneza usafishaji wa kidini katika nchi yote ya Nigeria." Waislamu, wanasisitiza wanakikundi, watakachoheshimu ni upinzani wa nguvu pekee, mbinu thabiti za kujilinda, na jamii ya kanisa iliyo macho. Wakristo wa kweli huzilinda nyumba zao na vijiji vyao na hawakimbii vurugu.

Pande zote mbili zinatumia maandiko kuthibitisha wanayoyaamini. Hatimaye wanakugeukia wewe na kusema, Wewe je, unasemaje? Yesu alisema, 'Mgeuzie shavu la pili.' Je, tunapaswa tugeuze hata shavu la tatu?"

Je, wewe utasemaje?

Katika sehemu hizi, tunaangalia jinsi Yesu alivyopokea matukio ya kukataliwa. Maisha ya Yesu, kama ambavyo haikuwa tofauti katika maisha ya Muhammad, ni ya simulizi ya kukataliwa, ambayo yanafikia kilele chake juu ya msalaba. Muhammad alijibu mateso

---

[10] Kwa maneno mengine, je, Wakristo wanapaswa kuendelea kugeuza shavu jingine, sit u mara moja, lakini mara mbili au mara nyingi zaidi?

kwa kulipiza kisasi: Mwitikio wa Kristo ulikuwa wa tofauti kabisa na hilo ndilo linatupatia ufunguo au msingi wa uhuru kutoka kwenye Uislamu.

Mwanzo Mgumu

Kama ilivyokuwa kwa Muhammad, mazingira ya familia ya Yesu yalikuwa mbali sana na kuwa ya kutamaniwa. Wakati wa kuzaliwa kwake hali ya kunyanyapaliwa ya kuwa haramu ilikaa juu yake (Mathayo 1:18-25). Alizaliwa katika mazingira ya hali ya chini, katika hori ya kulishia ng'ombe (Luka 2:7). Baada ya kuzaliwa kwake, Herode mfalme alijaribu kumuua. Baadaye akawa mkimbizi, akitorokea Misri (Mathayo 2:13-18).

Yesu anahojiwa

Wakati Yesu alipoanza huduma yake ya duniani, akiwa na umri wa takriban miaka thelathini, alikutana na upinzani mkubwa sana. Kama ilivyokuwa kwa Muhammad, viongozi wa dini ya Kiyahudi walimuuliza Yesu maswali yaliyokusudiwa kumpinga na kudharau mamlaka yake:

... waandishi na Mafarisayo walianza kumsonga vibaya, na kumchokoza kwa maswali mengi, wakimvizia, ili wapate neno litokalo kinywani mwake. (Luka 11:53-54)

Maswali haya yalihusu:

- kwa nini Yesu aliwasaidia watu siku ya Sabato: swali hili lilikusudiwa kuonyesha kwamba alikuwa anavunja sheria (Marko 3:2; Mathayo 12:10)
- ni kwa mamlaka gani alifanya mambo aliyoyafanya (Marko11:28; Mathayo 21:23; Luka 20:2)
- iwapo ni halali mtu kumtaliki mke wake (Marko 10:2; Mathayo 19:3)
- iwapo ni halali kumlipa Kaisari kodi (Marko 12:15; Mathayo 22:17; Luka 20:22)
- ni amri ipi iliyo kuu (Mathayo 22:36)
- Masihi ni mwana wa nani? (Mathayo 22:42)

- baba wa Yesu (Yohana 8:19)
- ufufuo (Mathayo 22:23-28; Luka 20:27- 33)
- kuombwa kufanya ishara (Marko 8:11; Mathayo 12:38; 16:1).

Pamoja na maswali hayo, Yesu alituhumiwa kwa:

- kupagawa na pepo, 'kuwa ana Shetani' (Marko 3:22; Mathayo 12:24; Yohana 8:52; 10:20)
- Kuwa na wanafunzi ambao hawakuishika Sabato (Mathayo 12:2), au kwa kufanya matendo yasiyo ya usafi (Marko 7:2; Mathayo 15:1-2; Luka 11:38)
- kutoa ushuhuda wa uongo (Yohana 8:13).

Wanaokataa

Tunapoyatafakari maisha na mafundisho ya Yesu, tunaona kuwa alikutana na kukataliwa na watu wengi tofauti na makundi tofauti:

- Mfalme Herode alijaribu kumuua wakati akiwa bado mtoto mchanga (Mathayo 2:16).

- Watu wa kijiji cha kwao Nazareti waliudhiwa naye (Marko, 6:3; Mathayo 13:53-58), na walijaribu kumtupa kutoka kwenye mwamba ili wamuue (Luka 4:28-30).

- Watu wa familia yake mwenyewe walimtuhumu kuwa amechanganyikiwa (Marko 3:21).

- Wengi kati ya wafuasi wake walimwacha (Yohana 6:66).

- Makutano walijaribu kumpiga kwa mawe (Yohana 10:31).

- Wakuu wa dini walipanga njama za kumuua (Yohana 11:50).

- Alisalitiwa na Yuda, mmoja wa watu wake wa karibu (Marko 14:43-45; Mathayo 26:14-16; Luka 22:1-6; Yohana 18:2-3).

- Alikanwa na Petro mwanafunzi wake mkuu mara tatu` (Marko14:66-72; Mathayo 26:69-75; Luka 22:54-62; Yohana 18).

- Kusulubiwa kwake kulidaiwa na makutano waliokuwa Yerusalemu, jiji ambalo siku chache tu zilizopita

lilimkaribisha kwa kelele za shangwe kama Masihi mtarajiwa
(Marko 15:12-15; Luka 23:18-23; Yohana 19:15).

- Alipigwa, kutemewa mate na kudhihakiwa na viongozi wa
  dini (Marko 14:65; Mathayo 26:67-68).

- Alidhihakiwa na kunyanyaswa na askari wa Kirumi (Marko
  15:16-20; Mathayo 27:27-31; Luka 22:63- 65; 23:11).

- Alipewa mashtaka ya uongo mbele za mahakama ya Kiyahudi
  na ya Kirumi na kuhukumiwa kufa (Marko 14:53-65;
  Mathayo 26:57-67; Yohana 18:28ff).

- Alisulubiwa katika mazingira mabaya sana ya kuuawa kama
  mbinu ya mwisho waliyoitumia Warumi, ambayo iliaminiwa
  na wayahudi kuwa ni adhabu inayoleta laana ya Mungu
  (Kumbukumbu la Torati 21:23).

- Aliinuliwa katikati wa wevi wawili, Yesu alichukiwa sana
  wakati akistahimili maumivu ya kifo cha msalabani
  (Marko15:21-32; Mathayo 27:32-44; Luka 23:32-36; Yohana
  19:23-30).

Majibu ya Yesu kwa kukataliwa

Tunapokufikiria kukataliwa kote huko, hatuoni wakati wowote
kuwa Yesu amejibu kwa ukali na kwa kutumia nguvu. Hatafuti
kulipiza.

Wakati mwingine Yesu alinyamaza tu dhidi ya mashtaka kinyume
naye, maarufu zaidi ni pale aliposhitakiwa kabla ya kusuluniwa
kwake. (Mathayo 27:14). Kanisa la kwanza lilichukulia wakati huu
kuwa wa kutimizwa kwa unabii wa Kimasihi:

Alionewa, lakini alinyenyekea, Wala hakufunua kinywa chake;
Kama mwana-kondoo apelekwaye machinjoni, Na kama vile
kondoo anyamazavyo Mbele yao wakatao manyoya yake; Naam,
hakufunua kinywa chake. (Isaya 53:7)

Wakati alipokabiliwa ili ajithibitishe, Yesu wakati mwingine alikataa
kufanya hivyo (kwa mfano. Mathayo 21:24; 22:15-20).

Yesu hakuwa mtu mgomvi, ingawa watu wakati mwingine walitaka
kumuanzishia ugomvi:

Hatateta wala hatapaza sauti yake; Wala mtu hatasikia sauti yake njiani. Mwanzi uliopondeka hatauvunja, Wala utambi utokao moshi hatauzima, Hata ailetapo hukumu ikashinda. (Mathayo 12:19-20, akinukuu Isaya 42:1-4)

Wakati watu walipotaka kumpiga mawe au kumuua, yeye alihamia mahali pengine, (Luka 4:30) isipokuwa kwa matukio yaliyoelekea kusulubiwa kwake, ambapo Yesu alikwenda kwa hiari yake kwenye kifo chake.

Jambo la muhimu kuhusu miitikio hii, ni kuwa wakati Yesu alipojaribiwa katika matukio ya kukataliwa yeye aliyashinda majaribu, naye hakuanguka katika kukataliwa. Waraka kwa Waebrania unatoa muhtasari wa miitikio yake kama ifuatavyo:

... Kwa kuwa hamna kuhani mkuu asiyeweza kuchukuana nasi katika mambo yetu ya udhaifu; bali yeye alijaribiwa sawasawa na sisi katika mambo yote - bila kufanya dhambi. (Waebrania 4:15)

Picha ya Yesu tunayoipata katika injili zote ni ile ya mtu aliye salama kabisa na hana wasiwasi, ambaye haoni haja ya kuwaangamiza wale walio kinyume naye. Yesu alitenda vema tu mbele ya kukataliwa, vilevile aliwafundisha wanafunzi wake muundo wa kitheolojia wa namna ya kuichukulia hali ya kukataliwa, hakika kwa kukataa kukataliwa. Mambo ya msingi ya theolojia hii ni kama ifuatavyo hapo chini.

Simulizi mbili za kukataliwa

Inastaajabisha kwamba Yesu na Muhammad, waasisi wa dini mbili kubwa kuliko zote duniani, wote wawili wameripotiwa kupitia matukio mabaya sana ya kukataliwa. Haya yalianzia na mazingira ya kuzaliwa kwao na utotoni, na yakapanuka na kujumuisha maisha miongoni mwa wanafamilia na mamlaka za dini. Wote walituhumiwa kuwa wamechanganyikiwa au wanaongozwa na nguvu za uovu. Wote walidhihakiwa na kutukanwa. Wote walisalitiwa. Wote walipata vitisho dhidi ya maisha yao.

Hata hivyo, mambo haya ya kushangaza yanayofanana yanafunikwa na hata tofauti kubwa zaidi, ambazo zilikuwa na mshindo mkubwa kwa namna ambavyo dini hizi mbili zilivyoanzishwa. Wakati ambapo miitikio ya Muhammad inadhihirisha mtiririko mzima wa miitikio hasi ambayo ni kawaida kwa mwanadamu, ikiwa ni pamoja na kujikataa mwenyewe, kujihesabia haki na ukali wa kupindukia, maisha ya Yesu yalielekea mwelekeo ulio tofauti kabisa. Aliishinda hali ya kukataliwa, si kwa kuilazimisha juu ya wengine, lakini kwa kuikumbatia, kuishinda nguvu yake na kuponya maumivu yake. Kama maisha ya Muhammad yana funguo za kuielewa hali ya kiroho ya kuwafunga watu kwa urithi wa kiroho wa *Sharia*, je, ni kwa kiwango gani maisha ya Kristo yanatoa funguo za kupata uhuru na uponyaji kwa Wakristo ambao wameteseka kutokana na kuishi katika mazingira ya *Sharia*.

Katika sehemu zinazofuata tutachunguza vile Yesu alivyoelewa kukataliwa kwa mujibu wa kazi yake kama Masihi na Mwokozi, na vile maisha yake na msalaba wake unavyoweza kutuweka huru kutokana na madhara mabaya ya kukataliwa.

Kukumbatia kukataliwa

Yesu alieleza wazi wazi kuwa kukataliwa kuwa ni sehemu ya lazima katika wito wake kama Masihi wa Mungu. Mungu alipanga kumtumia yule aliyekataliwa awe ndiye jiwe kuu la pembeni kwa ajili ya jengo zima:

> Jiwe walilolikataa waashi Hilo limekuwa jiwe kuu la pembeni... (Marko 12:10, ikinukuu Zaburi 118:22-23. Cf. pia Mathayo 21:42.)

Yesu alitambuliwa (kwa mfano. 1 Petro 2:21ff na Mdo 8:32-35) kama aliyekataliwa, mtumishi wa Isaya anayeteseka, na kwa njia ya mateso yake watu watapata amani na wokovu kutoka dhambi zao:

> Alidharauliwa na kukataliwa na watu;
> Mtu wa huzuni nyingi, ajuaye sikitiko;
>
> ...
>
> Bali alijeruhiwa kwa makosa yetu,
> Alichubuliwa kwa maovu yetu;
> Adhabu ya amani yetu ilikuwa juu yake,
> Na kwa kupigwa kwake sisi tumepona. (Isaya 53:3-5)

Msalaba ulikuwa ndiyo kiini cha mpango huu, na Yesu alirudia rudia kusema ukweli kuwa atauawa:

Akaanza kuwafundisha kwamba imempasa Mwana wa Adamu kupatikana na mateso mengi, na kukataliwa na wazee, na wakuu wa makuhani, na waandishi, na kuuawa, na baada ya siku tatu kufufuka. Naye alikuwa akinena neno hilo waziwazi… (Marko 8:31-32; cf pia Marko 10:32-34; Mathayo 16:21; 20:17-19; 26:2; Luka 18:31; Yohana 12:23)

Kataa matumizi ya nguvu

Yesu kwa uwazi kabisa na kwa kurudia rudia alikemea matumizi ya nguvu kwa lengo la kutimiza malengo yake, hata pale maisha yake mwenyewe yalipokuwa hatarini:

"Ndipo Yesu akamwambia, Rudisha upanga wako mahali pake, 'maana wote waushikao upanga, wataangamia kwa upanga." (Mathayo 26:52)

Wakati Yesu akienda msalabani, alikataza matumizi ya nguvu ili kuthibitisha kazi yake, hata kiasi cha kumgharimu kifo chake:

Yesu alisema, "Ufalme wangu sio wa ulimwengu huu. Kama ufalme wangu ungekuwa wa ulimwengu huu, watumishi wangu wangenipigania, nisije nikatiwa mikononi mwa Wayahudi. Lakini ufalme wangu sio wa hapa." (Yohana 18:36)

Wakati Yesu alipokuwa akizungumzia mateso ya kanisa yatakayokuja baadaye alirejea suala la kuuleta "upanga" aliposema:

Msidhani ya kuwa nimekuja kuleta amani duniani; la! Sikuja kuleta amani, bali upanga. (Mathayo 10:34)

Wakati mwingine neno hili linanukuliwa kuwa ushahidi kwamba Yesu aliidhinisha matumizi ya nguvu, lakini kwa kweli linarejea migawanyiko inayoweza kutokea katika familia wakati Wakristo wanapokataliwa kwa sababu ya kumwamini Kristo: kurasa zinazofanana katika Luka zinatumia neno 'migawanyiko' badala ya 'upanga' (Luka 12:51). Hivyo, upanga hapa unatumika kama ishara, ukiwa badala ya kile kinachogawanya, kinachomteganisha mwanafamilia mmoja na mwingine. Yawezekana tafsiri nyingine inayofaa, katika muktadha mpana zaidi ya ushauri ambao Yesu alikuwa akiutoa kuhusu mateso yatakayotokea baadaye kwa

Wakristo. Katika hali hiyo, huu ni upanga ulioinuliwa kinyume na Wakristo kwa sababu ya ushuhuda wao, ni siyo kwa sababu yao dhidi ya wengine.

Namna ambavyo Yesu alikataa matumizi ya nguvu ilikuwa kinyume na matarajio ya kawaida ya watu kuhusu kile ambacho Masihi angekifanya wakati alipokuja kuwaokoa watu wa Mungu. Tumaini lenyewe limekuwa kwamba, kukataa matumizi ya nguvu alipokuja kuwaokoa watu wa Mungu. Tumaini la watu lilikuwa kwamba wokovu huu ungelikuwa wa kijeshi na wa kisiasa na pia wa kiroho. Yesu alilikataa chaguo la kijeshi. Vilevile aliweka wazikuwa ufalme wake pia haukuwa wa kisiasa pale aliposema 'haukuwa wa ulimwengu huu'. Vilevile alifundisha kuwa ya Kaizari mpeni Kaizari, na Mungu yale yaliyo ya Mungu (Mathayo 22:21). Alikana kwamba ufalme wa Mungu unaweza kuonekana kimwili, kwa sababu ulikuwa upatikane ndani ya watu (Luka 17:21).

Wakati alipokabiliwa na wanafunzi wake waliokuwa wakibishana kuhusu ni nani atakayechukua nafasi ya kisiasa inayopendwa katika ufalme wa Mungu, ulioashiriwa kulingana na mahali ambapo walikuwa wanaketi, ambapo watu walikuwa waliwaamrisha wengine. Yesu alipinga na kuwaambia ufalme wa Mungu haufanani na falme za kisiasa walizozizoea. Ili kuwa wa 'kwanza' alisema, ni lazima uwe wa mwisho (Mathayo 20:16, 17). Wafuasi wake watafute kutumika na si kutumikiwa (Marko 10:43, Mathayo 20:26-27).

Kanisa la kwanza liliyachukua mafundisho ya Yesu juu ya matumizi ya nguvu na kuyaweka mioyoni mwao. Kwa mfano, miongoni mwa taaluma zilizopigwa marufuku kwa waumini katika karne za mwanzo za kanisa zilikuwa za uaskari, na ingetokea kuwa Mkristo anakuwa askari, alikatazwa kuua.

Wapendeni adui zenu

Moja ya matokeo ya madhara ya kukataliwa yaweza kuwa kuonyesha ukali. Hali hiyo inasukumwa na uadui ambao hali ya kukataliwa inaweza kusababisha. Hata hivyo, Yesu alifundisha kuwa:

- kulipa kisasi hakukubaliki kabisa—matendo mabaya yalipwe kwa matendo mema, si uovu (Mathayo 5:38-42)

- ni kosa kuwahukumu wengine (Mathayo 7:1-5)

- maadui wanapaswa kupendwa, si kuchukiwa (Mathayo 5:43)

- wapole watairithi nchi (Matthayo 5:5)

- wapatanishi wataitwa wana wa Mungu (Mathayo 5:9).

Mafundisho haya hayakuwa maneno ya bure tu, ambayo wanafunzi waliyasikiliza na kisha kuyasahau. Wafuasi wa Yesu wanaweka wazi katika nyaraka zao, zilizohifadhiwa katika Agano Jipya, kuwa kanuni hizi ziliwaongoza hata pale walipokabiliwa na majaribu makubwa na upinzani:

Hata saa hii ya sasa, tuna njaa na kiu, tu uchi, twapigwa ngumi, tena hatuna makao ... Tukitukanwa twabariki, tukiudhiwa twastahimili; tukisingiziwa twasihi. (1 Wakorintho 4:11-13; cf pia 1 Petro 3:10; Tito 3:1-2; Warumi 12:14-21)

Mitume waliuinua mbele za waumini mfano wa Yesu mwenyewe (1 Petro 2:21-25), na uwapende 'adui zako' mstari wa Mathayo 5 ukawa mstari ulionukuliwa zaidi ya yote katika Biblia katika maandishi ya kanisa la kwanza.

Jiandaeni kukabiliwa na mateso

Yesu aliwafundisha wafuasi wake, hayaepukiki, watapigwa, watachukiwa, watasalitiwa na kuuawa (Marko 13:9-13; Luka 21:12-19; Mathayo 10:17-23).

Yesu aliwatahadharisha wanafunzi wake, alipokuwa akiwafundisha namna ya kuupeleka ujumbe wake kwa wengine, kuwa watakabiliwa na kukataliwa. Tofauti kabisa na mfano na mafundisho ya Muhammad, ambayo yaliwahamasisha Waislamu kujibu hali ya mateso kwa kutumia nguvu na hata kuua watu, Yesu aliwafundisha wanafunzi wake "mtokapo huko, yakung'uteni mavumbi yaliyo chini ya miguu yenu". Kwa maneno mengine, wasonge mbele tu, wasiondoke na chochote cha kuwanajisi wanapoondoka (Marko 6:11; Mathayo 10:14). Huko hakukuwa kuondoka katika hali ya uchungu, kwa kuwa amani yao 'itawarudia' (Mathayo 10:13-14).

Yesu mwenyewe alikuwa mfano, pale kijiji cha Samaria kilipokataa kumkaribisha. Wanafunzi wake walimtaka ashushe moto juu yao kutoka mbinguni, lakini Yesu aliwakemea na kusonga mbele (Luka 9:54-56).

Yesu aliwafundisha wanafunzi wake wakimbilie mahali pengine wanapopatwa na mateso (Mathayo 10:23). Wasihofu kwa sababu Roho Mtakatifu atawapa kujua maneno ya kusema (Mathayo 10:19-20; Luka 12:11-12; 21:14-15), nao hawapaswi kuogopa (Mathayo 10:26, 31).

Mafundisho ya tofauti ya Yesu yalikuwa kwamba wafuasi wake wafurahi wakipatwa na mateso, kwa sababu watakuwa wakifananishwa na manabii:

Heri ninyi watu watakapowachukia, na kuwatenga, na kuwashutumu, na kulitupa nje jina lenu kama neno ovu, kwa ajili ya Mwana wa Adamu. Furahini siku ile na kuruka-ruka, kwa kuwa, tazama, thawabu yenu ni kubwa mbinguni, maana, baba zao waliwatenda manabii vivyo hivyo. (Luka 6:22-23; Mathayo 5:11-12).

Kuna ushahidi mwingi unaoonyesha kuwa ujumbe huu ulipokelewa kwa moyo wote na kanisa la mwanzo, ikiwa ni sehemu ya kujitoa kwao kwa Kristo:

… Lakini mjapoteswa kwa sababu ya haki mna heri. (1 Petro 3:14; cf vilevile 2 Wakorintho 1:5; Wafilipi 2:17-18; 1 Petro 4:12-14)

Yesu vilevile aliwatia moyo wanafunzi wake na kuwapa tumaini kwamba, pamoja na mateso yanayowapata, watapokea kipawa cha uzima wa milele - mambo mema yaliyo bora bado hayajatokea-lakini ili kupokea ahadi hii katika maisha yajayo walipaswa kuendelea kuwa waaminifu (Mark 10:29-30, 13:13).

🔆

Upatanisho

Kwa uelewa wa Kikristo, tatizo la mwanadamu ni dhambi, ambayo humtenga mwanadamu kutoka kwa Mungu na kati ya mwanadamu na mwanadamu. Tatizo la dhambi si tu la kutotii. Ni la kuvunjika kwa uhusiano na Mungu. Wakati Adamu na Hawa walipomwasi Mungu, waligeuka mbali na Mungu. Walichagua kutomtumaini

Mungu, lakini kumsikiliza nyoka. Wakamgeuzia Mungu migongo yao, wakimkataa, na kuukataa uhusiano naye. Matokeo yake, Mungu naye aliwakataa, na kuwaondoa katika uwepo wake. Wakawa waathirika wa laana zilizotokana na anguko.

Katika historia ya Israeli, Mungu alifanya agano nao kupitia kwa Musa ili kuanzisha uhusiano sahihi kati ya Mungu na mwanadamu, lakini watu wake waliacha kuzitii amri zake na kuziendea njia zao wenyewe. Katika kutotii kwao waliukataa husiano na Mungu na wakawa chini ya hukumu. Lakini Mungu hakuwakataa kabisa kabisa: alikuwa na mpango wa kuwarejeza. Alikuwa na mpango kwa ajili ya wokovu wao na kwa ajili ya wokovu wa dunia.

Ingawa watu walimkataa Mungu Yeye hatimaye hakuwakataa. Moyo wake uliwatamani watu aliowaumba, naye akabuni mpango wa upatanisho nao. Kwa kufanyika mwili na msalaba wa Yesu Kristo ndiyo utimilifu wa mpango wa Mungu kwa ajili ya kurejezwa kwa mwanadamu katika uhusiano wa uponyaji wa uhusiano na yeye mwenyewe.

Msalaba ni msingi wa kulishinda suala zito la mwanadamu kumkataa Mungu na hukumu inayokuja juu yake kwa sababu hiyo, ni msalaba. Kunyenyekea kwa Yesu katika kule kukataliwa kwa msalaba kunatupatia ufunguo wa kuishinda hali yenyewe ya kukataliwa. Nguvu ya kukataliwa imo kwenye mwitikio dhidi yake ambao inauachilia katika mioyo ya wanadamu wote. Kwa kubeba chuki ya wale waliomshambulia, na kuutoa uhai wake kama dhabihu kwa ajili ya dhambi za ulimwengu, Yesu aliishinda ile nguvu yenyewe ya kukataliwa, na kuifunika kwa upendo. Upendo huu ambao Yesu aliuonyesha haukuwa kitu kingine chochote isipokuwa ni upendo wa Mungu kwa ulimwengu ambao aliuumba:

> Kwa maana jinsi hii Mungu aliupenda ulimwengu, hata akamtoa mwanawe wa pekee, ili kila mtu amwaminiye asipotee bali awe na uzima wa milele. (Yohana 3:16)

Katika kifo chake juu ya msalaba, alijichukulia juu yake yeye mwenyewe adhabu ambayo ulimwengu ulistahili kutokana na kumkataa Mungu. Adhabu hii ilikua ni mauti, na Kristo aliichukua ili watu wote watakaomwamini wapate msamaha na uzima wa milele. Kwa njia hii, Yesu pia aliishinda nguvu ya kukataliwa. Kwa kukidhi kupokea adhabu yake.

Katika Torati, ilikuwa ni kule kumwagika kwa damu ambayo ilikuwa dhabihu ya wanayama iliyokuwa kwa ajili ya dhambi, Ishara hii inatumiwa na Wakristo kuielewa maana ya kifo cha Yesu juu ya msalaba. Hii inaonyeshwa katika wimbo wa Isaya wa mtumishi mwenye mateso:

.... adhabu ya amani yetu ilikuwa juu yake, Na kwa kupigwa kwake sisi tumepona. Lakini BWANA aliridhika kumchubua; Amemhuzunisha; Utakapofanya nafsi yake kuwa dhabihu kwa dhambi, Ataona uzao wake, ataishi siku nyingi, Na mapenzi ya BWANA yatafanikiwa mkononi mwake, Ataona mazao ya taabu ya nafsi yake, na kuridhika. ... Kwa sababu alimwaga nafsi yake hata kufa, Akahesabiwa pamoja na hao wakosao. Walakini alichukua dhambi za watu wengi, Na kuwaombea wakosaji. (Isaya 53:5, 10, 12)

Katika aya yenye nguvu katika waraka wake kwa Warumi, Paulo alifafanua jinsi nguvu ya dhabihu ya Kristo inavyokufikisha mwisho kule kukataliwa kwa kutupatia kile kilicho kinyume chake, yaani upatanisho:

Kwa maana ikiwa tulipokuwa adui tulipatanishwa na Mungu kwa mauti ya Mwana wake; zaidi sana baada ya kupatanishwa tutaokolewa katika uzima wake. Wala si hivyo tu, ila pia twajifurahisha katika Mungu kwa Bwana wetu Yesu Kristo, ambaye kwa yeye sasa tumeupokea huo upatanisho... (Warumi 5:10-11)

Upatanisho huu pia huzishinda zile haki zote za kuhukumiwa ambazo zinaweza kuibuliwa na washitaki wengine, ikiwa ni pamoja na wanadamu, malaika au mapepo (Warumi 8:38):

Ni nani atakayewashitaki wateule wa Mungu? Mungu ndiye mwenye kuwahesabia haki ... [Hakuna] kinginecho chote hakitaweza kututenga na upendo wa Mungu ulio katika Kristo Yesu Bwana wetu. (Warumi 8:33, 39).

Si hilo tu, lakini Wakristo wamekabidhiwa huduma ya upatanisho, kwanza kwa njia ya kuwapatia wengine upatanisho, na pia kwa kupitia kuutangaza ujumbe wa msalaba na nguvu yake ya kuangamiza kukataliwa:

Lakini vyote pia vyatokana na Mungu, aliyetupatanisha sisi na nafsi yake kwa Kristo, naye alitupa huduma ya upatanisho; yaani, Mungu alikuwa ndani ya Kristo, akiupatanisha ulimwengu na nafsi yake, asiwahesabie makosa yao; naye ametia ndani yetu neno la upatanisho. Basi tu wajumbe kwa ajili ya Kristo, kana kwamba Mungu anasihi kwa vinywa vyetu; twawaomba ninyi kwa ajili ya Kristo mpatanishwe na Mungu. (2 Wakorintho 5:18-20)

Ufufuo

Moja ya mada za kudumu za 'mafunuo' na matamko ya Muhammad yanachoakisi ni ile shauku ya kuthibitishwa. Analifanikisha hilo kwa ajili yake mwenyewe kwa kuwalazimisha maadui zake kuifuata imani yake, hivyo kujiweka wenyewe chini ya uongozi na mamlaka yake, au vinginevyo kuwalazimisha kukubali kuwa watu wa *dhimma*. Chaguo lao la tatu mbadala lilikuwa ni kifo.

Katika uelewa wa Kikristo kuhusu kazi aliyoijia Kristo, upo utetezi, lakini haufanywi na Kristo kwa ajili yake mweyewe. Jukumu la Masihi anayeteseka lilikuwa kujinyenyekesha mwenyewe, na kukumbatia kukataliwa. Utetezi ulikuja kwa njia ya kufufuka na kupaa kwa Kristo, ambako kupitia hicho kifo na nguvu yake yote ilishindwa:

… roho yake haikuachwa kuzimu, wala mwili wake haukuona uharibifu. Mungu alimfufua, na sisi sote tu mashahidi wake. Basi yeye, akiisha kupandishwa hata mkono wa kuume wa Mungu, na kupokea kwa Baba ile ahadi ya Roho Mtakatifu, amekimwaga kitu hiki mnachokiona sasa na kukisikia. … Mungu amemfanya Yesu huyo …. Bwana na Kristo. (Mdo 2:31-36)

Aya mashuhuri sana kutoka kwenye Waraka wa Paulo kwa Wafilipi inaelezea jinsi Yesu "alivyojinyenyekeza mwenyewe", kwa hiari yake akitwaa namna ya mtumwa. Utii wake ulifika hadi kwenye mauti. Lakini Mungu alimwinua juu katika enzi ya kiroho ya mamlaka kuu. Ushindi huu haukutokana na juhudi binafsi za Kristo lakini kutokana na utetezi wa Mungu mwenyewe mkuu mwenye enzi kwa kujitoa yeye mwenyewe juu ya msalaba:

Iweni na nia iyo hiyo ndani yenu ambayo ilikuwamo pia ndani ya Kristo Yesu; ambaye yeye mwanzo alikuwa yuna namna ya Mungu, naye hakuona kule kuwa sawa na Mungu kuwa ni kitu cha kushikamana nacho; bali alijifanya kuwa hana utukufu, akatwaa namna ya mtumwa, akawa ana mfano wa wanadamu;

tena, alipoonekana ana umbo kama mwanadamu, alijinyenyekeza akawa mtii hata mauti, naam, mauti ya msalaba!

Kwa hiyo tena Mungu alimwadhimisha mno, akamkirimia Jina lile lipitalo kila jina; ili kwa jina la Yesu kila goti lipigwe, ... (Wafilipi 2:4-10)

Uanafunzi wa msalaba

Kwa Wakristo, kumfuata Kristo maana yake ni kujihusisha na kifo na kufufuka kwake. Wote hawa, Yesu na wafuasi wake mara kwa mara wanarejea umuhimu wa 'kufa' pamoja na Kristo – yaani, kuufisha mtindo ule wa maisha ya kale – na kuzaliwa upya, na kuinuliwa katika maisha mapya kulingana na njia ya Kristo ya uzima na upatanisho, si kuishi kwa ajili yetu wenyewe, lakini kwa ajili ya Mungu. Matukio ya mateso yanahesabiwa kuwa ni njia ya kushiriki katika mateso ya Kristo, ambayo yanafafanua maana ya majaribu waliyokuwa wakiyapitia, kama ni njia ya kupitia kwenye maisha, na ushahidi wa ushindi unaokaribia, si kushindwa. Katika hili alikuwa ni Mungu mwenyewe ambaye angewathibitisha waumini waaminifu, na si zile nguvu za kikatili za dunia hii:

Mtu ye yote akitaka kunifuata na ajikane mwenyewe, ajitwike na msalaba wake, anifuate. Kwa kuwa mtu atakaye kuiponya nafsi yake, ataiangamiza, na mtu atakayeiangamiza nafsi yake kwa ajili yangu na kwa ajili ya Injili, huyu ataisalimisha. (Marko 8:34-35; cf pia 1 Yohana 3:14, 16; 2 Wakorintho 5:14-15; Waebrania 12:1-2)

Muhammad dhidi ya msalaba

Katika mwanga wa yote tuliyojifunza, na tukijua kuwa tunaishi katika ulimwengu wa roho, haitupasi kushangaa kuwa Muhammad aliichukia misalaba. Maelezo yaliyotolewa na al-Waqidi yalisema kwamba kama ikitokea Muhammad ameona kitu chochote chenye alama ya msalaba nyumbani kwake, atakiteketeza. Kulingana na

Hadith iliyotolewa iliripotiwa kwamba ikitokea kuwa Muhammad ameona kitu chochote nyumbani mwake chenye alama ya msalaba, atakiharibu[11]

Kama tulivyoona katika somo la 3, chuki ya Muhammad dhidi ya msalaba ilipanuka hadi kwenye fundisho linalosema Isa, Yesu wa Kiislamu, atarudi tena duniani kama nabii wa Uislamu anayeharibu msalaba, ili aufute Ukristo kutoka katika uso wa dunia.

Leo hii uadui wa Muhammad dhidi ya msalaba unaonekana kwa Waislamu wengi. Katika nchi nyingi duniani leo hii misalaba ya Wakristo inachukiwa, inapigwa marufuku, na kuharibiwa na Waislamu.

Hii ilimaanisha kuwa Askofu Mkuu wa Canterbury George Carey alilazimishwa kuuondoa msalaba wake aliouvaa kifuani wakati akiwa safarini ndege aliyosafiria ilipolazimika kusimama kwa muda nchini Saudi Arabia mwaka 1995. Tukio hilo lilielezwa na David Skidmore katika jarida la habari la Kiaskofu (*Episcopal News Service*):

> Ndege ya Carey iliyotoka Cairo kuelekea Sudan ililizimika kutua kwa dharura Saudi Arabia. Wakati ikielekea kutua katika mji wa pwani ya Bahari ya Shamu wa Jedda, Saudi Arabia, Carey aliambiwa aondoe alama zote za kidini, ikiwa ni pamoja na kola yake ya kichungaji na msalaba aliouvaa kifuani.

Ingawa msalaba unakataliwa na Waislamu, kwa Wakristo ni ishara inayosimama kuonyesha uhuru wetu.

❧

---

11. W. Muir, *The Life of Muhammad*, vol. 3, uk. 61, note 47.

Katika sehemu hizi tunazingatia maombi ya kujitoa kwa ajili ya kumfuata Yesu Kristo, baadhi ya shuhuda za kuwekwa huru, na sala ya kuwekwa huru dhidi ya nguvu za Uislamu na Agano la *Shahada*. Maombi haya kipekee yamelengwa kwa watu wanaochagua kuuacha Uislamu na kumfuata Yesu wa Nazareti, hali kadhalika kwa ajili ya watu ambao tayari wamechagua kumfuata Yesu na wanatamani kuudai uhuru wao kutoka kwenye kanuni na nguvu zote za Uislamu.

Mfuate Yesu

Unakaribishwa kuthibitisha uamuzi wako wa kumfuata Kristo kwa kuisoma salah ii kwa sauti kubwa. Ipitie kwa umakini kabla hujaisoma kwa sauti, ili uwe na hakika ya kile unachokisema.

Unapokuwa katika kuitafakari salah ii, tafadhali fahamu kuwa inajumuisha vipengele vifuatavyo:

1. *Maungamo mawili*

   - Mimi ni mwenye dhambi na siwezi kujiokoa mwenyewe.

   - Yuko Mungu mmoja tu, Muumba, ambaye alimtuma Mwanawe Yesui afe kwa ajili ya dhambi zangu.

2. *Kugeuka* (kutubu) kwa kuziacha dhambi zangu na kutoka kwenye yote yaliyo maovu.

3. *Maombi ya* msamaha, uhuru, uzima wa milele, na Roho Mtakatifu.

4. *Kuhamishia uaminifu* kwa Kristo kuwa Bwana na Mwokozi wa maisha yangu.

5. *Ahadi na kuyatoa maisha yangu* ili kumtii na kumtumikia Kristo.

6. *Taamko* la utambulisho wangu katika Kristo.

Tamko na Sala ya kukata shauri kumfuata Yesu Kristo

Namwamini Mungu mmoja, muumbaji, Baba mwenyezi.

Naikataa mingine yote inayoitwa 'miungu'.

Ninatambua ya kuwa nimemtenda Mungu dhambi na watu wengine. Katika haya sikumtii Mungu na nimemwasi yeye na sheria zake. Siwezi kujiokoa kutoka katika dhambi zangu.

Naamini kuwa Yesu ndiye Kristo, mwana wa Mungu aliyefufuka. Alikufa juu ya msalaba badala yangu na kuichukua juu yake hukumu ya dhambi zangu. Akafufuka kutoka kwa wafu kwa ajili yangu.

Ninageuka na kuziacha dhambi zangu. Ninaomba kipawa cha Kristo cha msamaha, kilichopatikana msalabani.

Nakipokea kipawa hiki cha msamaha sasa.

Nimeamua kumkubali Mungu kuwa ndiye Baba yangu, nami nina shauku ya kuwa wake.

Natafuta kipawa cha uzima wa milele.

Nasalimisha haki ya maisha yangu kwa Kristo na namkaribisha atawale kama Bwana wa maisha yangu tangu leo hii na kuendelea.

Nakataa mafungamano mengine yote ya kiroho. Kwa umahsusi kabisa naikataa shahada na madai yake yote juu yangu.

Namkataa Shetani na uovu wote. Navunja mapatano yote yasiyo ya Mungu ambayo niliyafanya na pepo wabaya au nguvu za uovu.

Nakataa kufungamana kote kusikokuwa na Mungu na wengine ambao walitumia mamlaka yasiyo ya Mungu dhidi yangu.

Nayakataa maagano yote yasiyo ya Mungu ambayo yalifanywa na mababu zangu kwa niaba yangu, ambayo yamenigusa kwa namna yoyote ile.

Nayakataa masuala yote ya kifikra au ya nguvu za kiroho ambayo hayatoki kwa Mungu kupitia kwa Yesu Kristo.

Ninaomba kipawa cha Roho Mtakatifu aliyeahidiwa.

Ee Baba Mungu nakusihi uniweke huru na unibadilishe ili niweze kukuletea utukufu wewe na wewe pekee.

Achilia ndani yangu tunda la Roho Mtakatifu ili niweze kukuheshimu na kuwapenda wengine.

Natamka mbele ya mashahidi wa kibinadamu na mbele ya mamlaka zote za kiroho kuwa Ninajiweka wakfu na kujifunga mimi mwenyewe kwa Mungu kwa njia ya Yesu Kristo.

Ninatamka kuwa mimi ni mwenyeji wa mbinguni. Mungu ndiye mlinzi wangu. Kwa msaada wa Roho Mtakatifu Naamua kunyenyekea na kumfuata Yesu Kristo na yeye peke yake kuwa Bwana siku zangu zote.

Amina.

Shuhuda za Kuwekwa Huru

Hapa tuna shuhuda za watu waliowekwa huru kwa kutumia sala zilizomo katika sura hii.

Mafunzo ya Uanafunzi

Kuna huduma kule Amerika Kaskazini ilikuwa inaendesha mafunzo ya muda mfupi ya mara kwa mara kwa watu waliokuwa na maisha ya Uislamu huko nyuma na ambao wamempokea Yesu kuwa Bwana na mwokozi wao. Waratibu wa mafunzo hayo waligundua kuwa washiriki walikuwa wanakabiliwa na matatizo ya mara kwa mara kuhusu kuwa mwanafunzi. Walipata kujua kuhusu maombi yaliyomo kwenye kitabu hiki kwa ajili ya kuikana *Shahada* na wakaamua kuwaalika washiriki wote wa mafunzo hayo watumie maombi haya kuukana Uislamu kwa pamoja. Mwitikio wa washiriki ulikuwa ule wenye afueni kubwa na furaha. Waliuliza "Kwa nini hakuna mtu yeyote aliyetuelezea kwamba tulihitaji kuukana Uislamu? Tulipaswa kuwa tumefanya hivyo muda mrefu uliopita!" Baada yah apo, kuukana Uislamu ikawa ni sehemu muhimu ya mafunzo yao.

Wakristo wa Mashariki ya Kati Walioikana Shahada

Hapa tuna shuhuda mbili za waongofu kutoka Uislamu kutoka Mashariki ya Kati baada ya kuwa wameikana *Shahada*:

Najisikia niko huru kweli kweli, kana kwamba ile nira iliyofungiwa shingoni mwangu imelegezwa na kukatwa kabisa. Sala hii ni zaidi ya kuwa ya ajabu. Najisikia kama mnyama aliyekuwa amefungiwa kwenye kibanda na sasa yuko huru.

Najisikia kuwa huru kabisa. Nilikuwa nalihitaji hili kwa undani sana ilikuwa kana kwamba ulijua kile kilichokuwa kinaendelea mawazoni mwangu … nilipokuwa nikiisema sala ile kwa kuirudia tena na tena nilijisikia Faraja ya ajabu ambayo inapita maelezo; kana kwamba mzigo mzito umeondolewa juu yangu nami niko huru kabisa kabisa.

Kukutana na Ukweli

Hatua ya kwanza katika kujiandaa kwa ajili ya kuikana *Shahada* (au ile *Dhimma*) ni kusoma mistari fulani fulani katika Maandiko. Tunafanya hivyo kwa ajili ya kusisitiza kweli muhimu inayosimamia maombi yetu. Hii inaitwa, "Kukutana na ukweli."

Je, maandiko haya kutoka 1 Yohana na Injili ya Yohana yanatufundisha ukweli gani wa kiroho kwa ajili yetu kuiamini na kuiombea?

Nasi tumelifahamu pendo alilo nalo Mungu kwetu sisi, na kuliamini. Mungu ni upendo, naye akaaye katika pendo, hukaa ndani ya Mungu, na Mungu hukaa ndani yake. (1 Yohana 4:16)

[Yesu alisema:] Kwa maana jinsi hii Mungu aliupenda ulimwengu hata akamtoa mwana wake wa pekee, ili kila mtu amwaminiye asipotee bali awe na uzima wa milele. (Yohana 3:16)

Yanatufundisha kuwa upendo wa Mungu hushida kukataliwa.

Je, Maandiko haya mawili yanatufundisha kweli ipi ya kuikumbatia na kuiombea?

Maana Mungu hakutupa roho ya woga, bali ya nguvu na ya upendo na ya moyo wa kiasi (2 Timotheo 1:7)

167

Kwa kuwa hamkupokea tena roho wa utumwa iletayo hofu; bali mlipokea roho ya kufanywa wana, ambayo kwa hiyo twalia, Aba, yaani, Baba. Roho mwenyewe hushuhudia pamoja na roho zetu, ya kuwa sisi tu watoto wa Mungu; na kama tu watoto, basi, tu warithi; warithi wa Mungu, warithio pamoja na Kristo; naam, tukiteswa pamoja naye ili tupate na kutukuzwa pamoja naye. (Warumi 8:15-17)

Yanatufundisha kuwa urithi wetu sisi si vitisho: ili umo ndani ya Mungu.

Je, Maandiko haya mawili yanatufundisha kweli ipi ya kuiamini na kuiombea?

[Yesu alisema:] tena mtaifahamu kweli, nayo hiyo kweli itawaweka huru. (Yohana 8:32)

Katika uhuru huo Kristo alituweka huru; kwa hiyo simameni, wala msinaswe tena chini ya kongwa la utumwa (Wagalatia 5:1)

Yanatufundisha kuwa tumeitwa tuishi kwenye uhuru.

Je, Maandiko haya mawili yanatufundisha kweli ipi ya kuitumainia na kuiombea?

Au hamjui ya kuwa mwili wenu ni hekalu la Roho Mtakatifu aliye ndani yenu, mliyepewa na Mungu? Wala ninyi si mali yenu wenyewe; maana mlinunuliwa kwa thamani. Sasa basi, mtukuzeni Mungu katika miili yenu. (1 Wakorintho 6:19-20)

Nao wakamshinda kwa damu ya Mwana-kondoo ... (Ufunuo 12:11)

Yanatufundisha kuwa miili yetu ni mali ya Mungu na si kwa ajili ya mateso: Deni letu la damu limekwisha kulipwa.

Mstari huu unatifundisha ukweli gani wa kibiblia kwa ajili ya kuudai na kuuombea?

Hakuna Myahudi wala Myunani. Hakuna mtumwa wala huru. Hakuna mwanamume wala mwanamke. Maana ninyi nyote mmekuwa wamoja katika Kristo Yesu. (Wagalatia 3:28)

Yanatufundisha kuwa wanaume na wanawake wako sawa mbele za Mungu, na kundi muja si bora juu ya jingine.

Je, ni kweli ipi ya kimungu tunazojifunza katika aya hizi tatu za maandiko kwa ajili ya kuziamini na kuziombea?

Ila Mungu ashukuriwe, anayetufanya tushangilie ushindi daima katika Kristo, na kuidhihirisha harufu ya kumjua yeye kila mahali kwa kazi yetu. Kwa maana sisi tu manukato ya Kristo, mbele za Mungu, katika wao wanaookolewa, na katika wao wanaopotea; (2 Wakorintho 2:14-15)

Nami utukufu ule ulionipa nimewapa wao; ili wawe na umoja kama sisi tulivyo umoja. Mimi ndani yao, nawe ndani yangu, ili wawe wamekamilika katika umoja; ili ulimwengu ujue ya kuwa ndiwe uliyenituma, ukawapenda wao kama ulivyonipenda mimi. (Yohana 17:22-23)

[Yesu alisema:] Akawaambia wote, Mtu ye yote akitaka kunifuata, na ajikane mwenyewe, ajitwike msalaba wake kila siku, anifuate (Luka 9:23)

Yanatufundisha kuwa utofauti wetu unaoonekana Dhahiri si kushindwa au udhaifu; lakini ushindi wa Kristo, umoja katika upendo wa Kristo, na msalaba.

Je, ni kweli ipi ya kimaandiko tunajifunza katika mistari hii kwa ajili ya kuzishika na kuziombea?

[Yesu alisema:] Lakini mimi nawaambia iliyo kweli; yawafaa ninyi mimi niondoke, kwa maana mimi nisipoondoka, huyo Msaidizi hatakuja kwenu; bali mimi nikienda zangu, nitampeleka kwenu. Naye akiisha kuja, huyo atauhakikisha ulimwengu kwa habari ya dhambi, na haki, na hukumu. (Yohana 16:7-8)

[Yesu alisema:] Lakini yeye atakapokuja, huyo Roho wa kweli, atawaongoza awatie kwenye kweli yote. (Yohana 16:13)

Yanatufundisha kuwa tunayo nguvu ya Roho Mtakatifu inayotufunulia kweli.

Ni kweli ipi tunayofundishwa na mstari huu kwa ajili ya kuiamini na kuiombea?

Tukimtazama Yesu, mwenye kuanzisha na mwenye kutimiza imani yetu; ambaye kwa ajili ya furaha iliyowekwa mbele yake aliustahimili msalaba na kuidharau aibu, naye ameketi mkono wa kuume wa kiti cha enzi cha Mungu (Waebrania 12:2)

Yanatufundisha kuwa tunayo mamlaka ya kumfuata Kristo kuishinda aibu.

Je, ni kweli ipi tunayofundishwa na mstari huu kuitumaini na kuiombea?

Lakini, jihadhari nafsi yako, ukailinde roho yako kwa bidii, usije ukayasahau mambo yale uliyoyaona kwa macho yako, yakaondoka moyoni mwako siku zote za maisha yako; bali uwajulishe watoto wako na watoto wa watoto wako. (Kumbukumbu la Torati 4:9)

Unatufundisha kuwa tuna haki na wajibu wa kujielemisha wenyewe na Watoto wetu kuhusu masuala ya kiroho.

Je, ni kweli ipi ya kimaandiko tunayojifunza katika mistari hii kwa ajili ya kuishika na kuiombea?

Mauti na uzima huwa katika uwezo wa ulimi; Na wao waupendao watakula matunda yake (Mithali 18:21)

Basi sasa, Bwana, yaangalie matisho yao; ukawajalie watumwa wako kunena neno lako kwa ujasiri wote, (Mdo 4:29)

Upendo haufurahii udhalimu, bali hufurahi pamoja na kweli (1 Wakorintho 13:6)

Kila akiriye ya kuwa Yesu ni Mwana wa Mungu, Mungu hukaa ndani yake, naye ndani ya Mungu. (1 Yohana 4:15)

Basi msiutupe ujasiri wenu, kwa maana una thawabu kuu (Waebrania 10:35)

Yanatufundisha kwamba tunayo mamlaka katika Kristo kuisema kweli kwa upendo, na kwa ujasiri.

Ni kweli gani ya kibiblia tunayofundishwa na mistari hii kwa ajili ya kuiamini na kuiombea?

Ushuhuda wa Mungu ni mkuu zaidi; kwa maana ushuhuda wa Mungu ndio huu, kwamba amemshuhudia Mwanawe (1 Yohana 5:9)

Nao wakamshinda…kwa neno la ushuhuda wao; (Ufunuo 12:11)

Yanatufundisha kuwa tunaweza kuwa na imani kamili juu ya neno la kweli.

Je, ni kweli gani ya kimungu tunayofundishwa na mistari hii ili tuidai na kuiombea?

Hatimaye, mzidi kuwa hodari katika Bwana na katika uweza wa nguvu zake. Vaeni silaha zote za Mungu, mpate kuweza kuzipinga hila za Shetani (Waefeso 6:10-11)

Maana ingawa tunaenenda katika mwili, hatufanyi vita kwa jinsi ya mwili; (maana silaha za vita vyetu si za mwili, bali zina uwezo katika Mungu hata kuangusha ngome;) tukiangusha mawazo na kila kitu kilichoinuka, kijiinuacho juu ya elimu ya Mungu; na tukiteka nyara kila fikira ipate kumtii Kristo (2 Wakorintho 10:3-5)

Yanatufundisha kwamba si kwamba hatuwezi kujilinda au hatuna silaha, lakini tunazo silaha za kiroho katika Kristo.

Mstari huu unatifundisha tutumainie nini na kuombea?

Ndugu zangu, hesabuni ya kuwa ni furaha tupu, mkiangukia katika majaribu mbalimbali … (Yakobo 1:2; tazama pia Wafilipi 1:29)

Yanatufundisha kwamba tuhesabu kuwa ni furaha kuteswa kwa ajili ya Kristo.

Je, ni kweli ipi ya kimaandiko tunajifunza katika mistari hii kwa ajili ya kuzishika na kuziombea?

[Yesu alisema:] Sasa hukumu ya ulimwengu huu ipo; sasa mkuu wa ulimwengu huu atatupwa nje. Nami nikiinuliwa juu ya nchi, nitawavuta wote kwangu. (Yohana 12; 31-32)

Yanatufundisha kwamba msalaba unaharibu nguvu za Shetani na kutuleta katika uhuru ndani ya Kristo.

Ni kweli zipi tunazofundishwa na mistari hii ili kuzidai na kuziombea?

Na ninyi mlipokuwa mmekufa kwa sababu ya makosa yenu na kutokutahiriwa kwa mwili wenu, aliwafanya hai pamoja naye, akiisha kutusamehe makosa yote; akiisha kuifuta ile hati iliyoandikwa ya kutushitaki kwa hukumu zake, iliyokuwa na uadui kwetu; akaiondoa isiwepo tena, akaigongomea msalabani; akiisha kuzivua enzi na mamlaka, na kuzifanya kuwa mkogo kwa ujasiri, akizishangilia katika msalaba huo (Wakolosai 2:13–15)

Yanatufundisha kwamba msalaba unafuta maagano yote yasiyo ya Mungu na kuziharibu nguvu zake zote.

Kabla ya kusali, tunahitaji kufahamu kuwa tunapoomba maombi yetu na matamko yetu kuwa yana nguvu na yanaleta matokeo. Chagua kupatana na Mungu kuwa ni mapenzi yake kukuweka huru kabisa. Kubali rohoni mwako kuukubali ukweli kuwa Kristo amekupokea, na anataka kukufungua kutoka kwenye mitego yote ya yule mwovu. Amua kuukabili na kuukataa uongo wote wa maagano ya Kiislamu.

Hii ni sala ya kuikana *Shahada*. Inafaa zaidi kusimama wakati unapoisema.

Tamko na Sala ya kuikana *Shahada* na kuvunja Nguvu yake

Nakataa utii wa bandia kama ilivyofundishwa na kuonyeshwa na Muhammad.

Nakana na kukataa kuwa ni uongo kuamini kuwa Muhammad ni mtume wa Mwenyezi Mungu.

Nakataa madai kuwa Kurani ni Neno la Mungu.

Nakataa na kuikana shahada kila wakati inapotamkwa.

Nakataa kuitamka Al-Fatihah. Nayakataa madai yake kuwa Wayahudi wamewekwa chini ya hasira ya Mungu, na kuwa Wakristo wamepotoka.

Nakataa chuki yoyote dhidi ya Wayahudi. Nayakataa madai kuwa wameiharibu Biblia.

Nakataa madai kuwa Mungu amewakataa Wayahudi, na natangaza kuwa madai hayo ni ya uongo.

Nakataa kuikariri Kurani na nakataa mamlaka yoyote ya Kurani juu ya maisha yangu.

Nazikataa ibada zote za uongo zilizo na msingi juu ya mfano wa Muhammad.

Nayakataa mafundisho yote ya uongo kuhusu Mungu yaliyoletwa na Muhammad, na madai kuwa Allah kama ilivyooneshwa kwenye Kurani kuwa ni Mungu.

[Kwa watu waliokuwa na imani ya wa-Shi'a: Nakataa na kukana mahusiano yotena Ali na wale na Ma-khalifa kumi na wawili. Nakana huzuni zote kwa niaba ya Hussein na wafia dini wa Kiislamu.]

Nakana kule kuwekwa wakfu kwangu katika Uislamu wakati nilipozaliwa, na pia kuwekwa wakfu kwa mababu zangu.

Kabisa naukataa na kuukana mfano wa Muhammad. Nakataa kila aina ya vurugu, vitisho, chuki, na roho ya makwazo, udanganyifu, kujiona kuwa bora zaidi ya wengine, ubakaji, kuwadhalilisha wanawake na dhambi zote alizozitenda Muhammad.

Nakataa na kuikana aibu. Natamka kuwa hakuna hukumu kwa walio ndani ya Kristo Yesu na kuwa damu ya Kristo inanitakasa niondokane na aibu yote.

Nakataa na kukana hofu yote inayochochewa na Uislamu. Namwomba Mungu anisamehe, kwa kuchukuliana na hofu inayotokana na Uislamu, na nachagua kumwamini Mungu na Baba wa Bwana wangu Yesu Kristo katika mambo yote.

Nakata na kukana kuwalaani wengine. Nachagua kuwa mtu wa baraka.

Nakata na kukanusha mahusiano yote na majini. Nayakataa mafundisho ya Uislamu kuhusu garini, na kuvunja mahusiano yote na mapepo.

Nachagua kuenenda kwa Roho, neno la Mungu likiwa ni mwanga wa njia yangu.

Naomba Mungu anisamahe kwa tendo lolote au matendo yoyote yasiyompendeza Mungu niliyoyafanya kwa sababu ya kumfuata Mohammed kama mtume wa Allah.

Nayakataa na kuyakana madai ambayo ni kufuru kuwa Yesu atakaporudi atawalazimisha watu wote duniani kuifuata Sharia ya Muhammad.

Naamua kumfuata Kristo na ni yeye pekee.

Nakiri kuwa Kristo ni mwana wa Mungu, na kuwa alikufa juu msalaba kwa ajili ya dhambi zangu, na kuwa alifufuka kutoka kwa wafu kwa ajili ya wokovu wangu. Namsifu Mungu kwa ajili ya msalaba wa Kristo, na naamua kuubeba msalaba wangu na kumfuata.

Nakiri kuwa Kristo ni Bwana wa wote. Anatawala juu mbinguni na hapa duniani. Yeye ni Bwana wa maisha yangu. Nakiri kuwa atarudi tena kuwahukumu walio hai na wafu. Namng'ang'ania Kristo na kutangaza kuwa hakuna jina jingine mbinguni wala duniani ambalo wanadamu wataokolewa kwalo.

Ninamkaribisha Baba Mungu wangu anipe moyo mpya, moyo wa Kristo, aniongoze katika yote ninayotenda na kuyasema.

Ninakataa ibada zote za uongo, na kuuweka wakfu mwili wangu kwa ajili ya kumwabudu Mungu aliye hai, Baba, Mwana na Roho Mtakatifu.

Amina.

Mwongozo wa Mafunzo

Somo la 5

Kwa kuwa mafundisho yaliyomo kwenye somo hili yamemlenga Yesu na Biblia, hakuna rejea za Kurani, hakuna maneno mapya, na hakuna majina mapya.

Mistari ya Biblia imejumuishwa katika maswali yanayofuata.

Maswali Somo la 5

- Jadili mfano huu wa mafunzo.

Mwanzo mgumu

1. Maisha ya Yesu na Muhammad yana mambo gani yanayofanana?

2. Ni kwa njia gani nne maisha ya Yesu ya mwanzoni yalikuwa yenye maumivu?

1)

2)

3)

4)

Yesu anahojiwa

3. Kwa kutumia maswali ya namna gani Mafarisayo walimshambulia Kristo?

- Marko 3:2, nk. maswali kuhusu …
- Marko 11:28, nk. maswali kuhusu …
- Marko 10:2, nk. maswali kuhusu …
- Marko 12:15, nk. maswali kuhusu …
- Mathayo 22:36, maswali kuhusu …
- Mathayo 22:42, maswali kuhusu …
- Yohana 8:19, maswali kuhusu …
- Mathayo 22:23-28, nk. maswali kuhusu …
- Marko 8:11, nk. maswali kuhusu …
- Marko 3:22, nk. maswali kuhusu …
- Mathayo 12:2, nk. maswali kuhusu …
- Yohana 8:13, maswali kuhusu …

Wanaokataa

4. Yesu alikabiliwa na aina gani za kukataliwa?

- Mathayo 2:16 …
- Marko 6:3, nk. …
- Marko 3:21 …
- Yohana 6:66 …
- Yohana 10:31 …
- Yohana 11:50 …
- Marko 14:43-45, nk. …

- Marko 14:66-72, nk. …
- Marko 15:12-15, nk. …
- Marko 14:65, nk. …
- Marko 15:16-20, nk. …
- Marko 14:53-65, nk. …
- Kumbukumbu 21:23 …
- Marko 15:21-32, nk. …

Majibu ya Yesu kwa kukataliwa

5. Ni mambo gani sita ambayo Durie ameyaona ambayo
    yanashangaza kuhusu vile Yesu alivyojibu kwa kukataliwa?
    (Kulingana na Mathayo 27:14; Isaya 53:7; Mathayo 21:24;
    Mathayo 22:15-20; Mathayo 12:19-20; Isaya 42:1-4; Luka 4:30.)

1)

2)

3)

4)

5)

6)

6. Yesu alijibuje kwa namna ya kipekee wakati alipojaribiwa kwa
    kukataliwa? (Kulingana na Waebrania 4:15.)

7. Kwa nini Yesu hakuona haja ya kuwashambulia au
    kuwaangamiza wale waliokuwa kinyume naye?

Kukumbatia kukataliwa

8. Kulingana na mpango wa Mungu, kitu gani kilikuwa sehemu ya lazima ya wito wa Yesu kama Masihi wa Mungu? (Kulingana na Marko 12:10, nk. na Isaya 52:3-5.)

9. Kitu gani kilikuwa kiini cha mpango wa Mungu? (Kulingana na Marko 8:31-32, nk.)

Kataa matumizi ya nguvu

10. Yesu anakataa nini, kulingana na Mathayo 26:52 na Yohana 18:36?

11. Durie anaelewaje "kuja kuleta upanga" kutoka Mathayo10:34?

12. Ni maoni gani, ambayo huku akiwafadhaisha baadhi ya wafuasi wake, Yesu aliyakataa kuhusu Masihi? (Kulingana na Mathayo 22:21; Luka 17:21; Mathayo 20:16; Marko 10:43; Mathayo 20:26-27.)

13. Kanisa la kwanza liliyatumiaje mafundisho haya kwa askari ambao walifanyika Wakristo?

Wapendeni adui zenu

14. Yesu alifundisha nini kuhusu jinsi ya kuwatendea wengine?

1) Mathayo 5:38-42, kuhusu kulipiza dhidi ya
   uovu …

2) Mathayo 7:1-5, kuhusu kuhukumu …

3) Mathayo 5:44, kuhusu maadui …

4) Mathayo 5:5, kuhusu upole …

5) Mathayo 5:9, kuhusu wanaoleta amani …

6) 1 Wakorintho 4:11ff, nk. kuhusu mateso …

7) 1 Petro 2:21-25, kuhusu mfano wetu …

Jiandaeni kukabiliwa na mateso

15. Jambo gani ambalo Yesu aliwafundisha wafuasi wake kuhusu
    lile ambalo halitaepukika? (Kulingana na Marko 13:9-13, nk.)

16. Wakati ambapo Muhammad aliwafundisha wafuasi wake kulipa
    mateso kwa vurugu, je, Yesu aliwaelekezaje wafuasi wake?
    (Kulingana na Marko 6:11; Mathayo 10:13-14.)

17. Ni wakati gani ambapo Yesu alionyesha mfano
    wa hitaji la kusonga mbele pasipo kuwa na
    uchungu? (Kulingana na Luka 9:54-56.)

18. Ni mambo gani matatu ambayo Yesu
    aliwafundisha wafuasi wake kufanya
    walipoteswa vikali? (Kulingana na Mathayo
    10:19-20, nk.)

1)

2)

3)

19. Jambo gani lilikuwa ni fundisho la nne la tofauti la Yesu kwa wanafunzi wanaokabiliwa na mateso? (kulinganana Luka 6:22-23, nk.)

20. Kweli ya tano waliyofundishwa wanafunzi waliopatwa na mateso ilikuwa ni nini? (Kulingana na 1 Petro 3:14, nk.)

☙

Upatanisho

21. Durie ametoa angalizo kuwa dhambi ya Adamu na Hawa ilikuwa na matokeo matatu kwa wanadamu. Matokeo hayo ni nini?

22. Kutimizwa kwa mpango wa Mungu wa kumrejesha mwanadamu na kuuponya uhusiano ule wa Mungu na mwanadamu ni nini?

23. Jambo gani hutupatia ufunguo wa kushinda kukataliwa?

24. Yesu aliwezaje kuishinda nguvu ya kukataliwa? (Kulingana na Yohana 3:16.)

25. Ni ishara gani ya Agano la Kale na unabii upi unaelekeza kwenye kifo cha Yesu juu ya msalaba?

26. Katika kuifikisha hali ya kushindwa mwisho wake, dhabihu ya Kristo ilituletea nini?

27. Kulingana na Warumi 8, ni jambo gani la ziada la ushindi linapatikana kutokana na upatanisho?

28. Kulingana na 2 Wakorintho 5, ni huduma gani ambayo Mungu ameikabidhi kwetu ili tuweze kuiharibu nguvu ya kukataliwa?

Ufufuo

29. Muhammad alidhamiria kuwafanya nini maadui zake?

30. Kulingana na Matendo 2:31-36, Kristo aliwezaje kuthibitishwa?

31. Kulingana kile alichokiona Durie katika Wafilipi 2:4-10, Ni kitu gani ambacho Mungu anampa Kristo kutokana na kujinyenyekeza mwenyewe na kufa msalabani?

Uanafunzi wa msalaba

32. Wakati wanafunzi wa Kristo 'wanapouchukua msalaba wao', wanatafsirije ujuzi wao wa mateso? (Kulingana na Marko 8:34-35, nk.)

Muhammad dhidi ya msalaba

33. Ni kwa kiwango gani Muhammad aliichukia misalaba?

34. Kulingana na Uislamu, ni uchaguzi gani ambao unadaiwa kuwa utatoweka wakati Isa (Yesu wa Kiislamu) atakaporejea duniani?

35. Ni madai gani ya kudhalilisha yaliyowekwa dhidi ya Askofu Mkuu wa Kiingereza George Carey aliposafiri kwa ndege kuingia Saudi Arabia?

Kwa kusudi la sehemu ya maombi, tafadhali fuata hatua zifuatazo:

> Kwanza washiriki wote watamke kwa pamoja 'Tamko na Sala ya Uamuzi wa Kumfuata Yesu Kristo'.

> Kisha shuhuda na mistari ya 'kukutana na ukweli' inasomwa kwa washiriki wote.

> Baada ya hapo, washiriki wote watasimama pamoja na kutamka 'Tamko na Sala ya Kuikana *Shahada* na kuivunja nguvu yake'.

> Ili kupata maelezo zaidi, tazama Mwongozo wa Viongozi.

6

Kufunguliwa kutoka *Dhimma*

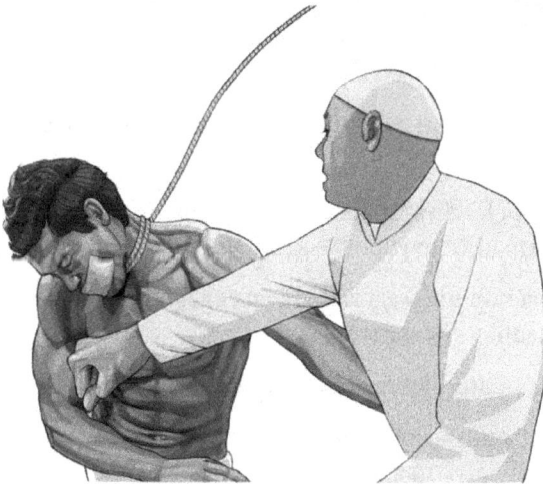

"Na damu ya kunyunyizwa, inenayo mema."
Waebrania 12:24

Madhumuni ya somo

a. Kuelewa msingi wa kitheolojia wa agano la *dhimma* linalolazimishwa na Waislamu dhidi ya watu waliotekwa.

b. Kuelewa chaguzi tatu ambazo Waislamu walizitaka kutoka kwa watu waliogandamizwa na madhara ya "uchaguzi wa tatu".

c. Kufafanua matokeo yaagano la *dhimma* kwa wasio-Waislamu.

d. Kuangalia mifano ya ugandamizaji wa *dhimma* kutoka kwenye maandiko ya Kiislamu na mashuhuda.

e. Kuelewa matokeo ya kisaikolojia na ya kiroho ya tambiko la kila mwaka la kuchinja na kukatakata.

f. Kuangalia mifano ya jinsi hali ya udhimmi inavyorejea katika nchi za magharibi leo.

g. Kuelewa kwa nini baadhi ya watu wanahitaji kulikana agano la *dhimma*.

h. Kwa ufupi kufanya mapitio kwa namna tofauti vile Yesu na Muhammad walivyopokea kukataliwa.

i. Kuelewa kwa nini sala za kulikana agano la *dhimma* inahitajika kwa baadhi ya Wakristo.

j. Kwa ufupi orodhesha athari hasa za kiroho za *u-dhimmi*.

k. Kuangalia mistari ya maandiko inayotangaza kweli 15 mahsusi unapojiandaa kuikana *shahada* (ikiwa haikufanyika wakati wa somo lililopita).

l. Kudai kufunguliwa kiroho kutoka kwenye *dhimma* kwa kutamka sala ya kuikana, ikiwemo sala ya kuungama na matamko na sala za kukana 35 za kipekee.

Mfano wa mafunzo: Je, wewe ungefanya nini?

Wewe pamoja na rafiki zako mmealikwa kwenye kongamano la maombi katika kituo cha faragha. Una shauku ya kuhudhuria na pale unapokutana na watu wengine, unasisimka kwa furaha kuwaona Wakristo wengi waliotokea kwenye Uislamu.

Mwishoni mwa kipindi cha kwanza cha jioni, unaelekezwa kujiunga katika kikundi cha watu 10 – 12 kuelezana kuhusu mahitaji na kufanya maombi kawa dakika 30. Kikundi chako kina Waumini kadhaa Waliotokea katika Uislamu. Kadhaa kati ya waumini hao wanafunguka na kueleza jinsi walivyofurahi kuungana na Wakristo wengine. Hata hivyo, Wakristo wachache waliokuwa kwenye kikundi kile wanaanza kueleza jinsi walivyoumizwa, walivyojawa na hofu, aibu, na hata chuki waliyoipata kutoka kwa Waislamu ambao wamekuwa wakiwadhalilisha kuwafanya dhalili na makafiri, na wamewatenga kuwafanya duni kule kijijini kwao. Wale waliotokea kwenye Uislamu wanajibu, "Naam, tunasikitika kuyasikia hayo lakini muwasamehe tu; huenda Waislamu hawa hawakuwa wanajua kile wanachokifanya."

Unaweza kuona kuwa majibu hayo yamewaumiza wale walioeleza maumivu yao. Wanakugeukia wewe na wengine pia katika kikundi na kuuliza, "Je, si kweli kwamba jambo hili ni kubwa kuliko kusema tu, 'Ninakusamehe'? Tumewasamehe, lakini bado hatujisikii vizuri kabisa, kwa kweli tuna hofu kubwa na Mwislamu yeyote." Unaweza kuona kuwa maneno haya ya mwisho sasa yanawafanya waliotokea kwenye Uislamu kufadhaika sana.

Je, wewe utasema na kufanya nini?

Katika somo hili tunaangalia sera ya Uislamu na vitendo kwa wasio-Waislamu wanaoangukia chini ya utawala wa Waislamu. Watu hawa wakiwemo Wakristo na Wayahudi, wanajulikana katika Uislamu kama *watu wa dhimma*.

Agano la *dhimma*

Mwaka 2006, wakati Papa Benedict alipotoa mhadhara wake maarufu wa Regensburg, alimnukuu Mfalme Manuel II Paleologus, wa Byzantine ambaye alizungumzia "Amri ya Muhammad ya kueneza imani aliyoihubiri kwa njia ya upanga."

Maoni ya Papa yalikaribisha mwitikio mkali kutoka kwa Waislamu duniani pote. Baada ya hotuba yake hiyo, takriban watu 100 waliuwawa katika vurugu zilizotokea duniani kote. Moja kati ya majibu ya kuvutia zaidi yalitolewa na Sheikh Abdul Aziz al Sheikh, Mufti Mkuu wa Saudi Arabia, ambaye alitoa taarifa kwa vyombo vya habari akitamka kuwa Uislamu haukuenezwa kwa njia ya vurugu. Alidai kuwa ni makosa kuutuhumu Uislamu kwa hili, kwa sababu wasioamini walikuwa na chaguo la tatu. Chaguo la kwanza lilikuwa Uislamu, la pili upanga, lakini la tatu lilikuwa, "kujisalimisha na kulipa kodi, na ndipo wataruhusiwa kubakia katika ardhi yao, wakifuata dini zao chini ya ulinzi wa Waislamu."

Mufti Mkuu aliwarejeza wasomaji wake kwenye mfano wa Muhammad. Alisema; "Wale wanaoisoma Kurani na *Sunnah* wanaweza kuzielewa kweli hizo."

Chaguzi tatu ambazo Mufti alizieleza zilikuwa:

1. Wakubali kuupokea Uislamu;

2. upanga – kuua au kuuawa; au

3. kusalimu amri kwa majeshi ya Kiislamu.

Chaguzi mbili za kwanza zinaturejesha kwa Muhammad, ambaye alisema:

> Nimeamriwa (na Allah) nipigane na watu hadi watakaposhuhudia kuwa hakuna anaystahili kuabudiwa ila Allah na Muhammad ni Mtume wake … hivyo, ikiwa watayafanya yote hayo, hapo basi watakuwa wameyaokoa maisha yao na mali zao kinyume na mimi ….

Hata hivyo, maneno hayo, yalipozwa na matamko mengine aliyoyatoa Muhammad ambapo alitoa uchaguzi mwingine wa nyongeza, pamoja na Uislamu au upanga, ambao ulikuwa ni kujisalimisha, na kuilipa ile kodi ya *Jizya*:

186

Pigana katika jina la Allah na kwa njia ya Allah.
Pigana dhidi ya wasiomwamini Allah. Piga vita vitakatifu ...
Unapokutana na adui zako wanaoabudu miungu wengi,
wakaribishe katika machaguo matatu.
Kama watakubali lolote kati ya mojawapo ya hayo Wewe
utakubali na utajizuia usiwadhuru kwa lolote.
Wakaribishe (waupokee) Uislamu; wakikataa kuupokea
Uislamu wadai kodi ya jizya.
Kama watakubali kuilipa, ipokee kutoka kwao na uiondoe
mikono yako.
Kama watakataa kulipa kodi, tafuta msaada wa Allah na pigana
nao.

Ulazima wa kulipa kodi ya *Jizya* vilevile una msingi katika mstari wa
Kurani:

Piganeni na wale .... Waliopewa Kitabu – mpaka watakapolipa
Jizya [kodi] yote kabisa na wamefedheheshwa [wamefanywa
wadogo, na kudharauliwa] (Sura 9:29)

Jamii zilizojisalimisha chini ya utawala wa Kiislamu zinahesabiwa na
sheria ya Kiislamu kuwa zimeyakubali agano la *dhimma*, ambalo ni
agano la kujisalimisha ambamo jamii isiyo ya Waislamu
inakubaliana na mambo mawili: 1) kulipa kodi ya kila mwaka ya
Jizya kwa Waislamu, na 2) kudhalilishwa au kufanywa 'wadogo', na
kuchukua nafasi ya unyenyekevu katika kushindwa.

Mtangazaji wa Kiislamu Ibn Kathir alisema katika maoni yake juu
ya Sura 9:29 kuwa "Waislamu hawaruhusiwi kuwaheshimu watu wa
dhimma au kuwainua juu zaidi ya Waislamu, kwa maana wao ni
watu duni, wa kuaibisha, na dhalili." Hali hii ya kutokuwa na
heshima, alisema, ilipaswa kudumishwa na sheria ya Kiislamu
Sharia, ili kuhakikisha kunakuwepo na "mwendelezo wa
kudhalilishwa, kushushwa, na kuaibishwa".

Matokeo ya kukubaliana na agano la *Dhimma*, *Sharia* inawaruhusu
wasio-Waislamu wanaoishi chini ya masharti haya ya kutawaliwa
kuendelea kuishi na dini zao. Wasio-Wakislamu wanaoishi chini ya
masharti haya wanaitwa *Wa-Dhimmi*.

Mfumo wa *dhimma* ni udhihirisho wa kanuni mbili za kitheolojia
katika Kurani:

1. Usilamu lazima uzishinde dini zingine:

   Yeye ndiye aliye mtuma Mtume wake kwa uwongofu na Dini ya Haki, ili aitukuze juu ya dini zote. (Sura 48:28)

2. Waislamu lazima wawe katika nafasi ya mamlaka ili kulazimisha kuwepo kwa mafundisho ya Uislamu kuhusu kilicho sahihi na kisichofaa:

   Nyinyi mmekuwa bora ya umma waliotolewa watu, kwa kuwa mnaamrisha mema na mnakataza maovu, na mnamuamini Mwenyezi Mungu. (Sura 3:110)

Jizya

Katika sheria ya Kiislamu – Sharia – agano la *dhimma* linawachukulia watu wasio waislamu kuwa maisha yao ni ya watu ambao wangepotea, kama Waislamu wasingewahifadhi. Hili linakwenda hadi kule nyuma wakati wa kabla ya wazo la Kiislamu kuwa kama utamshinda mtu katika vita na kumfanya mateka, na kumwacha aishi, utakuwa unamdai kichwa chake. Kwa sababu hiyo, kodi ya kichwa ya *Jizya* ya kila mwaka, inayolipwa na *wa-* dhimmi wanaume walio watu wazima kwa dola la Kiislamu, inaelezwa katika duru zenye mamlaka za Kiislamu kuwa ni vyanzo vya ukombozi unaolipiwa na *wa-dhimmi* badala ya damu yao. Neno *Jizya* lina maana ya 'fidia' au kodi. Wanaleksikografia wa Kiislamu wameifafanu kuwa ina maanisha:

> … Kodi inayolipwa na Mtu huru asiye Mwislamu, kwa serikali ya Kiislamu ambapo ataridhia agano [agano la dhimma] ambalo linamhakikishia ulinzi kana kwamba ni fidia inayolipwa kwa kutokuuawa.[12]

Muhammad ibn Atfayyish, mnenaji wa Ki-Algeria wa Karne ya 19, aliifafanua kanuni hii katika maoni yake Sura 9:29:

> "Ilielezwa kuwa: Hii [*jizya*] ni kukidhi damu yao. Imeelezwa kuwa amekidhi … kwa ajili ya kutokuuawa. Kusudi lake ni

---

12. Edward W. Lane, *Arabic-English Lexicon*.

kuwa mbadala (*wajib*) kuuawa na kuwa mtumwa.... ni kwa faida ya Waislamu."

Au, kama vile William Eton alivyofafanua zaidi ya karne moja kabla ya hapo katika kazi kubwa ya *Mapitio kuhusu Dola ya Kituruki*, yaliyochapishwa mwaka 1798:

> Maneno yenyewe haya yaliyobuniwa nao, waliyoambiwa watwana wa Kikristo wakati wakilipa kodi yao [*Jizya*], kuagiza bidhaa, kuwa kiasi cha fedha kilichopokelewa, kinachukuliwa kama fidia kwa ajili ya kuruhusiwa kuwa na vichwa vyao kwa mwaka huo husika.

Adhabu kwa kukiuka

Katika Sheria ya Kiislamu, adhabu kali itatolewa kwa atakayekiuka agano la *dhimma*. Kama aliye chini ya *dhimma* atakiuka kulipa kodi ya *Jizya*, au kushindwa kuzitii kanuni zilizowekwa juu ya *Watu wa dhimma*, adhabu yake ilikuwa kwamba *Jihad* itaanza upya tena. Hii ilimaanisha mazingira ya vita: Mali za *Watu-wa dhimma* zilitakiwa kuporwa, wanawake wao kuingizwa kwenye utumwa na kubakwa, na wanaume kuuawa (au kuingizwa kwenye Uislamu kwa ncha ya upanga).

Mfano maarufu wa agano la *dhimma*, lililojulikana kama Agano (au Makubaliano ya) la Umar, linajumuisha kipengele ambacho Wakristo wa Syria wanajiadhibu wenyewe kwa adhabu hii ya *Jihad*:

> Haya ndiyo masharti tunayojiwekea wenyewe na wafuasi wa dini zetu kwa ajili ya kupata usalama na ulinzi. Ikiwa tutakiuka yoyote kati ya ahadi hizi tunazojiwekea kwa ajili ya faida yenu dhidi yetu, basi *dhimma* yetu itakuwa imevunjwa na unaruhisiwa kufanya kwetu kile unachoruhusiwa kwa watu wanaokiuka na kuasi.

Jambo hilo hilo limesemwa na Ibn Qudama, kuwa ikiwa kumekuwa na ukiukwaji wa angano la *dhimma*, maisha na mali za yule aliyekuwa chini ya *dhimma* hupotea:

> Mtu aliye chini ya hifadhi anayekiuka makubaliano ya kuhifadhiwa, iwe kwa kukataa kulipa ile kodi ya kichwa (*Jizya*) au kuzitii sheria za jumuia .... anaifanya nafsi yake na mali zake

'halali' [halali – inamaanisha kupatikana bure kwa ajili ya kuuawa au kutekwa na Waislamu].

Historia ya jamii nyingi zilizokuwa katika *dhimma* zimepambwa na mfululizo wa matukio mabaya ya kutisha ya kihistoria yakijumuisha mauaji ya kimbari, ubakaji, na uporaji, ambayo yametumika kuwaweka wasio Waislamu kuwa katika hali ya kudumu ya vitisho, na imechangia kukazia kufungwa kisaikolojia na kiroho kutokana na *dhimma* juu ya jamii nzima . Mofano miwili juu ya hili ni kama ifuatavyo:

- Mwaka 1066 Wayahudi wa Granada, wapatao 3,000 waliuawa na Waislamu kwa mauaji ya kimbari, Historia yake ni kwamba, Samuel ha Nagid Myahudi, alikuwa ni Mtawala wa Granada, akimtumikia Sultani wa Kiislamu. Katika ofisi hiyo hiyo alifuatiwa mna mwanawe, Joseph ha Nagid. Mafaniio ya Wayahudi hawa yalihesabiwa kuwa ni kukiukwa kwa masharti ya dhimma, ambayo yanakataza mtu asiye Mwislamu kuwa na mamlaka juu ya Mwislamu. Kampeni ya uchochezi wa kidini dhidi ya Wayahudi hao, jambao ambalo lilikuwa muafaka kwa sheria za *Dhimma*, ambayo ilipelekea mauaji hayo makubwa. Mwanasheria wa Afrika Kaskazini al Maghili baadaye aliandika kuwa, wakati wowote ule Wayahudi waliposhika vyeo vya juu wakimtumikia sultani, wako katika hali ya 'uasi wa kudumu dhidi ya hadhi yao ya [*Udhimmi*]., ambayo kuanzia wakati huo, haikuweza kuwalinda tena." Kwa maneno mengine damu yao ilikuwa halal.

- Mwaka 1860 Wakristo wa Damesiki zaidi ya 5,000 waliuawa kwa mauaji ya kimbari. Taarifa za awali za tukio hili zilikuwa kwamba dola ya Ottoman ilikuwa imekwisha piga marufuku rasmi Sheria za *dhimma*. Hilo lilifanyika chini ya shinikizo la kisiasa kutoka dola za Ulaya. Wahubiri wa Kiislamu wa Dameski walichukia hadhi hii iliyoboreshwa na kutangaza kwamba kwa sababu Wakristo waliacha kutii kama wa *dhimma* hadhi yao ya kulindwa iliachwa. Mauaji hayo ya halaiki yalifuata taratibu za zamani za vita vya *Jihad*: wanaume waliuawa, wanawake na Watoto walichukuliwa utumwani, wanawake waliotekwa walibakwa, na mali zao kuchukuliwa nyara. Baadhi yao walijiokoa na kifo kwa kuukubali Uislamu.

Tambiko baya

Kila mwaka kodi ya *Jizya* ilitakiwa kulipwa na wanaume watu wazima, kupitia utaratibu maalum ulitakiwa kufuatwa kuzingatiwaa. Wanaume wa *dhimma* walipaswa kupitia tambiko hili katika dunia yote ya Waislamu hadi katika wakati wa karne ya ishirini.

Tambiko la malipo ya *Jizya* lilijumuisha ishara yenye nguvu ambapo Mwislamu alimpiga *mtu* wa *dhimma* shingoni, na kwa simulizi nyingine *mdhimmi* huyo aliburuzwa akiwa amefungwa Kamba shingoni. Matendo haya ya matambiko yaliashiria kuwa yule *mdhimmi* alilipia kodi hiyo kwa uhai wake, ili kuepuka kifo au utumwa. Tambiko hilo lilikuwa namna ya kuigiza kule kuuawa kwa kukatwa kichwa ambako kutokana na hali hiyo malipo ya *Jizya* lilikiepusha kila mwaka.

Vyanzo vya Kiislamu na visivyo vya Kiislamu vinatoa taarifa nyingi kuhusu tambiko hili, tangu Morocco hadi Bukara, kutoka karne ya tisa hadi karne ya ishirini. Tambiko hilo liliendelea katika baadhi ya nchi za Kiislamu, kama vile Yemen na Afghanistan, hadi wakati wa mwishoni mwa kuondoka kwa wingi kwa Wayahudi kwenda Israeli mwishoni mwa miaka ya 1940 na mapema miaka ya 1950, na katika miaka ya karibuni kumekuwepo na wito kutoka kwa waislamu wenye msimamo mkali ili irejeshwe.

Ikiwa ni ishara ya kukatwa katwa, malipo ya *Jizya* yanaweza kuhesabiwa kuwa ni 'agano la damu' au 'kiapo cha damu', (kama ilivyojadiliwa katika sura ya 2), ambamo anayeshiriki anajiletea kifo chake yeye mwenyewe kwa kufanya igizo la namna atakavyonyongwa, ikiwa atashindwa kutimiza masharti ya makubaliano. Viapo vya namna hiyo vimetumika kwa karne nyingi katika sherehe za kuwaingiza watu katika vikundi vya siri na vya ushirikina, kwani vinatambuliwa kuwa na maarifa yenye nguvu za kiroho kuwafunga wanaoingia waweze kutiishwa na kutii.

Tambiko la *Jizya* ni la ishara inayohitaji ridhaa ya mtu wa *dhimma* anayeshiriki humo kupoteza hata kichwa chake mwenyewe ikiwa atakiuka kipengele chochote katika agano hilo la *dhimma*, ambalo liliwezesha kuyahifadhi maisha yake asiuawe. Ni kitendo cha kujilaani wewe mwenyewe, ambacho kiuhalisia kinasema 'Una haki kabisa ya kukata kichwa changu ikiwa nitavunja yoyote kati ya masharti ya agano langu.' Baadaye, ikiwa Mtu-wa *dhimma* atakiuka agano lake, atakuwa tayari amekwisha jitamkia adhabu ya kifo, kwa kule kufanya tambiko hilo mbele za umma, na ikiwa atauawa, itakuwa hivyo kutokana na idhini aliyoitoa yeye mwenyewe hapo awali.

⁂

Katika sehemu hizi tunazingatia matokeo ya mfumo wa *dhimma* juu ya Waiso-Waislamu.

Kuonyesha shukrani kwa unyenyekevu

Katika hali halisi, watu wasio Waislamu katika Sheria ya Kale ya Kiislamu wanahesabiwa kuwa ni watu ambao kuwepo kwa maisha yao au uhai wao kulitegemea ridhaa ya Waislamu waliowashinda na kuwateka. Wanatazamiwa kuonyesha hali ya shukrani na unyenyekevu dhalili: Wasemaji wa Kiisalmu wamekuwa wazi sana kuhusu suala hili.

Kanuni nyingi zinazotokana na Sheria za Kiislamu zilibuniwa kwa lengo la kuwafanya wasio Waislamu wajione dhalili na wenye hali hatarishi. Kwa mfano:

- Ushahidi unaotolewa na watu wa *dhimma* haukubaliwi katika mahakama za Sharia: hii iliwafanya kuwa katika hali hatarishi za ukandamizaji na uonevu wa namna mbalimbali.

- Nyumba za watu wa *dhimma* zilitakiwa kuwa za hali ya chini kuliko za Waislamu.

- Watu wa *dhimma* hawakuruhusiwa kupanda farasi au kuinua vichwa vyao juu ya vichwa vya Waislamu.

- Watu wa-*dhimmi* walitakiwa kuwapisha njia Waislamu katika njia au barabara zinazotumiwa na umma, wakienda pembeni mwa njia ili kuwapisha Waislamu wapite.

- Watu wa *dhimma* hawakuruhusiwa kumiliki aina yoyote ya zana au silaha ya kujihami, jambo ambalo liliwaweka kuwa hatarini kushambuliwa na kupigwa na Waislamu.

- Ilikuwa marufuku kuonyesha waziwazi mbele ya umma alama zozote za kidini au taratibu za ibada.

- Ilikuwa ni marufuku kujenga makanisa mapya na yale yaliyochakaa au kubomoka hayakutakiwa kufanyiwa ukarabati.

- Ilikuwa marufuku kuupinga Uislamu.

- Watu wa *dhimma* walitakiwa kuvaa mavazi tofauti: Nguo yenye rangirangi ilikuwa ni ubunifu wa Kiislamu.

- Wanaume wa Kiislamu waliruhusiwa kuoa Wanawake wa *dhimma* na ikiwa kulikuwa na Watoto walipaswa kulelewa kama Waislamu; hata hivyo, ilikuwa marufuku kwa mwanamke wa Kiislamu kuolewa na Mwanaume wa *dhimma*.

- Kulikuwepo sheria nyingine nyingi zilizolazimisha udhalilishaji na ubaguzi dhidi ya jamii zisizokuwa za Waislamu.

Sheria kama hizo zilifahamika kama ni udhihirisho wa kijamii na kisheria wa kufanywa 'wadogo', kama iliyoamriwa na Kurani (9:29).

Mfumo wa *dhimma* ulibuniwa kwa lengo la kuwashusha na kuwadhalilisha watu wa jamii zisizo za Waislamu ambazo ulizitawala. Mnenaji Morocco wa karne ya 18 Ibn 'Ajibah alilieleza kusudi lake – kuwa ni kule kuiua nafsi:

[Mtu wa *dhimma*] ameamriwa kuiua nafsi yake, kuua yote yaliyo mema, na kuyaua matamanio yake. Juu ya yote aiue hali ya kupenda maisha, uongozi na kuheshimiwa. *Mtu wa dhimma* amekusudiwa kuzipindua shauku za nafsi yake, anatakiwa kuilemea kwa uzito mkubwa kuliko inavyoweza kubeba mpaka itakapokuwa imetii kabisa kabisa. Hivyo, baada ya hapo hakuna kitakachokuwa hakistahimiliki kwake. Atakuwa haoni tofauti yoyote kati ya kugandamizwa na kuwa chini ya nguvu kubwa. Umaskini na utajiri utakuwa ni sawa tu kwake; sifa na laana yote yatakuwa ni sawa; kuzuia na kuachilia kutakuwa ni sawa tu; kupotea na kupatikana kutakuwa sawa. Hivyo, vitu vyote vitakapokuwa sawa, nafsi itakuwa imetii na kunyenyekea kwa hiari kwa kitu itakachokitoa.

Saikolojia ya kuwa duni

Neno hili kuwa katika *dhimma* linatumika kuelezea ujumla wa mazingira ambamo mtu aliye katika agano la *dhimma* huyazalisha. Kama ilivyo kwa udhalilishaji wa kijinsia na ubaguzi wa rangi, *dhimma* si tu inaonekana katika mifumo ya kisheria na ya kijamii, lakini katika saikolojia ya kuwa dhalili, na utashi wa kutumika, ambao jamii inayotawaliwa inauasili ikiwa ni hatua ya kujaribu kujihami kibinafsi.

Kama ambavyo mwanazuoni mkuu wa Kiyahudi wa zama za kale Maimonides alivyosema, "Tumekubali wenyewe, sote wazee na vijana kukaliwa na kujipeleka katika kuonewa…", na mapema katika karne ya 20, Mwanajografia wa Serbia Jovan Cvijic alielezea jinsi hofu ya kushambuliwa ya kizazi kimoja hadi kingine kutokana na watawala wa Kituruki na Waislamu wa Albania ilivyosababisha mabadiliko ya kisaikolojia miongoni mwa jamii za Wakristo katika nchi za Balkani:

> [wakawa] … wamezoea kuwa katika tabaka dhalili, la kitumwa, ambalo wajibu wake ulikuwa kujipendekeza ili wapate kibali mbele za Mkuu, kunyenyekea mbele zake na kumpendeza yeye. Watu hawa wakawa wamefungwa-midomo, wasiri, wajanja wajanja; waliopoteza hali ya kujiamini mbele za wengine; wanaokua wakizoea unafiki na wabahili kwa sababu haya yote yalikuwa lazima ili kuwawezesha kuishi na kujiepusha na adhabu za kikatili.

> Matokeo ya moja kwa moja yanayochangiwa na ugandamizaji na kushambuliwa ni hofu na wasiwasi. … Kule Makedonia niliwasikia watu wakisema: "Hata katika ndoto zetu tunaota tunawakimbia Waalbania na Waturuki."

Sambamba na udhalili wa *watu-wa dhimma* ni hali ya Waislamu kujiona bora, ambao wanapewa hali ya kuonekana wakarimu, kwa kuwa wamewapatia *watu-wa dhimma* makazi, na kuacha kutwaa mali zao. Kama ambavyo mwongofu mmoja wa Kiirani aliyeongoka na kuwa Mkristo alivyosema "Ukristo bado unaonekana kuwa ni dini ya watu wa tabaka la chini. Uislamu ni dini ya mabwana na watawala, Ukristo ni dini ya watumwa."

Mtazamo wa kidunia juu ya watu wa *dhimma* una madhara mbele za Waislamu kama ulivyo wenye kudhalilisha kwa wasio Waislamu. Waislamu hujikuta wanajijeruhi wenyewe pale wanapojitengenezea mazingira ambayo hawana uwezekano wowote wa kujifunza kushindana na wengine kwa usawa. Kama ambavyo udhibiti wa uchumi dhidi ya ushindani unavyoweza kuathiri uwezo wa ushindani wa taifa zima kuharibika, ndivyo ilivyo kwa "uhifadhi wa kidini," wa *dhimma* unavyoweza kumaanisha kuwa Waislamu wamekuja kutegemea hali inayodanganya kuwa wao ni watu bora zaidi, ambayo hatimaye huwadhoofisha, na kuharibu uwezo wao wa kupata uelewa wa kweli kuhusu wao wenyewe na dunia inayowazunguka.

Mfumo *wa dhimma* unazalisha mitazamo iliyojichimbia ndani sana katika pande zote kutoka kizazi hadi kizazi. Kama ambavyo ubaguzi wa rangi unavyoweza kuendelea kwenye mataifa mengi, kwa miaka mingi tangu baada ya utumwa wenye misingi ya ubaguzi wa rangi ulipopigwa marufuku, hivyo, utekelezaji wa sheria ya *dhimma* bado unaendelea kuathiri, na kwa hakika kutawala, mahusiano kati ya Waislamu na wengine, ingawa ile kodi ya *Jizya* inaonekana imesahauliwa kwa mbali.

Saikolojia ya mfumo *wa dhimma* inaweza kuziathiri jamii ambazo hazikuwahi kuwa chini utawala wa sheria ya Kiislamu ya *Sharia*, Mambo yanayoendelea yanaweza kuharibu utafiti wa kiuanazuoni na kuvuruga hatima ya mwelekeo wa kisiasa. Kwa mfano, kumekuwepo mlolongo mrefu wa viongozi wa Magharibi ambao wameusifu Uislamu, na kuutangaza kuwa ni dini ya amani, ambapo wakati huo huo wakionyesha shukrani kwa Uislamu. Aina hii ya kutoa sifa na kuonyesha shukrani ni mwitikio halisi waw a wa-*dhimmi* kwa Utawala wa Kiislamu.

Mateso ya Kidini na Kurejea kwa *dhimma*

Wakati wa karne ya 19 na 20 nchi za Ulaya kadhaa zenye nguvu ziliulazimisha ulimwengu wa Kiislamu kupunguza au kuuondoa mfumo wa *dhimma*. Hata hivyo, katika miongo ya hivi karibuni kumekuwepo na kuhuishwa kwa *Sharia* pote ulimwenguni. Kama sehemu ya kuhuishwa huko, sheria na mtazamo wa ulimwengu kuhusu *dhimma* umekuwa ukirejea pote katika ulimwengu wa Kiislamu, na pamoja nao ni kuongezeka kwa mazingira ya dharau, vitisho na ubaguzi wa kidini dhidi ya Wakristo na wengine wasio Waislamu. Mfano ni nchi ya Pakistan ambayo ilianzishwa kama taifa lenye katiba ya kawaida inayoongoza nchi, lakini baadaye ikajitangaza kuwa ni nchi ya Kiislamu, ikirejesha mahakama za *Sharia,* na kuingiza sheria dhidi ya kukufuru ambayo inawabagua wasio Waislamu. Mwelekeo huu wa kuhuisha *Sharia* ya Kiislamu imechochea kuongezeka kwa mateso kwa Wakristo Wapakistani.

Leo hii humu duniani, mahali popote pale ambako *Sharia* imehuishwa, hali ya maisha kwa Wakristo na wengine wasio Waislamu imekuwa mbaya zaidi. Leo hii, kwenye mataifa manne kati ya Matano ambako Wakristo wanateswa katika maeneo hayo, ambako Wakristo wanateswa ni mataifa ya Kiislamu, na mpangilio maalum wa mateso ya Wakristo katika maeneo hayo, hujitokeza kwa njia ya marufuku za kujenga majengo ya ibada, zikiambatana na kuhuishwa kwa sheria za *dhimma* kama sehemu ya kuhuishwa kwa *Sharia* katika ujumla wake kwa kiwango kikubwa.

⁂

Katika sehemu zifuatazo tutaangalia sababu za kulikana agano la *dhimma* na madhara yake dhidi ya maisha ya kiroho.

Ufumbuzi wa kiroho

Maisha ya Muhammad kwa kiasi kikubwa yalijengwa na mazingira ya uzoefu wa kukataliwa na kupelekea kwenye moyo uliojeruhiwa, roho ya kukwazika, fikra ya kuwa mhanga, roho ya vurugu, na nia ya kuwatawala wengine. Wito wake wa kufanya 'magomvi' ya *jihad* yalisukumwa na hali yake ya kuonewa kiroho, ambayo ilitafuta kufunguliwa kwa kuwadhalilisha wengine. Mfumo wa udhalilishaji wa *dhimma,* ni matokeo yake.

Kinyume chake, Kristo alikataliwa, lakini alikataa kukaa na makwazo, alikataa kuchagua vurugu, alikataa kuwatawala wengine, na alikataa kuwa na moyo uliojeruhiwa. Msalaba wake na kufufuka kwake kulishinda kukataliwa kwake na nguvu za giza. Wakristo wanaweza kuugeukia msalaba na kutafuta uhuru kutoka kwenye kongwa la *dhimma.*

Shuhuda za kufunguliwa kutoka kwenye *dhimma*

Hapa tunazo shuhuda za watu walioomba maombi ya kuikana *dhimma* na kuupata uhuru.

Hofu za kutoka kizazi hadi kizazi

Mwanamke mmoja ambaye niliwahi kumwombea alikuwa na tatizo la kuwa na hofu ya mambo mbalimbali ya maisha yake. Mababu zake waliishi kama *wa-dhimmi* kule Damascus, Syria takriban miaka mia moja iliyopita, ambapo kulitokea mauaji ya kimbari ya Wakristo yaliyovuma sana Mwaka 1860. Wakati nilipomtia moyo aiseme sala ya kulikana agano la *dhimma*, nguvu ya hofu ya misha ikavunjwa ghafla tu lipoingia katika maombi ya kulikana agano la *dhimma*, nguvu ya hofu ilivunjwa, naye alipata afueni kubwa ya kuondokana na hofu katika maisha yake ya kila siku.

Kufunguliwa kutoka Urithi wa Mauaji ya Kimbari

Mtu mmoja kutoka jamii ya Kiarmenia alikuwa na mababu ambao walisalimika katika mauaji ya kimbari kwa kutumia majina ya Kiyunani, na wakaweza kutoroka kupitia Smirna na kwenda Misri. Sehemu kubwa ya karne baadaye, huyu mwana wa wakimbizi aliteswa na hofu kandamizi kila siku. Hakuweza kuondoka nyumbani bila kuwa na wasiwasi sana kama amefunga milango yote na madirisha. Katika hali hiyo, pale alipokana hofu za kurithishwa kutoka vizazi zilizohusiana na maumivu yaliyosababishwa na mauaji ya kimbari ya wakati uliopita, nasi tuliomba pamoja ili afunguliwe, alionesha kupokea uponyaji mkubwa wa kiroho na kufunguliwa.

Matokeo makubwa zaidi katika huduma kwa Waislamu

Mwanamke mmoja wa New Zealand aliniarifu vile huduma yake kwa Waislamu ilivyobadilisha baada ya kuukana *udhimmi* na *dhimma* yenyewe.

> Nilifunguliwa kwa nguvu ya ajabu kutoka kwenye vitisho na hofu katika uhusiano wa kibinafsi na vilevile nimehamia kwenye utendaji wenye matokeo makubwa zaidi katika kuwapelekea injili Waislamu tangu wakati ule nil
iposali sala ile dhidi ya kuwa *mdhimmi* wakati wa semina yako. Tangu mwaka 1989 nimekuwa nikiwashuhudia Waislamu ... Mshiriki mwingine wa timu ambaye pia alihudhuria semina zako

amepata kuwa na ufanisi mkubwa zaidi kuwafikia wanawake wa Mashariki ya Kati baada ya kuukana *udhimmi*.

Kutoka hofu hadi Ujasiri: Mafunzo ya Uinjilisti

Kikundi cha Wakristo wanaozungumza Kiarabu waliyatumia maombi yaliyowekwa kwenye kitabu hiki kama sehemu ya maandalizi yao ya mara kwa mara kwa ajili ya kuwafikia Waislamu waliokuwa wanatembelea nchi moja ya Ulaya kama watalii. Ingawa Wakristo hawa walikuwa katika nchi huru, bado walikiri kwamba walikuwa na hofu kuhusu kuwaeleza imani yao watu wengine. Kiongozi mmoja alifafanua, "Hofu inaishi ndani yako kwa sababu ya agano lililofanywa kwa niaba yako." Baada ya kujadiliana kuhusu maelezo ya agano la *dhimma*, watu wakaomba maombi ya kufunguliwa kwa pamoja, na kulikana agano la *dhimma* pamoja. Siku ya mwisho ya programu hiyo, kulifanyika tathmini:

> Matokeo yake yalikuwa ya kushangaza. Pasipo kumsahau hata mmoja, wote waliohudhuria walieleza kuwa kwa hakika hii ilikuwa ni mada muhimu ya mafunzo na sababu ya baraka nyingi na uhuru wa kweli, hususan pale ambapo kila mmoja alipata fursa ya kulikana agano la *dhimma* na kutangaza agano na Yesu kwa njia ya damu yake. Mungu asifiwe kwa kuwa kuna uhuru kwa kuondokana na agano hilo katika damu ya Yesu, kwa njia ya maombi.

Mkristo wa madhehebu ya Koptiki alifunguliwa na kupata nguvu ya kuwashuhudia Waislamu

Mkristo wa madhehebu ya Koptiki na mwanasheria alitoa ushuhuda wake:

> Nilisoma *Sharia* kama somo kuu kwa miaka minne ikiwa ni sehemu ya shahada yangu ya sheria katika moja ya nchi za Kiislamu. Nilijifunza kwa undani sana kudhalilishwa kwa Wakristo chini ya Sheria ya Kiislamu ya *Sharia*, ikiwa ni pamoja na kanuni za *dhimma*, lakini kuna kitu kilikuwa kinanizuilia ufahamu wangu juu ya mguso binafsi wa mafundisho kama hayo juu ya tabia zangu. Nilikuwa Mkristo mwaminifu na nilimpenda Bwana Yesu Kristo, lakini kila mara nilishindwa kumtangaza kuwa ni Bwana wangu mbele ya rafiki zangu wa Kiislamu, kwa kuhofia nisije kuumiza hisia zao.

Nilipohudhuria mhadhara kuhusu *Dhimmi* nikajisikia hali yangu ya kiroho inawekwa wazi, na hali ile ya kukata tamaa katika nafsi yangu nayo ikiwekwa wazi. Nakumbuka matukio mengi ambapo kwa furaha kabisa nilikubali na hata kutetea ubora wa Uislamu katika himaya walizoziteka, nchi ya mababu zangu. Nilijisikia kuhukumiwa kwa kuwa kwa miaka mingi niliikiubali na kuiishi hali ya kudhalilishwa ya kuwa mtu wa *dhimma*. Nikatafuta kuombewa na papo hapo nikajisikia kuwa huru katika Kristo kwa kiwango kikubwa sana.

Usiku ule ule nilirejea nyumbani na nikampigia simu rafiki yangu mmoja wa karibu aliyekuwa Mwislamu. Nikamwambia kuwa Yesu anampenda na kuwa alikufa juu ya msalaba kwa ajili yake. Tangu wakati huo huduma yangu kwa Waislamu imekuwa ya mafanikio sana na nimewaona wengi wao wakimtangaza Kristo kuwa Bwana na Mwokozi wao.

Sababu za kulikana agano la *dhimma*

Unaweza kuamua kulingana na matamko na maombi yanayofuata katika sura hii kwa sababu kadhaa tofauti:

- Wewe au babu zako huenda waliishi chini ya utawala wa Kiislamu mkiwa wasio Waislamu, na kulikubali agano la dhimma au mliishi mazingira yaliyoathiriwa na Jihad na dhimma.

- Historia yako binafsi au ya familia yako huenda iliathiriwa sana na matukio mabaya ya kuumiza, kama vile matukio ya vurugu yanayohusiana na jihad au udhalilishaji wa aina nyingine ambao unaweza kufanyika chini ya mazingira ya dhimma. Pengine hukuwahi hata kuyasikia matukio hayo, lakini unaweza kuhisi kuwa yalitokea katika historia ya familia yako.

- Wewe mwenyewe au babu zako mmewahi kutishiwa na jihadi ya Waislamu ingawa hakuna hasa historia ya kuishi chini ya Uislamu, unataka kuwa huru kutoka kwenye hofu hiyo na vitisho.

- Wewe mwenyewe au babu zako zako mliishi kama Waislamu na mnapenda kukana kuwa sehemu ya walio

chini ya agano la dhimma pamoja na yote yanayohusiana
nalo.

Maombi hayo yamekusudiwa kwa ajili ya kubatilisha agano la
dhimma, pamoja na athari zake zote, ili lisiweze kuwa na mamlaka
yoyote juu ya maisha yako. Yamekusudiwa kupinga na kuvunja
laana zote zilizoelekezwa dhidi yako au babu zako kwa sababu wa
kuwa *m-dhimmi* anayeishi katika nchi ya Kiislamu. Unaweza pia
ukawa unasali maombi haya ukiwa katika hali ya huzuni kwa sababu
ya kukosa maarifa kwa wakati uliopita, na unataka kusimama katika
kweli ya neno la Mungu. Maombi haya yamekusudiwa kuzishinda
athari za kiroho zote hasi za kuwa katika agano la dhimmi, kama
vile:

- kuumizwa

- hofu

- vitisho

- aibu

- hisia za hatia

- hisia za kujiona duni

- kujichukia na kujikataa

- Kuwachukia wengine

- kusononeka

- Udanganyifu

- Kudhalilishwa

- kujitenga na upweke

- ukimya

Sasa tutaangalia maombi ya kulikana agano la *dhimma*. Sala hii
imekusudiwa kuwafungua Wakristo ambao wanaishi chini ya tawala
za Kiislamu leo, au ambao mababu zao waliishi chini ya tawala za
Kiislamu ili wawe huru.

Kukutana na ukweli

Ikiwa hukufanya hivi katika Somo lililotangulia, kabla ya kuisema sala ya kuikana *dhimma*, soma kwa sauti kubwa mistari kuhusu 'kukutana na ukweli' katika Somo la 5.

Sala hii ya kuikana *dhimma* itatakiwa kusomwa kwa sauti kubwa na washiriki wote wakiwa wamesimama pamoja.

Tamko na sala ya kuikana *dhimma* na Kuvunja Nguvu yake

Maombi ya Kuungama

Mungu mwenye upendo, naungama kuwa nimetenda dhambi na kugeuka mbali na wewe. Ninatubu na kumgeukia Kristo kuwa Mwokozi wangu na Bwana. Nakusihi unisamehe hususan kwa ajili ya nyakati zozote zile ambapo niliwatishia watu wengine, na kutafuta kuwafanya waonekane dhalili, au kuwanyanyasa wengine. Naomba unisamehe kwa kuwa na kiburi. Nisamehe kwa nyakati zozote zile nilizowatendea vibaya au kuwakandamiza wengine. Nayakulaa mambo yote hayo katika jina la Yesu.

Mungu na Baba wa Bwana wetu Yesu Kristo, ninakusifu kwa sababu ya kipawa cha msamaha uliopatikana kwa ushindi wa Kristo juu ya msalaba. Ninatambua kuwa wewe umenipokea. Nakushukuru kwa kuwa kwa njia ya msalaba tumepatanishwa na wewe na pia sisi kwa sisi. Ninatamka leo hii kuwa mimi ni mwana wako (mwana /binti) na mrithi wa Ufalme wa Mungu.

Matamko na Kukataa

Baba ninakubaliana na wewe kwamba mimi siko chini ya hofu, bali mimi ni mtoto wa upendo wako. Nayakataa na kuyakana madai ya Uislamu kama yalivyofundishwa na Muhammad. Naukanusha kila namna ya utii kwa "Allah wa Kurani," na kutangaza kuwa ninamwabudu Mungu wa Bwana wetu Yesu Kristo pekee.

Tunatubu dhambi za mababu zetu ambao walilitii agano la dhimma na kanuni zake, na tunaomba msamaha wako kwa ajili ya dhambi zao.

Nakataa na kuyafuta maagano yote ya kujisalimisha niliyoyafanya mimi mwenyewe, au yaliyofanywa na mababu zangu kwa kufungamana na jamii na kanuni za Uislamu.

Naikataa dhimma kabisa kabisa na kila moja ya masharti yake. Nalikataa pigo la shingoni katika malipo ya tambiko la jizya, pamoja na kila linaloiwakilisha. Kwa umahsusi kabisa naikataa laana ya kuchinja na kukatakata na mauti yanayoashiriwa na tambiko hili.

Ninatangaza kuwa agano la dhimma limegongomelewa juu ya msalaba wa Kristo. Kuwa dhimma imefanywa mkogo wa hadhara, na haina nguvu wala haki juu yangu mimi.

Nakataa hisia za uongo za kuonesha shukrani kwa Uislamu.

Nakataa hisia bandia za kujisikia kuwa na hatia.

Nakataa udanganyifu na uongo.

Nayakataa maagano yote ya kunyamaza kimya kuhusu imani yangu katika Kristo.

Nitasema na sitakaa kimya

Natamka kuwa 'Kweli itaniweka huru' [13] *nami nachagua kuishi kama mtu huru ndani ya Kristo Yesu.*

Nakataa na kuzifuta laana zote zilizonenwa dhidi yangu na familia yangu kwa jina la Uislamu. Nakataa na kuzifuta laana zote zilizonenwa dhidi ya mababu zangu.

Mahsusi kabisa nakataa na kuvunja laana za mauti. Ewe mauti huna nguvu juu yangu!

Natangaza kuwa laana hizi hazina nguvu juu yangu.

Ninadai baraka za Kristo kuwa ndiyo urithi wangu wa kiroho.

Ninayakataa matishio. Nachagua kuwa jasiri katika Kristo Yesu.

Nakataa kurubuniwa na kudhibitiwa.

Nakataa kudhalilishwa na vurugu.

Nakataa kudhalilishwa na kufanyiwa vitendo vya kupigwa. Nakataa hofu. Nakataa hofu ya kukataliwa. Nakataa hofu ya kupoteza mali

---

[13] Yohana 8:32.

yangu na vitu vyangu. Nakataa hofu ya umaskini. Nakataa hofu ya kuingizwa kwenye utumwa. Nakataa hofu ya kubakwa. Nakataa hofu ya kutengwa. Nakataa hofu ya kupoteza familia yangu. Nakataa hofu ya kuuawa na ya mauti.

Naikataa hofu ya Uislamu. Nakataa hofu ya Waislamu.

Naikataa hofu ya kushiriki katika masuala ya umma na shughuli za kisiasa.

Natangaza kuwa Yesu Kristo ni Bwana wa wote.

Nanyenyekea na kumtii Yesu kuwa ni Bwana wa kila eneo la maisha yangu. Yesu Kristo ni Bwana wa nyumba yangu. Yesu Kristo ni Bwana wa jiji langu. Yesu Kristo ni Bwana wa Taifa langu. Yesu Kristo ni Bwana wa watu wote wa nchi hii. Nanyenyekea na kumtii Yesu Kristo kuwa ni Bwana wangu.

Nakataa kudhalilishwa. Natangaza kuwa Kristo amenikubali. Ninamtumikia yeye na yeye pekee.

Naikataa aibu. Natangaza kuwa kupitia msalaba nimesafishwa Kutoka kwenye dhambi zangu zote. Aibu haina haki yoyote juu yangu nami nitatawala pamoja na Kristo katika utukufu.

Bwana, ninakuomba unisamehe mimi na mababu zangu kwa chuki yote tuliyokuwanayo dhidi ya Waislamu. Nakataa chuki dhidi ya Waislamu na watu wengine wote, na kutamka upendo wa Kristo kwa Waislamu na kwa watu wengine wote duniani.

Ninatubu juu ya dhambi za kanisa na utii usio wa kweli wa viongozi wa kanisa.

Ninakataa hali ya kutengwa. Natamka kuwa nimesamehewa na kukubaliwa na Mungu kwa njia ya Kristo. Nimepatanishwa na Mungu. Hakuna nguvu yoyote mbinguni na duniani inayoweza kuinua mashtaka yoyote dhidi yangu mbele ya kiti cha enzi cha Mungu.

Natangaza sifa zangu na shukrani zangu kwa Mungu aliye Baba yetu, kwa Kristo ambaye ndiye Mwokozi wangu pekee, na kwa Roho Mtakatifu ambaye Yeye peke yake ndiye anipaye uzima.

Ninajitoa mimi mwenyewe kuwa shahidi aliye hai wa Yesu Kristo aliye Bwana. Maana siuonei haya msalaba wake. Siuonei haya ufufuo wake.

Natangaza kuwa mimi ni mtoto wa Mungu aliye hai, Mungu wa Ibrahimu, Isak ana Yakobo.

Nautangaza ushindi wa Mungu na wa Masihi wake. Natangaza kuwa kila goti litapigwa na kila ulimi kukiri kuwa Yesu Kristo ni Bwana kwa utukufu ulio kwa Mungu Baba.

Natangaza msamaha kwa Waislamu kwa kushiriki katika mfumo wa dhimma.

Baba Mungu, nakuomba uniweke huru mbali na dhimma, Roho ya dhimma, na kila kanuni isiyo ya kimungu inayohusishwa na agano la dhimma.

Ninakuomba sasa unijaze Roho wako Mtakatifu, na unimiminie baraka zote za Ufalme wa Yesu Kristo. Unipe neema ya kuielewa kweli ya neno lako kwa ufasaha niweze kuitumia katika kila eneo la maisha yangu. Unipe maneno ya tumaini na uzima, kama ulivyoahidi kufanya hivyo, na uibariki midomo yangu ili niweze kuitumia kuwaambia wengine kwa mamlaka na nguvu katika jina la Yesu. Unipe ujasiri wa kuwa shahidi mwaminifu wa Kristo. Unipe upendo mkuu kwa watu wanaouamini Uislamu na unipe kiu ya kuwaonyesha upendo wa Kristo.

Ninatamka na kuomba mambo haya yote katika jina la Yesu Kristo, Bwana na Mwokozi wangu.

Amin.

Mwongozo wa Mafunzo

Somo la 6

Msamiati

Dhimma	*jizya*	Hali ya kuwa
dhimmi	*wajib*	dhimma
Mhadhara wa	*jihad*	Tambiko la kuchinja
Regensburg	Mkataba wa Umar	na kukatakata
'Machaguo Matatu'	*halal*	kukutana na ukweli
Mufti Mkuu		

Majina Mapya

- Papa Benedict wa XVI (b. 1927): Mzaliwa wa Ujerumani Joseph Ratzinger, Papa kutoka 2005-2013
- Mfalme wa Byzantine Manuel II Palaeologus (1350-1425; alitawala 1395-1425)
- Sheikh Abdul Aziz al-Sheikh: Mufti Mkuu wa Saudi Arabia tangu 1999 (aliyezaliwa 1943)
- Ibn Kathir: mwanahistoria na mwanachuo raia wa Syria (1301-1373)
- Muhammad ibn Yusuf Atfayyish: Raia wa Algeria, Mwislamu mwanazuoni (1818-1914)
- William Eton: Mtafiti Mwingereza aliyetafiti kuhusu himaya ya Uturki nchini Urusi na Uturuki, Aliandika *Survey of the Turkish Empire* in 1798
- Ibn Qudama: Raia wa Palestina, Mwanazuoni wa Sunni na Mnajimu wa ki-Sufi (1147-1223)

- Samuel ha-Nagid (993-1055/56) na Joseph ha-Nagid (1035-1066): Mtawala Mkuu wa Kiyahudi Granada.
- Muhammad al-Maghili: Mwanazuoni wa Algeria (c. 1400-c. 1505)
- Ibn Ajibah: Mwanazuoni wa Ki-Sunni -sufi raia wa Morocco (1747-1809)
- Maimonides: Mwanazuoni wa Ki-Iberia Sephardi na Kiyahudi (1138-1204)
- Jovan Cvijic: Mwanajografia na ethnolojia (1865-1927)

Kurani katika somo hili

Sura 9:29   Sura 48:28   Sura 3:110

Maswali Somo la 6

- Jadili mfano huu wa mafunzo.

Agano la *dhimma*

1. Je, ni maneno gani maarufu yaliyotangazwa na Mtawala Mkuu wa Dola ya Byzantine Emperor **Manuel II Palaeologus** ambayo **Papa Benedict** XVI aliyanukuu 2006 katika mhadhara wake mashuhuri wa **Regensburg**, na ambao uliwasababisha Waislamu kuandamana na kufanya vurugu duniani pote, kisha kupelekea vifo vya watu takriban 100?

2. Ni masahihisho gani aliyoyafanya Mufti Mkuu **Sheikh Abdul Aziz al-Sheikh** kwa Papa Benedict?

3. Je, ni machaguo gani **matatu ambayo** Uislamu unayatoa kwa wasio-Waislamu wanapokuwa wametekwa kwenye vita?

4. Durie ananukuu *hadith moja kutoka* kwa *Sahih al-Bukhari* ("Nimeamriwa ..."). Je, ni nini amri ya Allah, kulingana na nukuu hii?

5. Durie kisha akanukuu *hadith* kutoka kwa *Sahih Muslim*: "Pigana katika jina la Allah na katika njia ya Allah. Pigana dhidi ya wale wasioamini ..." Je, ni kutokana na machaguo gani matatu ambao wasiouamini Uislamu wamekaribishwa kuchagua?

6. Je, ni mambo gani mawili ambayo Sura 9:29 inawataka wale wasio-Waislamu waliotekwa wayafanye?

7. Je, mkataba au makubaliano ya kujisalimisha unaitwaje?

8. Wale wasio -Waislamu waliokubali kuishi chini ya makubaliano haya wanaitwaje?

9. Kanuni gani za Kurani zinazotawala katika mfumo wa *dhimma*?

Jizya

10. Kwa nini kodi ya **Jizya** ya kila mwaka juu ya **ambao ni *dhimmi*** inayozungumziwa na Wanazuoni wa Kiislamu kama ni ukombozi kwa ajili ya damu yao?

11. Ni kwa manufaa ya nani, anasema **Imamu Atfayyish**, kuwa ni mbadala wa kodi ya *Jizya* kwa mauaji na utumwa?

12. Kulingana na **William Eton**, kodi ya *jizya* ni fidia ya nini?

Adhabu kwa kukiuka

13. Kitu gani kinawangojea **Wadhimmi ikiwa** hawatalishika agano la *dhimma*?

14. Makubaliano au **agano la Umar** liliweka matakwa gani kwa *wadhimmi* ili wajifanyie wao wenyewe?

15. Imamu **Ibn Qudama** alimaanisha nini kwa kumfanya mtu *dhimmi* na bidhaa kuwa *halal* – 'iliyohalalishwa'

16. Ni matukio gani mabaya ya kutisha yaliyowahi kutokea katika historia ya watu wa jamii za *dhimma*?

17. Kwa nini Wayahudi wa Granada waliuawa mwaka 1066?

18. Kwa nini Wakristo walikabiliwa na mauaji ya halaiki kule Dameski mwaka 1860? Wengine walifanya nini kuzuia kuwawa?

Tambiko baya

19. Tambiko gani ambalo Durie
analielezea kuwa lilikuwa limeenea
sana kutoka Morocco hadi Bukhara
kwa zaidi ya miaka elfu moja?

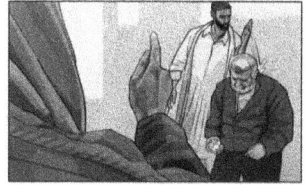

20. Tambiko hili limekusudiwa kuonyesha maana gani?

21. Laana gani ilikuwa juu ya mtu wa *dhimma* wakati akipitia
katika tambiko hili?

22. Washiriki wanajiletea nini juu yao wenyewe wakati
wanapofanya malipo ya kodi ya *Jizya?*

23. Mtu wa *dhimma* anakuwa amejitamkia mwenyewe nini juu
yake anapolipa kodi ya *Jizya?*

☄

Kuonyesha shukrani kwa unyenyekevu

24. Kulingana na Durie, ni mitazamo gani miwili ambayo wasio-
waislamu wanapaswa kuichukua dhidi ya Waislamu?

25. Tazama mifano ya udhalili iliyowekwa na
kanuni za *Sharia* dhidi ya wasio-
Waislamu:

   ▪ Ushahidi Wa *Wadhimmi*

   ▪ Nyumba za *Wadhimmi*

- Farasi wa *Wadhimmi*
- *Wadhimmi* kutembea kwenye barabara za umma
- *Wadhimmi* kujihami
- Alama za kidini za *Wadhimmi*
- Makanisa ya *Wadhimmi*
- Wadhimmi kukosoa Uislamu
- Mavazi ya *Wadhimmi*
- Ndoa za Wadhimmi

26. Kitu gani ambacho Sura 9:29 inaamrisha dhidi ya wasio-waislamu wanaoishi chini ya utawala wa Kiislamu?

27. **Ibn Ajibah** aliuelezeaje 'uchaguzi wa tatu'?

Saikolojia ya kuwa duni

28. Neno '**udhimmi**' linaelezea nini?

29. **Udhimmi** unawasababishia Wa*dhimmi* kufanya nini, kulingana na mwanazuoni wa Kiyahudi na Ki-Iberia, Maimonides?

30. Kulingana na mwanajografia wa kisaiberia **Jovan Cvijic,** kitu gani ambacho mtu wa **dhimma** mwenye vurugu alilazimishiwa na Waturuki juu ya watu wa Balkani na kiliwaletea matokeo gani ya kisaikolojia?

31. Kulingana na mwongofu mmoja wa Kiirani aliyeupokea Ukristo ambaye aliongea na Mark Durie, je, Waislamu wanaionaje dini yao wenyewe kwa kuangalia uhusiano wake na Ukristo?

32. Kwa nini hali ya **Wadhimmi** hudhuru pia Waislamu?

33. Je, Durie anailinganisha hali gani ya Kihistoria katika nchi ya Marekani na hali ya **Wadhimmi**?

34. Ni jambo gani, kulingana na Mark Durie, linalemaza utafiti wa kiuanazuoni na mazungumzo ya kisiasa?

Mateso ya kidini na kurejea kwa *dhimma*

35. Je, ni jambo gani liliulazimisha ulimwengu wa Waislamu kuuondoa mfumo wa **dhimma** katika karne za kumi na tisa na ishirini?

36. Kulingana na Durie, ni jambo gani limesababisha ongezeko la mateso kwa Wakristo kule Pakistan na pia kusababisha kuongezeka kwa mateso ya Wakristo katika mataifa mengine mengi?

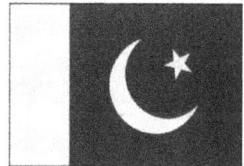

Suluhisho la kiroho

37. Ni madhara gani matano ya matokeo ya kukataliwa kwa Muhammad ambayo Durie anayaorodhesha?

38. Ni kitu gani kilichomfanya Muhammad kuagiza vita vya *Jihad*?

39. Ni mambo gani manne ambayo Kristo alikataa kuyafanya wakati alipokataliwa?

Shuhuda za kuwekwa huru kutoka kwenye *dhimma*

40. Shuhuda hizi tano ambazo Durie anazisimulia zina mambo gani ya kufanana?

Sababu za Kulikana agano la *dhimma*

41. Mambo gani matatu ya ushawishi yanaweza kumuathiri anayetafuta kuombewa afunguliwe au alikuwa ameishi chini yake au ana mababu waliokuwa wameishi chini ya *udhimmi*?

42. Mambo gani mawili ni maombi yanayohusu *udhimmi* yamekusudiwa kufanya?

43. Hebu tazama athari 13 hasi za kiroho, zilizosababishwa na **udhimmi**. Maombi yaliyo na msingi wa kweli ya Neno la Mungu yatafanya nini dhidi ya ushawishi wake?

♻

Kwa kusudi la sehemu ya maombi, tafadhali fuata hatua zifuatazo:

1. Mistari ya **kukutana na ukweli** katika somo la 5 inasomwa kwa sauti kubwa kwa washiriki wote, ikiwa itakuwa haikusomwa wakati wa kupitia somo hilo.

2. Baada ya hapo, washiriki wote watasimama kwa pamoja na kutamka 'Tamko na Sala ya Kuikana Dhimma na Kuivunja Nguvu yake.'

3. Ili kupata maelezo zaidi, tazama Mwongozo wa viongozi.

7

Uongo, Kujikweza Bandia, na Kulaani

"Mauti na uzima huwa katika uwezo wa ulimi, Na wao
waupendao watakula matunda yake."
Mithali 18:21

Madhumuni ya somo

a. Kuzingatia na kukataa ruhusa ya Uislamu kusema uongo na kudanganya wengine.

b. Kuzingatia mistari katika maandiko inayotangaza kweli 20 mahsusi wakati unapojiandaa kuukana udanganyifu wa Kiislamu.

c. Kudai uhuru wa kiroho kutoka kwenye udanganyifu kwa kusema sala ya kukana, yakiwemo matamko manane ya kipekee na kukana.

d. Kuzingatia na kukataa kiu ya Uislamu ya kutafuta ubora wa mtu mmoja juu ya mwingine.

e. Kuzingatia mistari katika maandiko inayotangaza kweli mahsusi unapokuwa ukijiandaa kuukana Uislamu kuwa bora zaidi.

f. Kudai kufunguliwa kiroho kutoka kujikweza bandia kwa kutamka sala ya kukana, yakiwemo matamko na makanusho 11 ya kipekee.

g. Kufuatilia taratibu za matambiko ya Kiislamu ya idadi kubwa ya watu wanaoabudu kwa pamoja wakiwa msikitini wakiwalaani wasioamini.

h. Kuangalia mitazamo inayotofautiana kuhusu kulaani katika Uislamu.

i. Kuangalia muunganiko wa mhemko na "nguvu" ambayo washiriki katika tambiko la kulaani huihisi.

j. Kuangalia mistari ya maandiko yanayotangaza kweli sita mahususi unapokuwa unajiandaa kukana tambiko la kulaani.

k. Kudai uhuru wa kiroho kutoka kwenye tambiko la kulaani kwa kuitamka sala ya kukana, yakiwemo matanko na makanusho 19 ya kipekee.

Mfano wa mafunzo: Je, wewe ungefanya nini?

Unasafiri katika basi dogo la kanisa ukiwa pamoja na Wakristo wenzako watatu ambao majina yao ni Alexander, Samuel na Pierre. Mnasafiri kwenda kushiriki kongamano linaloshughulikia kuwafanya watu kuwa wanafunzi miongoni mwa Waislamu. Baada ya mazungumzo kuhusu kanisa, familia na siasa Pierre anauliza vile wengine wanavyofikiria kuhusu ndoto nyingi walizonazo Waislamu kuhusu Kristo na kuibuka kwa Uislamu wenye msimamo mkali wa uanaharakati. Je, ina maana kuwa tunaishi katika nyakati za mwisho? Je, Wasilamu waliobadilika na kuwa Wakristo wanastahili kupewa njia au fursa maalum ya uanafunzi kama ilivyo kwa Wayahudi wanaomfuata Yesu kama Masihi?

Aleksanda anasema kwa ubishi, "Ama kwa hakika watu, kwa nini waislamu wanaoongoka wanahitaji kuwa na uanafunzi wa tofauti, na ule wa kwa mfano, Wayahudi au wafuasi wa dini wa Buddha? Ni lini ambapo kanisa la kihistoria lilipotoa mafundisho ya uanafunzi wa tofauti kulingana na imani ya awali ambayo mtu alikuwa nayo? Je, sisi sote hatutumii Biblia ili ile moja na kutamka maneno yale yale ya imani?"

Samuel anajibu, "Yesu aliahidi kuwa kila goti litapigwa, nami naamini hii linawajumuisha mamilioni ya Waislamu wanaomjia Yesu, nani lazima tuwakaribishe kwa kuwapa uangalizi maalum, katika makanisa maalum ya majumbani, kama tunavyofanya kwa Wayahudi. Wawili hawa Petro na Paulo walichukulia uinjilisti kwa namna tofauti walipoupeleka kwa Wayahudi ikilinganishwa na walipoupeleka kwa watu wa mataifa. Tunapaswa kuwachukulia Waislamu kama ilivyo kwa "binamu zetu wa Kiyahudi" na kuwa na uanafunzi maalum unaoshughulikia mahitaji yao maalum."

Pierre naye anaongeza, "Lakini Samuel, mitume wote waliyatumia mafundisho yale yale kuwafanya watu wanafunzi katika kanisa la Agano Jipya. Je, si kwamba nyaraka zote za kitume zimeandikwa kwa ajili ya wote yaani Wayahudi na watu wa mataifa? Waislamu wanaomjia Yesu katika hali halisi wanahitaji kile ambacho kila mtu anakihitaji: mafundisho ya ubatizo, mahubiri, Mafundisho ya shule ya Jumapili, na Mafundisho ya Biblia. Kwa kweli, kuwapa mafundisho yao maalum kunaweza kuwazuia wasichangamane na wengine katika makanisa yetu yaliyopo."

Samuel kisha anakuwambia, "Wewe je, unauonaje uanafunzi kwa ajili ya waliotokea kwenye Uislamu?"

Utajibu nini?

Kufunguliwa kutoka kwenye Uongo

Katika sehemu hizi tutayaangalia mafundisho ya Uislamu kuhusu uongo, na tutachagua kuukana uongo.

Ukweli ni wa thamani

Mchungaji Damanik, ambaye alifungwa gerezani kule Indonesia kwa sababu ya kusema kinyume na *jihadi* ya Waislamu, alisema hivi kuhusu ukweli:

… Ingawa ukweli ni kitu kigumu na ghali sana hatuna namna ya kuchagua vinginevyo. Ni lazima tuwe na utayari wa kulipa gharama iliyo kubwa sana. Mbadala wake ni kuuambia ukweli kwa heri. Mpenda ukweli ni lazima apambane kwa juhudi ya ziada ili awe mtu mwenye utashi mithili ya chuma na wakati uo huo awe mtu mwenye moyo safi na angavu (kama kioo). Utashi ulio mithili ya chuma ni wenye nguvu, hauwezi kupindishwa. Hauwezi kupindishwa katika kuusimamia ukweli. …. Moyo wa kioo ni ule ulio safi mbali na maslahi yake binafsi ya faragha na agenda binafsi. Kama ilivyo kwa kioo, mpenda ukweli ni mwepesi wa hisia na ni rahisi kukatishwa tamaa kutokana na uvunjifu wa haki na kusingiziwa uongo duniani. Hali hii ya kuvunjika moyo si ishara ya udhaifu, lakini ni ishara ya nguvu na uwezo. Ni mtu mwenye utashi wenye nguvu na mdomo wake mkali unaweza kusema mbele za hali isiyo kuwa na ukweli na kuwepo kwa uongo katika mazingira anayojikuta ndani yake. Moyo wake hauwezi kutulia au kunyamaza. Moyo wake umejaa mapambano dhidi ya uvunjifu wa haki.

Kwa kuzingatia ukweli kwamba Mungu ni wa kweli ni jambo la msingi kwetu sisi kuingia katika uhusiano naye. Mungu ni wa mahusiano: hujifunga yeye mwenyewe katika mahusiano na wanadamu.

Utamaduni wa Sharia

Kulingana na Kurani na mafundisho ya Uislamu, kusema uongo kunaruhusiwa katika mazingira fulani. Bila shaka tumeona katika somo la 3 vile kusema uongo kunavoruhusiwa na wakati mwingine ni lazima katika Uislamu.

Katika Kurani hata Mungu mwenyewe (Allah) anasemekana kuwa mdanganyifu, akiwapotosha watu:

> Basi Mwenyezi Mungu humpotosha (humuacha akapotea) amtakaye, na akamwongoa amtakaye. Naye ni Mtukufu Mwenye nguvu na Mwenye hikima. (Sura 14:4)

Aina za uongo ambazo Sharia inaruhusu ni pamoja na:

- kudanganya katika vita
- Wanaume kuwadanganya wake zao
- kudanganya kwa ajili ya usalama wako binafsi
- kudanganya kwa ajili ya kuulinda umma
- kudanganya kwa ajili ya kujilinda mwenyewe (*taqiyya*) wakati Waislamu wanapoamini kuwa wako hatarini.: katika hali hii Mwislamu anaruhusiwa hata kuikana imani yake (Sura 16:106).

Maadili haya ya kidini yana ushawishi mkubwa katika tamaduni za Kiislamu.

Kukutana na ukweli

Kinyume na ilivyo kwenye Uislamu, Mkristo haruhusiwi kuikana imani yake:

> Basi, kila mtu atakayenikiri mbele ya watu, nami nitamkiri mbele za Baba yangu aliye mbinguni. Bali mtu yeyotakayenikana mbele ya watu, nami nitamkana mbele ya Baba yangu aliye mbinguni (Mathayo 10:32-33)

Yesu alisema: 'Ndiyo' yenu na iwe ndiyo na 'hapana' iwe hapana...."
(Mathayo 5:37)

Kulingana na Mwanzo sura ya 17, Mungu anaweka jambo gani akiwa na Ibrahimu?

'Agano langu nitalifanya imara kati ya mimi na wewe, na uzao wako baada yako, na vizazi vyao, kuwa agano la milele, kwamba nitakuwa Mungu kwako na kwa uzao wako baada yako. Nami nitakupa wewe na uzao wako baada yako nchi hii unayoikaa ugeni, nchi yote ya Kanaani, kuwa milki ya milele; nami nitakuwa Mungu wao.' (Mwanzo 17:7-8)

Na kulingana na Zaburi ya 89, Mungu anaweka mapatano gani na Daudi?

Ulisema, "Nimefanya agano na mteule wangu, Nimemuapia Daudi, mtumishi wangu. Wazao wako nitawafanya imara milele, Nitakijenga kiti chako cha enzi hata milele.'" (Zaburi 89:3-4)

Aya hizi mbili tulizozisoma zinaonyesha kwamba Mungu kuweka maagano ya uaminifu na watu wake.

Ni sifa gani mbili za Mungu unaweza kuzibaini katika vifungu hivi vinavyofuata?

Mungu si mtu, aseme uongo; Wala si mwanadamu, ajute; Iwapo amesema, hatalitenda? Iwapo anenena, atalifikiliza? (Hesabu 23:19)

Mshukuruni Bwana kwa kuwa ni mwema. Kwa maana fadhili zake ni za milele. (Zaburi 136:1)

[Akinena kwa habari ya Wayahudi] ..... bali kwa habari ya kule kuchaguliwa wamekuwa wapenzi kwa habari ya baba zetu. Kwa sababu karama za Mungu hazina majuto, wala mwito wake (Warumi 11:28-29)

.... na ujuzi wa kweli ile iletayo utauwa, katika tumaini la uzima wa milele, ambao Mungu asiyeweza kusema uongo aliuahidi tangu milele .... (Tito 1: 1-2)

Katika neno hilo Mungu, akitaka kuwaonyesha zaidi sana warithio ile ahadi, jinsi mashauri yake yasivyoweza kubadilika, alitia kiapo katikati; ili kwa vitu viwili visivyoweza kubadilika, ambavyo katika hivyo Mungu hawezi kusema uongo, tupate faraja iliyo imara, sisi tuliokimbilia kuyashika matumaini yale yawekwayo mbele yetu; tuliyo nayo kama nanga ya roho, yenye salama, yenye nguvu, yaingiayo hata mle mlimo ndani ya pazia. (Waebrania 6:17–19)

Lakini kama Mungu alivyo mwaminifu, neno letu kwenu si 'Ndiyo' na 'siyo.' Maana Mwana wa Mungu, Kristo Yesu ... hakuwa 'Ndiyo' na 'siyo;' bali katika yeye ni Ndiyo' (2 Wakorintho 1:18-20)

Mungu habadiliki na ni mwaminifu katika mahusiano yake. Daima hulitimiza neno lake.

Kulingana na Walawi, Je, Mungu anataka nini kutoka kwa watu?

BWANA akanena na Musa, akamwambia, "Nena na mkutano wote wa wana wa Israeli, uwaambie, Mtakuwa watakatifu; kwa kuwa mimi BWANA, Mungu wenu, ni mtakatifu.'" (Mambo ya Walawi 19:1–2)

Mungu wa kweli wa Biblia anatutaka sisi tufanane naye.

Kulingana na mistari hii mitatu ifuatayo, tunawezaje kuonyesha utakatifu wa Mungu katika maisha yetu?

Maana fadhili zako zi mbele ya macho yangu, Nami nimekwenda katika kweli yako.[14] (Zaburi 26:3)

Mikononi mwako naiweka roho yangu; Umenikomboa, Ee BWANA, Mungu wa kweli. (Zaburi 31:5) Nawe, BWANA, usinizuilie rehema zako,

Fadhili zako na kweli yako na zinihifadhi daima. (Zaburi 40:11)

Tunaweza kuuonyesha uaminifu wa Mungu kwa kuwa wakweli, na kuishi katika kweli, kwa sababu Mungu ni wa kweli kwa neno lake. Ingawa Shetani anapenda kuweka uongo ndani ya mioyo yetu, kweli ya Mungu hutulinda.

Je, kweli inafanya nini ndani yetu, kulingana na Zaburi hii ya Daudi?

Mimi naliumbwa katika hali ya uovu; Mama yangu alinichukua mimba hatiani. Tazama, wapendezwa na kweli iliyo moyoni;

---

14. Neno lililotafsiriwa 'kweli' hapa linaweza kumaanisha 'uaminifu'.

Nawe utanijulisha hekima kwa siri, Unisafishe kwa hisopo nami nitakuwa safi, Unioshe, nami nitakuwa mweupe kuliko theluji. (Zaburi 51:5-7)

Zaburi hii inatamkwa kwamba kweli hutusafisha

Kulingana na msitari huu, maisha ya Yesu yalijazwa na nini?

….. Nasi tukauona utukufu wake, utukufu kama wa Mwana pekee atokaye kwa Baba; amejaa neema na kweli. (Yohana 1:14)

Yesu alikuwa amejaa kweli

Je, tumeitwa kuishi katika nini?

Bali yeye aitendaye kweli huja kwenye nuru, ili matendo yake yaonekane wazi ya kuwa yametendwa katika Mungu.. (Yohana 3:21)

Tumeitwa kuishi ndani ya kweli.

Kulingana na maandiko haya mawili yafuatayo, ni kupitia kitu gani hasa utaweza kumjua Mungu?

Mungu ni Roho, nao wamwabuduo yeye imewapasa kumwabudu katika roho na kweli. (Yohana 4:24)

Yesu akamwambia, 'Mimi ndimi njia, na kweli, na uzima; mtu haji kwa Baba, ila kwa njia ya mimi.' (Yohana 14:6)

Yesu anatuambia kuwa tunaweza kumjia Mungu kupitia ya kweli tu. (Katika Injili, Yesu anasema "Nawaambia iliyo kweli: mara 78)

Katika aya ifuatayo kutoka kwa Paulo, ni kitu gani hakiendani na kumfuata Kristo?

Akilifahamu neno hili, ya kuwa sheria haimhusu mtu wa haki, bali waasi, na wasio wataratibu, na makafiri, na wenye dhambi, na wanajisi, na wasiomcha Mungu, na wapigao baba zao, na wapigao mama zao, na wauaji, na wazinifu, na wafiraji, na waibao watu, na waongo, nao waapao kwa uongo; na likiwapo neno lo lote linginelo lisilopatana na mafundisho yenye uzima; kama vile ilivyonenwa katika Habari Njema ya utukufu wa Mungu ahimidiwaye, niliyowekewa amana. (1 Timotheo 1:9-11)

Paulo anaeleza kuwa uongo haupatani na kumfuata Kristo.

Sala hii ya kuukataa udanganyifu isomwe kwa pamoja na washiriki wote wakiwa wamesimama.

Tamko na Sala ya kuukana udanganyifu

Ninakushukuru Baba kwa kuwa wewe ni Mungu wa ukweli, na kuwa wewe unaiangazia nuru yako katikati ya usiku wenye giza nene, ili nikae katika nuru yako.

Nakusihi tafadhali unisamehe kwa uongo wote niliousema. Mara nyingi nimechagua njia ya kupata faraja na kile kilicho rahisi, na si kilicho sahihi na haki. Nakuomba ee Bwana uisafishe midomo yangu iondokane na kutomcha Mungu katika mambo yote. Unipe moyo unaofurahia kusikia ukweli, na kinywa kilicho tayari kuufanya ukweli ujulikane kwa wengine.

Unipe ujasiri kufarijika katika ukweli, na kuukataa uongo.

Leo hii nakataa na kuyakana matumizi ya uongo katika maisha yangu ya kila siku.

Nayakataa mafundisho yote ya Kiislamu ambayo yanatumika kuhalalisha kusema uongo, ikiwa ni pamoja na taqiyya. Naamua kuachana na uongo wote na udanganyifu. Nachagua kuishi katika ukweli.

Natangaza kuwa Yesu Kristo ndiye Njia, Kweli na Uzima. Nachagua kuishi chini ya ulinzi wa kweli yake.

Ninatangaza kuwa usalama wangu uko ndani yako, na kuwa Kweli itaniweka huru.

Tafadhali nakusihi Baba wa mbinguni nionyeshe namna ya kuenenda katika nuru ya kweli yako. Unipe maneno ya kusema; na njia nitakayoiendea, ambayo msingi wake ni kweli yako.

Amina.

Kufunguliwa kutoka kujikweza bandia

Katika sehemu hii tunayatazama mafundisho ya Uislamu kuhusu kujikweza kwa baadhi ya watu kujiona bora kuliko wengine, na tunayalinganisha hayo na mafundisho ya Biblia. Kisha tutachagua kuzikana hisia za kujikweza bandia.

Madai ya Uislamu kuwa bora zaidi

Katika Uislamu kuna msisitizo mkubwa sana juu ya kujiona bora, na kuwa nani ndiye 'bora kuliko wote'. Kurani inasema kuwa Waislamu ni bora kuliko Wakristo na Wayahudi:

> Nyinyi [Waislamu] mmekuwa bora ya umma walio tolewa watu, kwa kuwa mnaamrisha mema na mnakataza maovu, na mnamuamini Mwenyezi Mungu. Na lau kuwa Watu wa Kitabu nao wameamini ingeli kuwa bora kwao. Wapo miongoni mwao waumini, lakini wengi wao wapotovu. (Sura 3:110)

Na Uislamu unapaswa kuzitawala dini nyingine zote:

> Yeye ndiye aliye mtuma Mtume wake kwa uwongofu na Dini ya Haki, ili aitukuze juu ya dini zote. (Sura 48:28)

Katika Uislamu ni aibu mtu kuhesabiwa kuwa duni. Kuna *Hadith* nyingi za Muhammad zinazoweka msisitizo mkubwa kuhusu kujiona kuwa bora. Kwa mfano, Muhammad alitangaza katika *Hadith* iliyoripotiwa na al Timirdhi kuwa yeye alikuwa bora zaidi ya watu wote ambao wamewahi kuishi:

> Nitakuwa mkuu na Bwana kwa Watoto wa Adamu katika siku ile ya hukumu, na sijisifu mwenyewe. Bendera ya sifa itakuwa mkononi mwangu, na mimi sijisifu. Katika siku ile kila nabii ikiwa ni pamoja na Adamu, atakuwa chini ya bendera yangu. Na mimi ni wa kwanza ambaye kwa ajili yake ardhi itafunguliwa [yaani, wa kwanza kufufuliwa] na mimi sijisifu.

Dini ya Kiislamu imekuwa na ushawishi mkubwa juu ya utamaduni wa Kiarabu, ikiuelekeza kwa zaidi ya miaka elfu moja. Katika tamaduni za Kiarabu, dhana za 'heshima' na 'aibu' ni za muhimu sana na watu huchukia sana kufanywa waonekana kana kwamba ni dhalili. Watu wakizozana, watajaribu kudhalilishana na kuaibishana, wao hufanya hivi kwa sababu wamechukizwa.

Mtu anapouacha Uislamu na kuamua kumfuata Kristo, lazima akane ile dhana ya kutaka kuonekana kuwa yeye ni bora kuliko watu wengine walio karibu naye, kujisikia ameridhika na dhana hii na kuogopa kuaibishwa lazima.

Kukutana na ukweli

Katika bustani ya Edeni nyoka alilitumia hilo kumjaribu Hawa, akimwambia 'mtakuwa kama Mungu' na kwa msingi huo, Hawa akakubaliana na kile alichokitaka nyoka. Hilo likapelekea anguko la Adamu na Hawa. Tunaweza kujifunza nini kutoka kwenye ayah ii kuhusu hatari za kutamani kuwa bora zaidi ya wote?

Mwanamke akamwambia nyoka, "Matunda ya miti ya bustanini twaweza kula, Lakini Mungu amesema, 'Matunda ya mti ulio katikati ya bustani, Mungu amesema msiyale wala msiyaguse, msije mkafa.'"

"Hakika hamtakufa," nyoka akamwambia mwanamke. "Kwa maana Mungu anajua ya kwamba siku mtakayokula matunda ya mti huo, mtafumbuliwa macho, nanyi mtakuwa kama Mungu, mkijua mema na mabaya." (Mwanzo 3:2-5)

Shauku ya kuwa bora au mkuu kuliko wote ni mtego kwa wanadamu: Matatizo makubwa na maumivu katika dunia hii yanasababishwa na watu wanaotaka kuwa bora na juu ya wengine.

Mara kwa mara swali liliibuka miongoni mwa wafuasi wa Yesu kwamba ni nani miongoni mwao alikuwa au atakuwa aliye bora zaidi ya wote. Yakobo na Yohana walitaka kujua ni nani atakayekuwa na nafasi ya heshima katika Ufalme wa Yesu. Kama ilivyokuwa kwa Yakobo na Yohana, wanadamu duniani pote wanatafuta viti vilivyo bora au mahali penye heshima kubwa kuliko zote. Je, Yesu anasemaje kuhusu hilo?

Yakobo na Yohana, wana wa Zebedayo, wakamwendea, wakamwambia, "Mwalimu, twataka utufanyie lo lote tutakalokuomba."

Akawaambia, "mwataka niwafanyie nini?"

Wakamwambia, "Utujalie sisi tuketi, mmoja mkono wako wa kuume, na mmoja mkono wako wa kushoto, katika utukufu wako". …

… Hata wale kumi waliposikia wakaanza kuwakasirikia Yakobo na Yohana. Yesu akawaita, akawaambia, "Mwajua ya kuwa wale wanaohesabiwa kuwa wakuu wa Mataifa [15] huwatawala kwa nguvu, na wakubwa wao huwatumikisha. Lakini haitakuwa hivyo kwenu; bali mtu anayetaka kuwa mkubwa kwenu, atakuwa mtumishi wenu, na mtu anayetaka kuwa wa kwanza wenu, atakuwa mtumwa wa wote. Kwa maana Mwana wa Adamu naye hakuja kutumikiwa, bali kutumika, na kutoa nafsi yake iwe fidia ya wengi." (Marko 10:35-45)

Yesu anajibu shauku yao kwa kuwafafanulia kuwa ikiwa wanafunzi wake wanataka kumfuata hasa, wanapaswa kujifunza jinsi ya kuwatumikia wengine.

Hatari ya kujisikia kuwa bora zaidi ya wengine inajitokeza katika simulizi ya mwana mpotevu (Luka 15:11-32). Yule mwana 'mzuri' alijiona kuwa ni bora zaidi na hakutaka kushiriki katika sherehe ya baba yake aliyomfanyia mwanawe aliyekuwa amepotea muda mrefu na kisha akarejea nyumbani. Kutokana na kitendo hicho alikemewa na baba yake. Njia ya kufika kwenye mafanikio, kwa macho ya Mungu, ni kutafuta kuwatumikia wengine, na si kuwadharau au kuwafanyia ubabe.

Katika aya hii nzuri katika Wafilipi 2, ni nini msingi wa kufungulia na kuwa huru kutoka uonevu wa kuuona ulimwengu kwa maana ya kuwepo kwa watu fulani wanaojiona bora kuliko wengine?

Basi ikiwako faraja yo yote katika Kristo, yakiwako matulizo yo yote ya mapenzi, ukiwako ushirika wo wote wa Roho, ikiwako huruma yo yote na rehema, ijalizeni furaha yangu, ili mwe na nia moja, wenye mapenzi mamoja, wenye roho moja, mkinia mamoja. Msitende neno lo lote kwa kushindana wala kwa majivuno; bali kwa unyenyekevu, kila mtu na amhesabu mwenziwe kuwa bora kuliko nafsi yake. Kila mtu asiangalie

---

15. Wakati Yesu anapozungumzia watu wa mataifa hapa, anamaanisha mataifa yote: ni silika ya kijumla ya asili mwanadamu kutaka kujiona au kujisikia kuwa wa maana.

mambo yake mwenyewe, bali kila mtu aangalie mambo ya wengine.

Iweni na nia iyo hiyo ndani yenu ambayo ilikuwamo pia ndani ya Kristo Yesu; ambaye yeye mwanzo alikuwa yuna namna ya Mungu, naye hakuona kule kuwa sawa na Mungu kuwa ni kitu cha kushikamana nacho; bali alijifanya kuwa hana utukufu, akatwaa namna ya mtumwa, akawa ana mfano wa wanadamu; tena, alipoonekana ana umbo kama mwanadamu, alijinyenyekeza akawa mtii hata mauti, naam, mauti ya msalaba!

Kwa hiyo tena Mungu alimwadhimisha mno, akamkirimia Jina lile lipitalo kila jina; ili kwa jina la Yesu kila goti lipigwe, la vitu vya mbinguni, na vya duniani, na vya chini ya nchi; na kila ulimi ukiri ya kuwa Yesu Kristo ni Bwana, kwa utukufu wa Mungu Baba. (Wafilipi 2:1-11)

Msingi wa kufunguliwa kutoka kwenye mtazamo kandamizi wa dunia wa kuwa bora kuliko wengine ni mfano wa Yesu Kristo.

Moyo wa Yesu uko tofauti kabisa. Alichagua kutumikia na si kutawala. Yeye hakuua bali aliyatoa maisha yake kwa ajili ya wengine. Kwa vitendo halisi kabisa, Yesu alionyesha nini maana ya kujinyenyekesha mwenyewe: alijifanya kuwa "hana utukufu" (Wafilipi 2:7), hata akaruhusu asulubishwe, kifo kibaya cha aibu kuliko cha aina yoyote ile katika siku zake.

Mfuasi wa kweli wa Kristo anafanya vivyo hivyo. Yeye haoni fahari yoyote kwa hisia yoyote ya kujiona bora zaidi. Wafuasi wa kweli wa Kristo hawaoni hofu juu ya aibu au watu wengine watafikirije, Kwa sababu wanatumainia Mungu kuwathibitishia na kuwalinda.

Sala hii ya kuikana hisia bandia ya kujikweza itasomwa na washiriki wote wakiwa wamesimama pamoja.

Tamko na Sala ya Kukana kujikweza

Nakushukuru Baba kwa kuwa nimeumbwa kwa jinsi ya ajabu, Kwa sababu wewe ndiwe uliyeniumba. Asante kwa sababu wewe unanipenda na unaniita kuwa ni wako mwenyewe. Asante kwa kunipa nafasi ya kumfuata Yesu Kristo.

Nakusihi tafadhali unisamehe kwa kuendekeza tabia ya kujiona kuwa bora kuliko wengine. Nakana na nakataa kabisa tabia za namna hiyo. Nakataa hali ya kujisikia vizuri kuwa bora zaidi ya wengine. Ninakiri kuwa mimi ni mwenye dhambi, kama watu wengine wote, na siwezi kufanya lolote bila wewe.

Vilevile ninatubu na kuzikana hisia za kujiona mimi ninatoka katika kundi lililo bora zaidi au lenye makuzi bora zaidi. Ninatambua kuwa watu wote ni sawa mbele zako.

Ninatubu kwa kutamka maneno ya dharau kwa wengine na kuwakataa wengine, na ninaomba unisamehe kwa maneno yote hayo.

Nakataa kuwawazia wengine kuwa hawafai kitu kwa sababu ya rangi yao, jinsia yao, utajiri wao, au elimu yao.

Ninatambua kuwa ni kwa neema ya Mungu tu kuwa ninaweza kusimama mbele zako. Ninajitenganisha na hukumu zote za wanadamu, na ninakuangalia wewe tu upate kuniokoa.

Kwa umahsusi kabisa nayakataa mafundisho ya Kiislamu kuwa watu wenye haki ndiwo walio bora zaid, kuwa Uislamu unawafanya wawe na mafanikio, na kuwa Waislamu ni bora zaidi ya wasio Waislamu.

Nakataa na kuyakana madai kwamba wanaume ni bora zaidi ya wanawake.

Baba wa mbinguni, ninageuka mbali na kila hisia bandia ya kujiona kuwa bora na badala yake nachagua kukutumikia wewe.

Bwana vilevile nachagua kufurahia mafanikio ya wengine. Nakataa na kukana aina zote za kijicho na wivu kwa watu wengine.

Bwana nakusihi unipe uamuzi mzuri na sahihi unaohusu vile nilivyo ndani yako. Nifundishe ukweli wa vile unavyoniona mimi. Nisaidie niweze kuridhika kama mtu yule uliyemuumba awe.

Amina.

Kufunguliwa kutoka Kulaani

Katika sehemu hizi tunaangalia tabia ya kulaani wengine katika Uislamu, amua kuikataa tabia hii, na uvunje laana zozote zilizoelekezwa dhidi yetu.

Kulaani katika Uislamu

Kwa kutumia nyenzo zilizo kwenye sura ya 2, waumini wanaweza kuandaa mikakati ya maombi kwa ajili ya kuwasaidia watu wafunguliwe kutoka kwenye vifungo vingi tofauti, iwe ni kutokana na Uislamu au vyanzo vingine. Kuna mifano ya maombi ya namna hiyo katika sehemu ya 'Mwongozo kwa Ajili ya Viongozi.

Katika sehemu hii tunaangalia tambiko moja la Kiislamu na kulipatia maombi kwa ajili ya kulikataa. Maombi hayo yaliandaliwa kwa sababu ya Mkristo mmoja aliyekuwa Mwislamu huko nyuma alinieleza kuwa tambiko hili lilikuwa ni sehemu muhimu ya uzoefu wake wa kidini wakati akiwa Mwislamu, na alijisikia kuwa ni lile ambalo lilikuwa na nguvu ya kiroho nyuma yake.

Kurani inasisitiza kuwa Wakristo ambao hukiri uungu wa Kristo walaaniwe. "Na tuombe kwa unyenyekevu na kuwarushia waongo laana ya Mungu (Allah) (Sura 3:61). Hata hivyo, *Hadith* mbalimbali zinakinzana katika matamko kuhusu kulaani. Kwa upande mmoja, *Hadith* kadhaa zinaripoti Muhammad akiwalaani makundi mbalimbali ya watu, wakiwemo Wayahudi au Wakristo, na wanaume au wanawake wanaowaiga watu wa jinsia tofauti. Kwa upande mwingine ziko *Hadith* zinazotahadharisha juu ya hatari za kulaani, na kusema kuwa Waislamu hawatakiwi kuwaalani Waislamu wenzao.

Kwa sababu ya maelezo haya yanayokinzana, Wanazuoni wa Kiislamu wana maoni yanayotofautiana kuhusu kama ni halali kwa Waislamu kuwalaani watu wengine, ambao wanaweza kuwalaani na ni njia gani ya Kiislamu ya kufanya hivyo.. Mwaka wa 1836 Edward Lane aliandika kuwa Watoto wa shule nchini Misri walikuwa wakifundishwa laana mbalimbali za kutumia dhidi ya Wakristo, Wayahudi na wengine wote wasiouamini Uislamu.[16]

Matambiko ya Kulaani

Nimewahi kuongea na waliokuwa Waislamu zamani wanaotoka nchi mbalimbali ambao walisema kuwa ilikuwa ni desturi yao kuhudhuria matukio ya halaiki ya kulaani yaliyofanyika msikitini.

Rafiki mmoja aliyaelezea matukio haya, ambayo yaliongozwa na imamu wa msikiti, ambaye ndiye kiongozi anayeongoza sala za Ijumaa. Wanaume walijipanga mistari "bega kwa bega." Wakimfuatisha imamu, huku wakitamka kwa pamoja, waliwalaani wale ambao waliwahesabu kuwa maadui wa Uislamu. Laana hizo zilikuwa za matambiko na za kurudiwa rudiwa. Rafiki huyu aliniambia kuwa wale wanaolaani walipatwa na mihemko ya hali ya juu, hisia kali ya chuki na msisimko, wakiwa na "nguvu" kubwa ya kiroho (hisia ya nguvu inayotiririka miilini mwao). Vitendo hivi, kulingana na uzoefu wake, vilikuwa vikirithishwa kutoka kwa baba hadi kwa mtoto wa kiume na viliwafungamanisha pamoja. Vilimfanya ajisikie kuunganishwa na baba yake, na kupitia yeye kuunganishwa na babu yake, pamoja na mababu wengine wa zamani waliotangulia: wote hao walisimama 'bega kwa bega" kuwalaani wengine kwa ajili ya Uislamu.

Rafiki yangu mwingine kutoka Saudi Arabia, ambaye sasa ni Mkristo, alikuwa akiingojea kwa hamu kubwa siku moja wakati wa kipindi cha mwezi wa Ramadhani, mwezi wa mfungo, wakati ambapo maelfu ya wanaume walipokusanyika katika Msikiti Mkuu wa Makka kwa ajili ya sala ya pamoja. Wakati wote alikuwa akiitazamia siku hiyo kwa msisimko mkubwa wakati ambapo wasio-Waislamu wangelaaniwa na makundi hayo makubwa ya watu. Naye pia alipata ujuzi wa "nguvu" hiyo ya kiroho wakati alipojiunga katika kulaani huko. Imamu alikuwa akilia wakati akiitisha laana ziwashukie makafiri (wasioamini) na kila aliyekuwepo mahali pale alielekeza nguvu zake na chuki yake katika wakati huo, akiitikia maneno ya imamu ya kulaani.

---

16. Edward W. Lane, *An Account of the Manners and Customs of the Modern Egyptians*, uk. 276.

Matukio na vitendo kama hivyo vinakinzana na mafundisho ya Yesu kuwa kulaani kumekatazwa (Luka 6:28): Wakristo wanafundishwa wasiwalaani wengine, lakini warudishe baraka dhidi ya laana. Tambiko kama hilo husababisha 'kifungo cha nafsi' kisichotokana na Mungu kati ya muumini au anayeabudu na imamu, halikadhalika kati ya baba na mwana wanapokifanya kwa pamoja. Ujuzi huu wa kulaani ulikuwa na athari kubwa juu ya rafiki yangu wakati alipokuwa kijana, kabla hajamjua Yesu.

Neno hili 'kifungo cha nafsi' lina maana gani? Lina maana kuwa nafsi ya mtu mmoja inaunganishwa na ya mwingine: wawili hawa hawako huru mmoja kwa mwingine. Kifungo cha nafsi ni aina ya mlango ulio wazi au nafasi iliyoachwa wazi, ambayo hatukuizungumzia katika sura ya 2. Kimsingi, kifungo cha nafsi ni agano linalowafunga watu wawili pamoja ili athari za ushawishi wa kiroho ziweze kupita kutoka kwa mmoja hadi kwa mwingine. Baadhi ya vifungo vya nafsi vinaweza kuwa vizuri na hakika vinaweza kuwa chanzo cha baraka., kama vile kufungo cha nafsi cha kimungu kati ya mzazi na mtoto, lakini vingine vinaweza kuwa chanzo cha madhara.

Mtu anapokuwa na kifungo cha nafsi kisicho cha kimungu, kusamehe kwake ni jambo la muhimu ili kuhakikisha kuwa uhusiano huo wa kifungo cha nafsi unakatwa. Maadamu mtu anaendelea kushikilia hali ya kutokusamehe dhidi ya mtu mwingine, bado kutakuwepo na kifungo kisicho cha kimungu au kiunganishi – yaani kifungo cha nafsi kati yao.

Vifungo vya nafsi vinaweza kuwa visivyo vya kimungu. Kwa bahati nzuri, Wakristo wanaweza kuvikata au kuvunja vifungo hivyo visivyo vya kimungu, na kuviondoa kwa kutumia mchakato wenye hatua tano kama zilivyofafanuliwa katika somo la 2: Kuungama, kukana, kuvunja, na kuvifukuza (inapohitajika), na hatimaye baraka.

Jinsi ya kuvunja laana

Nilikuwa nafundisha katika mkutano wakati kijana mmoja aliponijia kuomba msaada. Yeye na familia yake walikuwa wamehamia katika nchi moja ya Mashariki ya Kati ambako alikuwa akipatiwa mafunzo ya kuwa mmishenari. Hata hivyo, familia hiyo ilikutana na matatizo mengi yakiwemo ajali na magonjwa.

Mazingira yalikuwa magumu kiasi kwamba walikuwa wanafikiria kuachana na mafunzo hayo na kurudi kwao. Yule kijana alikuwa akijiuliza kama nyumba waliyokuwa wanaishi ilikuwa na laana lakini hakujua la kufanya. Nikaongea naye kuhusu namna ya kuvunja laana. Kisha aliuchukua ushauri huo na kurejea nyumbani kwake ambako alichukua mamlaka na kuomba kwa ajili ya nyumba hiyo waliyokuwa wanaishi, wakivunja laana zote. Baada ya hapo, matatizo ya familia hiyo yakaondoka, na wakaweza kufurahia kuwa hapo nyumbani wakiwa na amani.

Wengi wanaojihusisha na huduma kwa Waislamu, wakiwemo waumini waliotokea katika Uislamu, wamekuwa wakirushiwa laana kutoka kwa Waislamu. Laana hizo zinaweza kuwa zile zilizotolewa kwa jina la Allah (Mungu) au kwa kutumia uchawi.

Ikiwa unaamini wewe mwenyewe au mpendwa wako pengine ametupiwa laana, hapa tuna hatua tisa za kuchukua kuondoa laana hizo:

- Kwanza, ungama na kutubu dhambi zako zote na utamke maisha yako yafunikwe na damu ya Yesu.

- Kisha ondoa vitu vyo vyote. visivyo vya kimungu au vilivyofanyiwa mazindiko uvitoe nyumbani mwako.

- Kisha, msamehe yeyote aliyesababisha laana hiyo, ukiwemo wewe mwenyewe, iwe kwa kutenda dhambi au kwa kitendo cha makusudi cha laana kutoka kwa mtu mwingine.

- Tambua na dai mamlaka uliyonayo katika Kristo

- Kataa na ivunje laana hiyo, ukitamka "Naikataa na kuivunja laana hii katika jina la Yesu," ukidai mamlaka na nguvu iliyo kuu ya Yesu Kristo dhidi ya kila kazi za giza, kwa njia ya msalaba wake.

- Tamka kufunguliwa kwako na Kristo kutoka kwenye uovu wote, kwa sababu ya kazi ya Kristo iliyokamilika juu ya msalaba.

- Amuru pepo lolote na kila pepo linalohusika na laana hiyo kuondoka kwako, kwenye familia yako, na nyumbani kwako.

- Kisha tamka baraka juu yako, juu ya familia yako na juu ya nyumba yako, ikiwemo kinyume na kila laana, ukitumia maandiko ya Biblia pale inapofaa, kama vile, "Sitakufa bali nitaishi, na nitatangaza matendo ya Bwana aliyonitendea." (Zaburi 118:17)
- Msifu Mungu kwa ajili ya upendo wake, nguvu na neema.

Kukutana na Ukweli

Mstari huo unasemaje kuhusu namna tunavyofunguliwa kutoka kwenye laana?

> Katika yeye huyo, kwa damu yake, tunao ukombozi wetu, masamaha ya dhambi, sawasawa na wingi wa neema yake (Mungu) … (Waefeso 1:7)

Tunafunguliwa kutoka kwenye laana kwa sababu tunakombolewa kwa damu ya Kristo.

Je, Mkristo anayo mamlaka gani dhidi ya nguvu za uovu?

> "Tazama, nimewapa amri ya kukanyaga nyoka na nge, na nguvu zote za yule adui, wala hakuna kitu kitakachowadhuru." (Luka 10:19)

Lazima tutambue kuwa katika Kristo tunaweza kutwa amamlaka dhidi ya nguvu zote za adui, ikiwemo dhidi ya laana zote.

Kulingana na mstari huu, kwa nini Yesu alikuja ulimwenguni?

> Sababu ya Mwana wa Mungu kujidhihirisha ilikuwa ili aziharibu kazi za ibilisi. (1 Yohana 3:8)

Yesu alikuja kuziharibu nguvu za Shetani, ikiwemo laana zote za uovu.

Ni kwa njia gani kusulubiwa kwa Yesu kulitimiza Torati katika Kumbukumbu la Torati 21:23?

> Kristo alitukomboa kutoka laana ya Torati, kwa kuwa alifanywa laana kwa ajili yetu; maana imeandikwa, "Amelaaniwa kila mtu aangikwaye juu ya mti," Ili kwamba baraka ya Ibrahimu iwafikilie mataifa katika Yesu Kristo, tupate kupokea ahadi ya Roho kwa njia ya pamoja. (Wagalatian 3:13-14)

Katika Kumbukumbu la Torati 21:23 inasema, kila mtu aliyeangikwa juu ya mti amelaaniwa. Yesu Kristo alilaniwa kwa nama hii, akiangikwa juu ya msalaba na kuuawa, ili tuweze kufunguliwa kutoka kwenye laana. Aliichukua laana kwa ajili yetu ili tuweze kupokea baraka.

Je, mstari huu unasemaje kuhusu laana ambayo haikustahili?

Kama shomoro katika kutanga-tanga kwake, Na kama mbayuwayu katika kuruka kwake; Kadhalika laana isiyo na sababu haimpigi mtu (Mithali 26:2)

Mstari huu unatukumbusha kwamba tunalindwa na tuko huru kinyume na laana pale tunapodai ulinzi wa damu na uhuru wa msalaba, na kuvitumia katika mazingira yetu.

Je, mstari unaofuata unasema nini kuhusu nguvu iliyo katika damu ya Yesu?

Bali ninyi mmeufikilia mlima Sayuni …. Mmekuja kwa …… Yesu aliye mpatanishi wa agano jipya, na damu ya kunyunyizwa, inenayo mema kuliko ile ya Habili. (Waebrania12:22-24)

Damu ya Yesu inanena mema kuliko laana ya Kaini, iliyomwagwa na ndugu wa Habili. Damu hiyo pia inanena mema kuliko laana zilizoletwa kwetu.

Ni amri gani iliyo chanya na mfano unaotolewa kwa Wakristo katika Luka sura ya 6, na katika nyaraka za Paulo?

Lakini nawaambia ninyi mnaosikia. "Wapendeni adui zenu watendeeni mema wale ambao wawaoneo ninyi" (Luka 6:27-28)

Wabarikini wanaowaudhi, wala msilaani. (Warumi 12:14)

Kisha twataabika tukifanya kazi kwa mikono yetu wenyewe. Tukitukanwa twabariki, tukiudhiwa twastahimili … (1 Wakorintho 4:12)

Wakristo wameitwa kuwa watu wa kubariki, iwe kwa marafiki au maadui.

Hii ni sala ya kufunguliwa kutoka madhara ya kushiriki katika matambiko ya laana, na pia kufunguliwa kutoka kwenye laana zilizotumwa na wengine. Inatumia kanuni zilizoandaliwa katika sura ya 2.

Tamko na Sala ya kukataa Laana

Naungama dhambi za mababu zangu na za wazazi wangu na zangu mwenyewe za kuwalaani wengine kwa jina la Uislamu.

Nachagua kuwasamehe na kuwaachilia mababu zangu, baba yangu, maimamu, waliowaongoza wao na mimi kuingia katika laana hizi, na wengine wote walionishawishi kutenda dhambi hii, na kwa ajili ya madhara katika maisha yangu.

Nachagua kuwasamehe wote walionilaani mimi au familia yangu.

Nakuomba unisamehe, Bwana, kwa kukubali na kwa kushiriki katika kuwalaani wengine.

Napokea msamaha wako sasa.

Kwa msingi wa msamaha wako, Bwana, Nachagua kujisameme mimi mwenyewe kwa kuwalaani wengine.

Naikataa dhambi ya kulaani, na laana zozote zilizotokana na dhambi hiyo.

Naikataa chuki dhidi ya wengine.

Naikataa mihemko mikubwa ya kushiriki katika kuwalaani wengine.

Nazivunja nguvu hizi kutoka kwenye maisha yangu (na maisha ya vizazi vyangu) kwa njia ya kazi ya ukombozi ya Kristo juu ya msalaba.

Ninakuomba, ee Bwana, uzivunje laana zote nilizoshiriki, na uwabariki wale niliowalaani kwa baraka zote za Ufalme wa Mungu.

Katika jina la Yesu, vilevile ninakataa na kuvunja laana zote zilizoelekezwa dhidi yangu.

Nayakataa na kuyakana mapepo yote ya chuki na kulaani, na nayaamuru yaondoke kwangu sasa, katika jina la Yesu.

Napokea kufunguliwa na Mungu kutoka laana zote dhidi yangu na familia yangu. Napokea amani, upole, na mamlaka ya kuwabariki wengine.

Naiweka wakfu midomo yangu kunena maneno ya sifa na baraka kwa watu wote katika siku zangu.

Katika jina la Yesu, natamka baraka kamili za Ufalme wa Mungu juu yangu na familia yangu, ikiwa ni pamoja na uzima. Afya njema, na furaha.

Naungama na kukataa miunganiko yote isiyo ya kimungu, vifungo vya nafsi, na mashirikiano na maimamu na viongozi wengine wa Kiislamu ambao waliniongoza kuingia katika matambiko ya Kiislamu, ikiwemo kuwalaani wengine.

Nawasamehe viongozi hao kutokana na sehemu yao katika kuanzisha au kudumisha vifungo vyangu vya nafsi visivyo vya kimungu.

Najisamehe mimi mwenyewe kwa ajili ya sehemu yangu katika kudumisha vifungo hivi vya nafsi visivyo vya kimungu na Waislamu wote ambao nimekuwa chini ya uongozi wao.

Ninakuomba ee Bwana, unisamehe kwa kila dhambi iliyohusika katika kuanzisha au kudumisha vifungo hivi vya nafsi, hususan dhambi za kuwalaani wengine na kuwachukia wengine.

Sasa ninavivunja vifungo vya nafsi vyote na washirika wake kwa viongozi wa Kiislamu [mahsusi nikiwataja kwa majina wale ninaowakumbuka] na kujiachilia kutoka kwao [au majina] na wao [au jina] kutoka kwangu.

Bwana, nakusihi safisha akili yangu kutoka kwenye kumbukumbu zote za miunganiko isiyo ya kimungu ili niwe huru kujitoa mwenyewe kwako.

Ninazikataa na kuzifuta kazi zote za mapepo zinazojaribu kudumisha vifungo vyo nafsi visivyo vya kimungu, na kuviamuru viniache sasa, katika jina la Yesu.

Ninajifunga mimi mwenyewe kwa Kristo Yesu na kuchagua kumfuata yeye peke yake.

Amina.

Mwongozo wa Mafunzo

Somo la 7

Msamiati

taqiyya   *imam*   vifungo vya kiroho

Majina Mapya

- Rinaldy Damanik: mchungaji wa Kiindonesia (aliyezaliwa 1957)

Biblia katika Somo hili

Mathayo 10:32-33	Yohana 4:24
Mathayo 5:37	Yohana 14:6
Mwanzo 17:7-8	1 Timotheo 1:9-11
Zaburi 89:3-4	Mwanzo 3:2-5
Hesabu 23:19	Marko 10:35-45
Zaburi 136:1	Luka 15:11-32
Warumi 11:28-29	Wafilipi 2:1-11
Tito 1:1-2	Luka 6:28
Waebrania 6:17-19	Zaburi 118:17
2 Wakorintho 1:18-20	Waefeso 1:7

Walawi 19:1-2	1 Yohana 3:8
Zaburi 26:3	Kumbukumbu 21:23
Zaburi 31:5	Wagalatia 3:13-14
Zaburi 40:11	Mithali 26:2
Zaburi 51:5-7	Luka 6:27-28
Yohana 1:14	Warumi 12:14
Yohana 3:21	1 Wakorintho 4:12

Kurani katika Somo hili

Sura 14:4   Sura 16:106   Sura 3:110   Sura 48:28   Sura 3:61

Maswali Somo la 7

- Jadili mfano huu wa mafunzo.

Uhuru wa kutosema uongo

Ukweli ni wa thamani

1. Ni kwa imani ya jinsi gani ya kiroho **Mchungaji Damanik** alikuwa tayari kufungwa gerezani?

2. Kwa nini Mungu anafanya maagano ya kudumu na wanadamu?

Utamaduni wa *Sharia*

3. Je, Durie anaonyesha kitu gani kinaruhusiwa katika Kurani?

4. Kulingana na Sura 14:4, Allah anawaongozaje watu?

5. Je, kuna aina gani za kudanganya zinazoruhusiwa katika sheria (*Sharia*) ya Kiislamu?

6. Je, ni kitu gani kinaruhusiwa kwa Waislamu kulingana na Sura 16:106 lakini hakiruhusiwi (kulingana na Mathayo 10:28-33) kwa Wakristo?

Kukutana na Ukweli

Mistari ya 'kukutana na ukweli' inasomwa kwa washiriki wote.

Maombi

Baada ya mistari ya 'kukutana na ukweli' kusomwa kwa kundi zima, washiriki wote watasimama na kutamka 'Tamko na sala ya Kuukana udanganyifu' kwa pamoja.

☘

Kufunguliwa kutoka kujikweza bandia

Madai ya Uislamu kuwa bora zaidi

7. Kitu gani kimeahidiwa kwa Waislamu katika Kurani kulingana na Sura 3:110 na Sura 48:28?

8. Ni nani aliyedai kuwa ni mtu bora zaidi ya wote waliowahi kuishi?

9. Ni dhana zipi zilizo muhimu sana katika utamaduni wa Kiarabu?

10. Ni kitu gani pia kinachohitajika kukakanwa pale mtu anapouacha Uislamu?

Kukutana na Ukweli

Mistari ya 'kukutana na ukweli' inasomwa kwa washiriki wote.

Maombi

Baada ya mistari ya 'kukutana na ukweli' kusomwa kwa kundi zima, washiriki wote watasimama na kutamka 'Tamko na sala ya Kuukana kujikweza bandia' kwa pamoja.

Kufunguliwa kutoka kulaani

Kulaani katika Uislamu

11. Kwa nini wanazuoni wa Kiislamu wanakuwa na maoni tofauti kuhusu kulaani katika Uislamu?

12. Kulingana na Edward Lane, ni kitu gani ambacho wanafunzi wa Kiislamu shuleni nchini Misri walifundishwa kukifanya mwaka 1836?

Matambiko ya Kulaani

13. Durie anaripoti kuhusu tambiko ambalo Mkristo aliyetokea kwenye Uislamu alikuwa akishiriki. Alijisikiaje kwa kule kushiriki kwake kwenye tambiko hili?

14. Je, Durie anafafanuaje **vifungo vya kiroho**?

15. Je, msamaha una umuhimu gani katika kushughulikia **vifungo vya kiroho**?

16. Zingatia 'Tamko na Sala ya Kukana Kulaani'. Je, unaweza kuonyesha maeneo ambayo hatua hizi tano zinatumika: Kuungama, kukana, kuvunja, kufukuza na kubariki? (Tazama Somo la 2.)

17. Ni mambo gani yanayokanwa na mambo gani yanayovunjwa katika sala hii?

18. Je, ni baraka zipi zinazodaiwa badala ya laana? Kwa nini iwe ni kwa baraka hizi hasa?

19. Ni nani anayesamehewa katika sala hii?

Jinsi ya kuvunja laana

20. Ni jambo gani ambalo kijana aliyeongea na Mark Durie alifikiri kuwa huenda limekuwa likisababisha matatizo ya familia yake?

21. Kwa nini yeye mwenyewe hakuweza kulipatia ufumbuzi tatizo hilo?

22. Je, kijana yule alihitaji kufanya nini kabla ya kuweza kuishi kwa amani?

23. Kitu gani huwaletea matatizo watu wengi wanaojishughulisha na huduma kwa Waislamu?

24. Hatua zipi tisa zinapendekezwa na Durie kwa ajili ya kuvunja laana?

Kukutana na ukweli

Mistari ya 'kukutana na ukweli' inasomwa kwa washiriki wote.

Maombi

Baada ya mistari ya 'kukutana na ukweli' kuwa imekwishasomwa mbele ya kikundi kizima, washiriki wote watasimama na kutamka 'Tamko na Sala ya kukikana kitendo cha kulaani' wote kwa pamoja.

8

Kanisa Huru

"Akaaye ndani yangu nami ndani yake, huyo huzaa sana."
Yohana 15:5

Madhumuni ya somo

a. Kutambua aina tofauti ya mambo magumu yanayowakabili Waumini wanaotokea kwenye Uislamu katika kuwa Wakristo wakomavu katika imani.

b. Kufahamu kuwa haitoshi tu kumwongoza mtu amjue Kristo: lakini anahitaji pia kukuzwa kufikia kukomaa katika Ukristo.

c. Kuzingatia umuhimu wa kanisa lenye afya bora ya kiroho katika kuwatengeneza wanafunzi wenye afya bora ya kiroho.

d. Kutambua kuwa ili kuendelea kuwa huru, ni lazima muumini amfungie adui Shetani milango yote, na ajazwe na mambo mema ya Yesu Kristo.

e. Kutambua jukumu la kanisa katika kuwasidia waumini kufanya hivyo.

f. Kuelewa umuhimu wa kuhudumu upendo, si tu katika maeneo kwa sababu ya Uislamu.

g. Kujifunza kuwa mtu mwenye kukusudia kuhusu "kufundisha kwa kuziba mapengo" kuwaimarisha wanafunzi hususan katika maeneo ambayo Uislamu umesababisha udhaifu.

h. Kuthamini mwanzo wenye nguvu katika maisha ya Kikristo pamoja na kuyakataa maagano na Uislamu na kuuhamisha kikamilifu uaminifu kwa Kristo kuwa Bwana wako.

i. Kuzingatia thamani ya maombi ya dhati ya mwamini.

j. Kutambua umuhimu wa kuwanasihi viongozi ambao wameokolewa wakitokea kwenye Uislamu.

k. Kuzingatia mambo ya msingi katika kuwatengeneza viongozi.

Mfano wa Mafunzo: Je, wewe ungefanya nini?

Wewe ni mwenye uzoefu uliyeyaongoza makanisa kadhaa yenye mafanikio na unajulikana sana kwa kuwashauri kwa hekima wachungaji wengine wengi. Unamtembelea ndugu yako mmoja anayeishi katika mji mwingine na mtu mmoja amekuomba uwasiliane na rafiki yake mpendwa aitwaye Reza huko, kiongozi wa kanisa mwenye asili ya Uajemi, wakati ukiwa huko. Reza anaongoza kusanyiko la Waajemi wapatao 100 waliotokea katika Uislamu, lakini unaambiwa kwamba kanisa hilo liko katika matatizo: kuna magomvi mengi, baadhi ya washirika muhimu hivi karibuni walilihama kanisa hilo baada ya kumtuhumu kiongozi huyo kuongoza kidikteta, utoaji wa sadaka unaendelea kupungua, na kanisa haliweze tena kuendelea kulipa mshahara wa mchungaji. Unawasiliana na mchungaji Reza, unampa salamu amfikishie yule mtu uliyeelekezwa, na baada ya kuwa na mazungumzo naye kwa muda wakati mkipata kahawa naye, unamuuliza mambo yanaendeleaje hapo kanisani kwake. Anasema "safi sana, safi! kila kitu kinakwenda sawa sawa kabisa, Mungu asifiwe".

Wewe utaitikiaje?

Somo hili linatoa mapendekezo ya namna ya kutegemeza njia yenye afya ya kuwajenga wanafunzi na kujenga mazingira mazuri ya kiroho ya kanisa lenye afya kwa waumini waliotokea katika Uislamu: Watu walioamua kuachana na Uislamu na kumfuata Kristo. Ni vizuri kwa kila mwanafunzi kutamani kuwa tayari na mwenye kufaa kwa ajili ya kuyatumikia makusudi mahsusi ya Mungu. (2 Timotheo 2:20-21), lakini ili kulitimiza hilo, kila mmoja anahitaji kuwa na mazingira ya kiroho yenye afya katika kanisa yenye kuwezesha ukuaji wao. Kabla ya kuangalia namna ya kulifikia hilo, Kwanza kabisa tutaangalia changamoto tatu zinazowakabili waongofu: kuanguka na kurejea kwenye Uislamu, uanafunzi usioweza kuzaa matunda, na na makanisa yasiyozaa matunda mazuri ya kiroho.

Kuanguka

Baadhi ya watu wanaouacha Uislamu ili kumfuata Kristo wanaishia kuurudia Uislamu. Kuna sababu nyingi juu ya jambo hili. Moja ya sababu inaweza kuwa maumivu ya kupoteza maisha ya kijamii, pale familia ya Kiislamu na marafiki zake wanapomkataa mwongofu aliyeupokea Ukristo. Sababu nyingine ni kuwepo kwa vikwazo na vizuizi vingi njiani vinavyowekwa na Uislamu mbele ya wale wanaouacha. Nyingine ni mateso ya moja kwa moja.

Bado, sababu nyingine inaweza kuwa kufadhaishwa na Wakristo pamoja na kanisa. Wakati watu wanaojaribu kuachana na Uislamu wanapowaendea Wakristo walio Jirani nao kutafuta mwongozo na msaada, wanaweza kukutana na kukataliwa na vikwazo wasivyovitarajia katika kukubaliwa kikamilifu miongoni mwa jamii ya Wakristo. Wengi wamewahi kukataliwa au kufukuzwa na makanisa. Hii inatokana na hofu inayosababishwa na madai ya Kiislamu watu wa-*dhimmi* hawatakiwi kumsaidia mtu yeyote kuachana na Uislamu. Kwa kumsaidia mtu yeyote kuachana na Uislamu huiweka jamii ya Kikristo katika hatari kwa sababu kitendo hicho huwaondolea 'ulinzi' unaotolewa kwa wasio-Waislamu.

Ili kuweza kuibadilisha namna hii ya kukataliwa kwa waongofu na Wakristo, kanisa linatakiwa kufahamu na kukataa agano la *dhimma* na mizigo unayowawekea waumini. Maadamu makanisa na Wakristo mmoja mmoja wanaendelea kubaki wakiwa wamefungwa kiroho, na athari za ushawishi wa *dhimma*, watakutana na mashinikizo makubwa ya kiroho wasiwasaidie wale walioachana na Uislamu. Ili kutatua tatizo hili, kanisa linatakiwa kupinga, kuikana, kukataa, mfumo wa *dhimma*.

Sababu nyingine ya watu kuanguka na kuondoka ni kuwa ushawishi wa Uislamu juu ya nafsi zao inaendelea, ikitengeneza vile wanavyofikiria na kuwa na ushirika na wengine. Hilo linaweza kuwafanya iwe rahisi kwao kurejea kwenye Uislamu badala ya kuendelea kuwa Wakristo. Ni kama vile kupata viatu vipya.: wakati mwingine viatu vya zamani vinaonekana kukuenea kwa urahisi na unajisikia vizuri.

Uanafunzi usio na matunda

Tatizo la pili linaweza kuwa uanafunzi usio na matunda. Watu wenye historia ya Uislamu wanaweza kukutana na vikwazo madhubuti vya kihisia na vya kiroho na udhibiti unaozuia ukuaji wa kiroho. Masula ya kawaida ni pamoja na hofu, hisia ya kujisikia kutokuwa salama, na kupenda fedha, hisia za kukataliwa, hali ya kujiona kuwa mhanga, urahisi wa kukwazika, kushindwa kuwaamini wengine, maumivu ya kimhemko, dhambi za uasherati na uzinzi, usengenyaji, na uongo. Yote haya yanaweza kuwazuia watu wasikue.

Chanzo halisi kwa matatizo kama haya ni ile hali ya ushawishi wa Kiislamu unaoendelea na udhibiti. Kwa mfano, katika Uislamu kuna msisitizo wa mtu kuwa bora zaidi ya wengine, na Waislamu wanasemekana kuwa wao ni bora zaidi ya watu wengine wasio waislamu. Katika utamaduni wa kuwa bora zaidi , watu hujisikia vizuri kwa kujihisi wao ni bora zaidi ya wengine. Katika kanisa hali kama hii inaweza kusababisha mashindano. Kwa mfano, ikiwa mtu mmoja ameteuliwa kuwa kiongozi, wengine wanakwazika kwa sababu wao hawakuteuliwa. Haja ya kujihisi una ubora kuliko wengine pia huchochea utamaduni wa usengenyaji., ambao huleta njia ya kuwashusha chini wengine. Watu wanaweza kuwa wasengenyaji kwa sababu wanaweza kujifikiria wao wenyewe kuwa bora zaidi ya wale wanaosengenywa. Tatizo jingine linaweza kuwa ile roho ya kukwazika. Ambayo inatiwa nguvu na vile Muhammad alivyopokea kukataliwa.

Kulikuwa na kijana mmoja kutoka nchini Iraq ambaye alikuja kuwa Mkristo na alipata hadhi ya ukimbizi nchini Canada. Alijaribu kuhudhuria makanisani, lakini kila wakati aliposhiriki katika kanisa jipya alikwazwa na jambo fulani, na hivyo kukosoa wahudhuriaji wengine wa kanisa kuwa ni wanafiki. Mtu huyu aliishia kuishi maisha ya kujitenga sana, maisha ya upweke, bado aliendelea kuwa Mkristo lakini akiwa ametengwa kabisa na jamii yoyote ya Wakristo. Hii ilimaanisha kuwa ukuaji wake katika uanafunzi ulisimama kabisa: hakuweza kukua kufikia kukomaa. Hakuweza kuzaa matunda.

Makanisa yasiyo na afya ya kiroho

Moja ya changamoto kubwa zinazowakabili waumini wapya ni kupata kanisa lenye afya njema. Kanisa si mahali pa mapumziko ya wenye haki, bali ni hospitali kwa ajili ya wenye dhambi – au hivyo ndivyo linavyopaswa kuwa. Wenye dhambi ni watu wa kuwa kanisani, lakini kama vile ambavyo watu wanaweza kuugua hospitalini, pale washirika wa kanisa hawakui kufikia ukomavu wa Kikristo, dhambi zao na matatizo yao yanaweza kukuzwa na kusababisha uharibifu kwa jamii nzima. Hilo linaweza kulirarua kanisa vipande vipande na kusababisha lishindwe. Kama vile ambavyo Wakristo wasio na afya bora wanaweza kuunda kanisa lisilo na afya njema, makanisa yasiyo na afya njema nayo kwa wakati wake yanafanya iwe vigumu kwa washirika wao kukua na kufikia afya njema ya ukomavu.

Kama washirika wa kanisa wanamsengenya mchungaji wao, hatimaye watakuwa na mchungaji aliyeharibika, au hawatakuwa na mchungaji kabisa. Kila mmoja ataathirika. Hilo pia litasababisha mgawanyiko na kuvunjika katika jamii ya kanisa, na watu wachache watataka kutumika au kuhudumu kama viongozi katika kanisa kama hilo. Kama mfano mwingine, ikiwa washirika wa kanisa wanaelekea kufikiri kwa namna ya mashindano, wakitamani kuwa bora kuliko wengine, hilo linaweza kusababisha makanisa katika jiji hilo hilo moja kuwa yenye kukosoana yenyewe kwa yenyewe, kila moja likidai kuwa lenyewe ndilo kanisa bora zaidi. Badala ya makanisa haya kukutana na baraka kuu za kufanya kazi kwa pamoja, kila moja linamwona mwingine kana tishio badala ya kuwa washirika wa pamoja katika injili.

Hitaji la Kuendelea kuwa huru

Rejea kutoka somo la 2 kuwa Shetani yeye ni mshitaki wa ndugu, na mkakati wake wa msingi ni kuwashitaki waumini wa Kikristo. Ili kuwatafutia mashtaka atatafuta na kutumia 'haki za kisheria' zo zote alizonazo dhidi yao, kama vile dhambi ambazo hazijatubiwa, kutokusamehe, maneno yanayotufunga (ikiwa ni pamoja na viapo, na makubaliano au maagano), majeraha ya nafsi, na laana za vizazi hadi vizazi. Ili kufunguliwa na kuwa huru, wanafunzi au wafuasi wa

Kristo wanahitaji kuzifuta hizi 'haki za kisheria', kuondokana na kutoa nafasi, na kuifunga milango.

Katika Mathayo 12: 43-45, Yesu anaeleza mfano wa jinsi, wakati pepo mchafu anapokuwa ametolewa kutoka kwa mtu, anaweza kurejea na kumuingia mtu huyo tena, akiwaleta mapepo wengine saba wabaya kuliko mwenyewe, hivyo hali ya mtu yule pale mwishoni itakuwa mbaya zaidi ya wakati ule ambao pepo huyo alipotolewa awali. Picha ambayo Yesu anaitumia katika mfano huu ni ya nyumba., iliyofagiliwa na kuwa safi lakini iko tupu, tayari kupangishwa na kukaliwa tena. Mapepo hayo yanawezaje kupata nafasi ya kukaa humo tena? Kwanza, ni lazima mlango utakuwa uiachwa wazi; na pili, nyumba hiyo haina "mkaaji au mpangaji" (Mathayo 12:44). Hivyo, kuna matatizo mawili:

1. Mlango umeachwa wazi

2. Nyumba iliachwa ikiwa tupu (bila mpangaji au mkaaji).

Ili tujenge kanisa lenye afya, tunahitaji kuwa na Wakristo wenye afya na ili Mkristo awe na afya, anahitaji kuwa huru. Hii ina maana kuwa mtu lazima afunge milango yote iliyo wazi ambayo Shetani anaweza kuitumia, na nafsi zao lazima zijazwe mambo mema ili kuwa mbadala ya ule uovu ambao umefukuzwa.

Milango *yote* inahitaji kufungwa. Kila mmoja wa hiyo! Kuna jambo la muhimu kuhusu uhuru wa kiroho ni kuwa haitoshi tu kuufunga mlango mmoja tu ulio wazi. Yote inatakiwa kufungwa. Si vizuri kabisa kuwa na kufuli lililo bora zaidi kufungwa kwenye mlango wa nyuma, ikiwa mlango wa mbele utaachwa wazi kabisa. Ikiwa tutamnyima angalao haki moja ya kisheria ambayo Shetani amekuwa akiitumia dhidi ya mwanadamu, lakini tuakaacha kushughulikia mengine, mtu huyo bado hajapata uhuru wake.

Kuwa huru ni jambo moja. Kuendelea kubakia kuwa huru ni jingine. Lililo sawia kwa umuhimu kwa kufunga milango ni kuijaza nyumba pasipo kuiacha ikiwa tupu. Hii ni pamoja na kumwombea mtu ajazwe Roho Mtakatifu, Hii pia ina maana ya kutengeneza njia ya kuishi maisha ya kumcha Mungu; ili nafsi ya mtu iweze kujazwa na vitu vizuri.

Kwa mfano tuchukulie kwamba mtu amefungwa kutokana na uongo aliouamini na kuusema. Uongo unatakiwa kuondolewa, na juu ya hapo, Uongo tunahitaji kuukana, na kwa nyongeza ya hapo, mtu huyo anahitaji kukumbatia, kutafakari juu ya , na kuifurahia kweli. Uongo toka nje, karibu kwetu kweli!

Hebu fikira kuwa na hali tofauti: mtu ambaye ameathiriwa na pepo wa chuki, ambayo imepelekea vitendo vibaya, ikiwa ni pamoja na laana nyingi zilizosemwa dhidi ya mtu mwingine. Pale pepo huyu wa chuki anapotolewa, mtu huyo hahitaji tu kuikana na kuikataa chuki, bali pia kujijengea mwenendo wa maisha ya kuwapenda na kuwabariki wengine, kuijenga nafsi yake mwenyewe badala ya kuibomoa. Anahitaji kubadili tabia zake na mtiririko wa namna anavyofikiri. Jamii ya kanisa ina jukumu la muhimu la kusaidia mtu aweze kuendelea kuwa huru. Inaweza kumsaidia mtu kufanya upya na kuijenga upya nafsi yake, ili kuwa mtu aliyebadilishwa kabisa.

Paulo mara nyingi anaandika kuhusu mchakato huu katika nyaraka zake. Katika hali endelevu anaomba na kufanya kazi kwa ajili ya waumini waweze kujengwa katika kweli na upendo. Daima anakumbuka vile waumini walivyokuwa hapo awali na wakati mwingine huwakumbusha watu kuhusu hilo, ili kuwatia moyo waweze kuendelea kukua.

Maana hapo zamani sisi nasi tulikuwa hatuna akili, tulikuwa waasi tumedanganywa, huku tukitumikia tamaa na anasa za namna nyingi, tukiishi katika uovu na husuda, tukichukiza na kuchukiana. (Tito 3:3)

Lakini wanafunzi wa Kristo hawapaswi kuishi kwa namna hiyo tena. Tumebadilishwa, na tumekusudiwa kuendelea kubadilishwa ili tufanane na Yesu zaidi na zaidi, ambaye hakuwa na hatia, wala hakuwa na haki za kisheria alizompa Shetani. Hivyo, Paulo anawaandikia Wafilipi:

…. Na hii ndiyo dua yangu, kwamba pendo lenu lizidi kuwa jingi sana, katika hekima na ufahamu wote; mpate kuwa na mioyo safi, bila kosa, mpaka siku ya Kristo; hali mmejazwa matunda ya haki, kwa njia ya Yesu Kristo, kwa utukufu na sifa ya Mungu. (Wafilipi 1:9-11)

Picha nzuri ya kupendeza ajabu ya mwanafunzi mwenye afya njema, anayekua katika upendo. Maarifa, na katika hekima; aliye safi na asiye na lawama yoyote, akizaa matunda mema yanayomletea Mungu sifa! Mtu huyu sio tu amefunguliwa na kuwa huru, lakini nyumba ya nafsi yake badala ya kuwa hatarini kwa "kutokuwa na mtu ndani," inajazwa na vitu vyema vya Yesu Kristo.

Jukumu la msingi la kanisa na la mchungaji, ni kuwasaidia wanafunzi kuishi kama hivi: kuifunga milango yote iliyo wazi Shetani asiingie na kuwasaidia waumini waweze kujazwa na vitu vyote vizuri vya Kristo.

Kuwatengeneza wanafunzi ni wito mkuu na kuna mengi ya kujifunza kuhusu hili. Hapa tutaangalia namna ya kutegemeza ukuaji wa kiroho wenye afya wa wanafunzi ambao wamefunguliwa kutoka kwenye vifungo vya Uislamu.

☙

Uponyaji na Kufunguliwa

Tumesisitiza hitaji la kufunga milango yote na kuondoa nafasi zote zilizoachwa wazi. Katika kila maisha ya mwanafunzi mmoja baadhi ya haya huenda yanatokana na ushawishi wa moja kwa moja wa Uislamu.

Katika hali hii, wanafunzi wa Kristo wanaweza kuwa na vifungo vingine katika maisha yao ambavyo havitokani moja kwa moja na Uislamu. Hivi vinaweza kusababishwa na chochote kati ya vile vilivyofafanuliwa katika somo la 2: dhambi ambazo hazijatubiwa, kutokusamehe, majeraha ya nafsi, maneno na matambiko yanayoshabihiana nayo, uongo, na kasi za vizazi hadi vizazi. Katika maisha ya waliokuwa waislamu zamani, mtu anaweza kuona athari mbaya za uharibifu za:

- kutokusamehe
- akina baba wanyanyasaji
- kuvunjika kwa familia (talaka, ndoa za wake wengi)
- uraibu wa dawa za kulevya
- Uchawi na ushirikina
- Maumivu yanayosababishwa na ngono (kutokana na kushambuliwa, kubakwa, mahusiano ya ndugu wa karibu)
- vurugu

251

- laana za vizazi hadi vizazi
- hasira
- kukataliwa na kujikataa mwenyewe
- wanawake kutowaamini na kuwachukia wanaume
- wanaume wakiwadharau wanawake.

Mengi kati ya maeneo haya yanaweza kupata ushawishi kupitia nguvu inayotokana na utamaduni na maisha ya familia ya kiislamu, lakini watu bado wanayo mizigo ya kiroho, ambayo imelimbikizwa katika maisha yao. Ili tuweze kuendelea kufikia ukomavu wa Kikristo tunahitaji kufunguliwa na kuwekwa huru kutoka katika mambo haya, na sio tu kutoka kwenye Uislamu.

Kijana mmoja wa kiume aliugua ugonjwa wa familia ambao ulimsababishia maumivu makali ya tumbo: wengi wa wanafamilia walikufa kwa sababu ya saratani ya tumbo. Madaktari katika nchi za Uajemi na Australia walimwambia kuwa anayo hali ya ugonjwa wa saratani ya tumbo katika hatua za mwanzoni tu na ambao atahitaji kupata dawa za mara kwa mara. Wakati fulani akabaini kuwa hili linaweza kuwa limesababishwa na laana iliyowekwa kwenye familia yake. Jambo jingine lililoshangaza ni kwamba takriban wakati uo huo, akaikana na kuivunja laana ya vizazi hadi vizazi na kujitoa upya kwa Mungu. Aliponywa kikamilifu kabisa na akaacha kutumia dawa zake zote. Kilichoshangaza ni kuwa wakati huo huo aliponywa kutoka kwenye hali ya kuwa na msongo wa mawazo na wasiwasi, Akawa mtulivu zaidi na mwenye kumtegemea Mungu zaidi katika mazingira ya maisha yake. Uponyaji huu na kufunguliwa huku kulikuwa ni hatua ya muhimu ya kumuandaa kuchukuliana na masongo wa kuhudumu kama mchungaji.

Ili kuwa na kanisa lenye afya njema, huduma inayoshughulika na kila aina ya milango iliyo wazi na nafasi zilizoachwa wazi huhitaji kuwa ni jambo la kawaida la huduma ya kichungaji kwa waumini. Kumbuka, unapofunga nyumba kwa ajili ya usalama, haitoshi tu kufunga mlango mmoja tu au ule mlango wa maagano ya Uislamu: maeneo yote ya wazi kwenye nyumba ni lazima yazibwe.

Kufundisha kwa kuziba mapengo

Hebu fikiria umo kwenye nyumba kuu kuu, iliyobomoka bomoka. Paa linavuja; unaweza hata kuliona anga kupitia paa hilo. Madirisha, ambayo hapo zamani yalikuwa ya vioo, yamevunjika na upepo unavuma kwa uhuru wote kupitia humo. Milango imeachia kutoka kwenye bawaba zake, ikiwa imelala nje ardhini. Kuta za ndani zimevunjika, zikiwa na mashimo. Sakafu imeoza. Msingi umekatika na kubomoka. Humo ndani kuna wavamizi wasio na makazi katika nyumba ambayo wao si wamiliki. Hawapaswi kuwepo hapo na kimsingi katika hali halisi wanaiharibu nyumba.

Kazi kubwa inahitajika kufanywa ili kuikarabati nyumba hiyo. Hatua ya kwanza ni kuifanya nyumba iweze kuwa salama: kurekebisha paa na kuweka madirisha mapya na milango madhubuti yenye makufuli, ili pasiwepo na wasio na makazi wa kuingia. Hii ni hatua ya kwanza katika huduma hii ya kuwafungua watu wawe huru: kufunga milango yote ambayo haijafungwa. Inahitajika kufanyika kwanza kwa sababu ikiwa milango yote haijafungwa, wale wasio na makazi (mapepo) wanaweza kurejea kupitia mojawapo ya milango iliyo wazi.

Pale nyumba itakapokuwa salama, kazi nyingine zinaweza kuanza: kukarabati msingi, kurekebisha kuta, na kuipendezesha nyumba na kuifanya mahali pazuri kwa ajili ya kuishi.

Wakati waliokuwa Waislamu zamani wanapokuja kwa Kristo, wanaweza kuja na madhara kwenye nafsi zao, ambayo yamesababishwa na Uislamu na utamaduni wa Kiislamu, hali inayohitaji kurekebishwa.

Nafsi ya muumini inafanana na ndoo. Tumekusudiwa kuchukua maji safi na matamu: maji ya uzima yatokayo kwa Yesu Kristo. Hivi ndivyo maisha yetu yalivyokusudiwa yawe. Lakini kama ndoo hiyo ina tundu au pengo pembeni – kama vile udhaifu katika tabia zetu basi, ndoo hiyo haiwezi kuchukua maji mengi. Ndoo inaweza tu kuchukua maji hadi kwenye kiwango cha chini palipo na tundu au pengo pembeni mwake. Ili ndoo hii iweze kuchukua maji mengi zaidi, tunahitaji kuliziba tundu hilo.

Duniani kote, madhara haya ya nafsi yana muundo unaofanana popote pale ambapo Uislamu umeshika mizizi. Kama ambavyo Don

Little amesema, "ushawishi wa Uislamu katika mazingira tofauti huzalisha vikwazo vinavyofanana kwa Waumini waliotoka kwa Uislamu wanaotafuta kuishi kwa ajili ya Kristo."[17]

Njia nyingine ya kulifikiria hili ni kuangalia ni kitu gani kinatokea wakati mtu anapopatwa na ajali mbaya, na huwachukua muda mrefu kupona. Katika hali ya kawaida baadhi ya misuli yao itakuwa dhaifu na hata kufa kabisa kwa sababu ya kukosa kutumika. Ili mtu aweze kupona kabisa, mtu huyo anaweza kusaidiwa kupitia mazoezi mahsusi ya kuimarisha misuli (mamacheza). Mazoezi haya yanaweza kuchukua muda mrefu na kumpatia maumivu makali, lakini ni ya lazima ili kuuwezesha mwili mzima kufanya kazi tena kama unavyotakiwa. Unaweza kufanya kwa kiwango ambacho msuli wako ulio dhaifu zaidi kinavyokuruhusu kufanya.

Kile kinachomaanishwa hapa ni kuwa, programu ya mafundisho kwa ajili ya kanisa kuwalenga Waumini Waliotoka kwenye Uislamu inahitaji kuandaliwa kwa umakini na kwa mpangilio mzuri ili kushuhulikia madhara hayo. Tunayaita mafundisho haya 'kufundisha kwa kuziba mapengo': kuisema kweli ya Biblia mahali ambapo huko nyuma uongo ulikuwa umetawala. Kuna maeneo mengi tofauti yanayohitaji kushughulikiwa.

Moja ya misisitizo ya Muhammad ilikuwa ni kuwepo kwa ubora wa mtu moja juu ya mwingine; kwa mfano, wa Waislamu dhidi ya wasio-Waislamu. Yeye alihesabu kuwa ni jambo la aibu mtu kuwa duni au kuwa chini ya mwingine. Katika jamii za Kiislamu kwa kawaida ni sehemu ya mtazamo wa dunia wa mihemko ya kiutamaduni kwa kule kutaka kuwa bora au juu zaidi ya watu wengine. Mkristo mmoja alitamka kuwa katika utamaduni wa watu wa Uajemi, watu hufurahia pale wanapomwona mtu mwingine akianguka barabarani, au wakisikia kuwa amefeli mtihani. Wanafurahia kwa sababu wao si yule aliyeanguka au kufeli, hivyo hujisikia kuwa bora zaidi au juu.

Njia hii ya kutazama thamani ya mtu inaweza kusababisha matatizo mengi katika makanisa. Kwa mfano, watu wa kanisa moja wanaweza kudai kuwa kanisa lao ni bora zaidi ya makanisa mengine. Tabia hii husababisha makwazo, kiasi kwamba makanisa katika eneo hilo

17. Don Little, *Effective Discipling in Muslim Communities*, uk. 170.

hukataa kufanya kazi pamoja. Kwa kuwa na tabia hii, ikitokea mtu mmoja ameteuliwa kuchukua jukumu la uongozi, mtu mwingine anaweza kujisikia amekataliwa, na kuwa na wivu, akiuliza "Kwa nini hawakunichagua mimi? Je, wanadhani kuwa mimi sifai kitu?" Tatizo hili linaweza kuwa baya sana kiasi kwamba watu wanaweza kukataa kujitolea kuchukua nafasi za uongozi kwa sababu wanahofia watashambuliwa na kukosolewa na watu wengine kanisani.

Kukiwa na tabia hii, watu mara nyingi hawajui jinsi ya kutoa mrejesho wao kwa njia ya kukosoa kunakojenga ili kuleta maboresho katika maisha ya kanisa. Badala yake wanasema kana kwamba wao ndio wataalam. Wakiongea kwa majivuno, na kuwasahihisha wengine pasipo kutumia busara.

Tabia hii vilevile huchochea kuwepo kwa usengenyaji, pale watu wanapojihisi kufurahia kuwararua wengine kwa kuwabomoa.

Ili kushughulikia tatizo hili kubwa, ni muhimu sana kufundisha kuhusu kujenga moyo wa mtumishi: watu wanahitaji kujifunza ni kwa nini Yesu aliosha miguu ya wanafunzi wake, na kuilisikia agizo lake la wao kufanya kama alivyofanya. Watu pia wanahitaji kufundishwa kupata utambulisho wao katika Kristo, na si katika yale wanayoyafanya au watu wengine wanasemaje au wanwawazia nini. Wanahitaji kufundishwa "kujisifu" kuhusu jambo na "kufurahi" katika udhaifu wao (2 Wakorintho 12:9-10). Wanahitaji kujifunza kuwa kuwapenda wengine inamaanisha kufurahi katika mafanikio ya wengine na kuhuzunika pale wanapopatwa na mateso au katika huzuni zao (Warumi 12:15; 1 Wakorintho 12:26). Watu vilevile wanahitaji mafundisho kuhusu namna ya kuongea kweli katika upendo. Waumini pia wanahitaji kufundishwa madhara ya usengenyaji, na jinsi ya kuitikia vizuri panapokuwepo na malalamiko juu ya kaka au dada fulani.

Tatizo jingine la watu wanaotokea kwenye Uislamu na kumjia Kristo linaweza kuwa kujifunza jinsi ya kusema kweli. Katika tamaduni za Kiislamu, watu wanaweza kufundishwa wasiwe wawazi (tazama Somo la 7 kuhusu udanganyifu), hii hutokea mara nyingi kwa ajili ya kuepuka aibu. Kwa mfano, tuchukulie kwamba unamwona Mkristo mwenzako kanisani na unahisi kuwa kuna kitu kinamsumbua, hivyo unauliza "Habari gani ndugu? Je, uko sawasawa?" Kwa hakika kuna tatizo, na mtu huyo hayuko sawasawa, lakini atakuambia, "Mimi niko sawa asante, Mambo yote yako sawa." Kwa njia hii, anaendelea kuwa amevaa barakoa yake. Tabia kama hii ya kuficha matatizo yako ni ya kawaida sana miongoni mwa watu walioachana na Uislamu. Shetani hutumia hii kuwazuia wanafunzi kukua, kwa kuwazuia kuomba msaada.

Ili kulishughulikia hili, wanafunzi wanahitaji mafundisho ya kurudia rudia kuhusu umuhimu wa kuambiana ukweli kila mmoja na mwenzake, na kwa nini hili ni la muhimu kwa ajili ya ukuaji binafsi na kuwa huru.

Kuna maeneo mengi ya utamaduni wa Kiislamu ambako 'kufundisha kwa kuziba mapengo' kunahitajika, kama vile:

- hitaji la msamaha na kujua namna ya kuutumia

- kuishinda tabia ya kujihisi kukataliwa kirahisi na kuona umekwazwa na wengine

- kujifunza kuhudumu kwa njia inayojenga kuaminiana miongoni mwa watu

- kukataa vitendo vya uchawi

- wanawake na wanaume kujifunza namna ya kuheshimiana, na kujifunza kusema kweli katika mahusiano yao, kwa upendo, unyenyekevu, bila ya majivuno

- wazazi wakijifunza kuwabariki Watoto wao badala ya kuwalaani.

(Tazama orodha ya masuala yanayosababishwa na Uislamu na kufuata mfano wa Muhammad iliyoko mwisho wa somo la 4.)

Ni muhimu sana kusisitiza kuwa 'kufundisha kwenye mapengo' kunahitaji kuwa na mpangilio mahususi na kwa ukamilifu, kuingia ndani katika masuala mbalimbali ili watu waweze kujijenga upya katika mtazamo wao mzima wa kidunia wa kimhemko na kitheolojia.

☙

Katika sehemu hizi tunaangalia jinsi ya kuwajenga waumini na viongozi.

Anza vizuri

Don Little anatofautisha wamishenari wawili wanaofanya kazi miongoni mwa Waislamu kule Afrika Kaskazini. Wote hawa wamefanya kazi huko kwa miaka mingi.[18]

Steve angeweza kwa haraka kuwaongoza Waislamu kufanya uamuzi wa kumpokea Kristo, na wakati mwingine kufanya hivyo anapokutana na kuongea nao kwa mara ya kwanza. Hata hivyo, karibu kila mmoja wa hawa waongofu baada ya muda alirudi nyuma na kuanguka, mara nyingi baada ya majuma machache tu kufuatia kuamua kumpokea Yesu. Wachache walidumu kwa zaidi ya mwaka mmoja. Mbimu ya Steve ilikuwa ni kuwaleta watu kwa Kristo kwa haraka, na kumwamini roho Mtakatifu kuwasaidia waweze kukua na kujifunza zaidi kuhusu imani ya Kikristo.

Mbinu na kiwango cha mafanikio ya Cheri ilikuwa kinyume kabisa. Ilimchukua muda mrefu kabla hajamleta mtu kwa Kristo, wakati mwingine hata miaka inapita. Yeye aliwakaribisha wanawake wale aliokuwa akifanya nao kazi tu kuwa wanafunzi pale alipokuwa na uhakika kuwa wameelewa kikamilifu kumpokea Kristo kutakuwa na maana gani hasa, ikiwemo uwezekano wa kupata mateso na talaka kutoka kwa waume zao. Kila mmoja wa wanawake aliemwongoza kumpokea Kristo akawa muumin mwaminifu sana, ambao waliendelea katika imani pale Cheri alipofukuzwa kutoka Afrika Kaskazini.

Ni muhimu sana pale tunapowaleta Waislamu kwa Kristo na kuwafundisha kuwa wanafunzi kuhakikisha kuwa mchakato wa uongofu unakuwa Madhubuti. Hebu rejea zile hatua sita za kumfuata Kristo kutoka somo la 5:

1. Maungamo mawili:

   - Mimi ni mwenye dhambi na siwezi kujiokoa mwenyewe.

   - Kuna Mungu mmoja tu, Muumba, ambaye alimtuma Mwanawe Yesu ili aje afe kwa ajili ya dhambi zangu.

2. Kugeuka (kutubu) kwa kuziacha dhambi zangu na kutoka kwenye yote yaliyo maovu.

---

18. Don Little, *Effective Discipling in Muslim Communities*, uk. 26-27.

3. Maombi ya msamaha, uhuru, uzima wa milele, na Roho Mtakatifu.

4. Kuhamisha Uaminifu kwa Kristo kuwa Bwana wa Maisha yangu.

5. Ahadi na kuyatoa maisha yangu ili kumtii na kumtumikia Kristo

6. Tangazo la utambulisho wangu katika Kristo

Inaelekea kwamba Steve alikuwa anawapitisha waongofu wapya kwenye hatua ya 1 – 2. Na pengine hatua ya 3, lakini bila ya kuwajenga katika hatua ya 4-6. Kuhamisha uaminifu kikamilifu (Hatua ya 4) kunahitaji kukata mahusiano na Uislamu na kubadili hayo kwa kuwa na uaminifu kamili kwa Yesu. Ahadi na kuyatoa maisha kwa kumtii na kumfuata kikamilifu (Hatua ya 5) ni lazima ijumuishe kuelewa wazi kuwepo kwa mateso na hili pia linahitaji kufahamu maadili ya Kibiblia: ili kujitoa kikamilifu ni lazima uelewe ni maisha ya namna gani umeamua kuyaishi. Tamko la utambulisho mpya (hatua ya 6) inahitaji kuuelewa utambulisha wa Kikristo na nini hasa maana ya kuwa mtoto wa Mungu kwa njia ya Yesu Kristo badala ya kuwa 'mnyenyekevu' tu kwa Allah. Hii pia inamaanisha kuelewa nini hasa maana ya kupoteza utambulisho wako wa zamani kwa njia ya kutengwa na *umma*, pamoja na uwezekano wa kutengana na marafiki na wanafamilia.

Isitoshe, hatua ya 3 inahitaji uelewa uliokomaa wa nini hasa maana ya kuwa huru ndani ya Kristo, nini hasa maana ya kuwasamehe wengine, na asili ya maisha katika Roho.

Ili kujitoa kikamilifu katika kuzingatia hatua hizi ufahamu kamili wa mchakato wa kufanywa mwanafunzi unahitajika. Kupitia mchakato huu, mtu anaweza kujifunza kwa makini na kwa tafakari kuweka pembeni mtazamo wa Kiislamu na kuubadili na ule wa Kibiblia.

Pale mtu anapomjia Kristo na kuamua kumfuata, anakuwa ametangaza vita na Shetani. Anakuwa ameamua mwenyewe kupora haki za Shetani, na wakati huo huo kuzikabidhi haki zote juu ya maisha yake kwa Yesu Kristo. Huu si uamuzi rahisi na wa juu juu tu. Ni lazima ubebwe na ufahamu kamili na utashi wa mtu huyo.

Kwa sababu hizi, wahudumu wa Injili wanashauriwa waende taratibu katika kuwabatiza watu, na waende taratibu katika kuwaongoza watu sala ya kuamua kumpokea na kumfuata Yesu. Wafanye hivyo pale tu mtu huyo anapokuwa ameelewa kikamilifu jambo hili lina maana gani kwake na wale watu anaowapenda.

Aidha, inapendekezwa kwamba usimbatize mtu yeyote mpaka pale atakapokuwa ameomba kwa kutamka "Tamko na maombi ya Kuikana *Shahada* na kuzivunja nguvu zake (tazama somo la 5), akiwa na ufahamu kamili na uamuzi wa kujitoa. Kitendo hiki kitanguliwe na mafundisho ya kufafanua umuhimu wake. Hili lifanyike wakati fulani kabla ya ubatizo. Sala ya kukataa inaweza pia kujumuisha kama sehemu ya ubatizo. Kitendo kikamilifu kwa hatua ya 4: kuhamisha uaminifu wako kikamilifu kwa Yesu Kristo kama Bwana, kunakomaanisha kuyakataa madai yote ya Usilamu juu ya maisha ya mtu.

Kuwanasihi viongozi wanaoibuka

Moja ya mahitaji makubwa yanayowakabili Waumini Waliotoka kwenye Uislamu duniani leo ni kuwepo kwa wachungaji walio wakomavu zaidi ambao nao walitokea kuwa WWU. Viongozi wasio na afya hukuza makanisa yasiyo na afya. Ili tuwe na kanisa lenye afya, mahali ambapo watu watakua katika ukomavu na uhuru, kanisa linahitaji kuwa na viongozi wenye afya. Hivyo ni muhimu sana kuwekeza katika viongozi kutoka waliotoka kwa Uislamu ambao wanaweza kuyaongoza makanisa yenye afya. Uwekezaji huu unahitaji miaka mingi ya kujalio na usaidizi.

Kabla ya kuwekeza katika viongozi watarajiwa wanaofaa, unahitaji kuwatafuta! Kanuni ya msingi ni: Uende pole pole katika kuwaingiza watu kwenye uongozi. Ikiwa utamwingiza mtu kwa haraka unaweza kulijutia hilo ikiwa kuna mtu mwingine aliye bora zaidi atajitokeza baadaye. Watu wanaotoka katika Uislamu wanaweza kupata shida ya kukataliwa na kushindanishwa, hivyo kabla hujamwinua mtu kuwa kiongozi, hakikisha kwamba:

- yuko tayari kuitwa

- ana unyenyekevu wa kuchukua jukumu la uongozi

- ana moyo wa kufunzwa

- Ana ustahimilivu wa kushughulika na ukosoaji usioepukika atakaokutana nao baadaye.

Ikiwa wewe ni mtu uliyetokea kwenye Uislamu na unajisikia umeitwa kuongoza kanisa, usitafute njia iliyo rahisi zaidi au ya haraka zaidi ya kujiandaa. Kwa unyenyekevu kabisa fahamu kuwa itakuchukua muda kujiandaa. Uwe tayari kujiunga na mafunzo. Uwe na Subira, Uwe mtu wa kufundishika.

Viongozi wa waumini waliotoka kwa Uislamu wanaweza kuharibiwa kwa kupewa mamlaka hara haraka. Ikiwa watapanda kwa haraka haraka, huenda wakashindwa kujifunza unyenyekevu: wanaweza kufikiri kuwa wanajua kila wanalohitaji kulijua na hivyo hawahitaji kujengwa zaidi na mafunzo. Kwa viongozi watarajiwa inaweza kuwa busara kufanya mifululizo ya uteuzi mwanzoni, katika utaratibu wa majaribio au kama wanafunzi, na taratibu baada ya hapo kuwathibitisha katika nafasi ya kudumu Zaidi ya uongozi wanapoendelea kuuthibitisha wito wao na namna wanavofaa machoni mwa makusanyiko. Ikiwa watu watapanishwa kwa haraka haraka, kabla hawajapata nafasi ya kujithibitisha machoni mwa makusanyiko, wanaweza kukutana na hali ya kukataliwa mapema kabla ya kuwa wanaweza kuchukuliana na hali hiyo, na hilo linaweza kuharibu kujengwa kwao.

Kuwalea viongozi wenye afya huchukua muda mwingi na kuedeleza na kuwa na viongozi wa Kikristo waliokomaa ni jambo la mpango wa muda mrefu na ni muhimu. Kwa muumini yeyote mpya ambaye ni kiongozi mtarajiwa, ajue kuwa kukua na kufikia kukomaa katika Kristo huchukua miaka mingi. Kuna mengi sana ya kujifunza, kwa sababu kwa watu wanaotokea Uislamu namna fulani fulani za fikra na hisia kuhusu maisha na mahusiano zinapaswa kujengwa upya kabisa.

Hapa tuna vipengele 12 vya msingi kwa ajili ya kuwanasihi viongozi wafikie ukomavu:

1. Mhusika apatiwe mafunzo (Mwanafunzi) akutane mara kwa mara na mtu anayempatia mafunzo (Mnasihi), angalao mara moja kwa juma.

2. Wafundishe na waonyeshe viongozi walio mafunzoni jinsi ya kufanya tafakari ya kitheolojia, kuunganisha uzoefu na ujuzi wa masuala ya maisha na imani. Hii inahusu namna ya kutumia nyenzo za kibiblia na za kiimani kwa ajili ya changamoto za kiutendaji za maisha ya kawaida ya kila siku

na huduma. Kwa kupitia tafakari ya makusudi ya kitheolojia, tabia ya mtu inakuwa wazi kuujua ukweli, na polepole inaweza kufinyangwa upya ili iendane zaidi na zaidi na mfano wa Kristo

3. Endesha mafunzo katika hali ya uwazi na uaminifu: uwe na matarajio makubwa katika hayo. Kama yule mtu anayenasihiwa anavaa barakoa, ni ile barakoa tu ndiyo itakayopata ukomavu! Siku moja mtu yule halisi anaweza kutoka kwenye chumba na kuiacha barakoa nyuma. Hapo ndipo utakapogundua kuwa hakuwa yule mtu uliyemdhania kuwa.

Vilevile ni muhimu kwa mnasihi kuonyesha mfano wa nini hasa maana ya kuwa muwazi ikiwa yeye mwenyewe anatarajia kuwa yule kiongozi mtarajiwa awe muwazi kuhusu mambo yake yanayomsumbua.

Pale mwanzoni nilipoanza kuwashauri wanandoa ambao walikuwa wachungaji watarajiwa kwa ajili ya kanisa la watu waliotokea kwenye Uislamu, nilipokutana nao kwa mara ya kwanza niliuliza, "Je mna matatizo yo yote?"

Wakasema, "Hapana."

Juma lililofuata tukakutana, hivyo nikauliza tena, : Je, mna matatizo yoyote?"

Jibu likarudi: "Hapana"

Tukakutana katika juma la tatu na nikauliza kwa mara nyingine tena, "Je, mna matatizo yoyote?"

kwa mara nyingine jibu lilikuwa "Hapana"

Kisha nikasema. "Nasikitika sana kusikia hayo. Inawezekana mnayo matatizo ambayo hamyajui, jambo ambalo si zuri, au mna matatizo lakini hamniambii, jambo ambalo pia si zuri. Ni tatizo gani hilo?"

Hapo ndipo wanandoa hao wakaanza kufunguka: walikuwa wanapitia katika matatizo, lakini desturi za za zamani za Kiislamu ziliwafundisha kuwa ilikuwa ni jambo la aibu kuweka wazi udhaifu au mambo yako magumu mbele za wengine. Hata hivyo, kuanzia siku hiyo na kuendelea mahusiano yetu yakabadilika walipoeleza kwa uwazi kuhusu mambo magumu na changamoto zilizowakabili. Kuanzia hapo na kuendelea niliweza kuwasaidia. Kupitia mchakato huu, kuaminiana kukajengeka, nao wakakua kwa haraka katika ukomavu wa Mkristo.

4. Yule mnasihi na kiongozi mtarajiwa wanatakiwa kuwa mstari wa mbele na wenye kuibua masuala mbalimbali ya kuyafanyia kazi. Mhamasishe mwanafunzi juu ya kuwa mwenye dhamira katika kutambua masuala mbalimbali na kuyawasilisha katika mikutano yenu.

5. Yule mwanafunzi na mnasihi wake wanahitaji kupambana kwa pamoja na matatizo ya msingi na maamuzi yanayoathiri maisha ya kusanyiko. Kwa njia hii, yule kiongozi mwanafunzi ataweza kujifunza namna ya kushughulikia masuala yenye changamoto katika huduma ya kichungaji kwa njia ya kimungu na ya kibiblia.

6. Kati unapomnasihi mwanafunzi, msaidie aweze kutembea kwa uhuru. Karibu kila mtu anahitaji kuwekwa huru kutoka katika jambo fulani ikiwa ni sehemu ya mafunzo yao kwa ajili ya huduma. Ikiwa vifungo havishughulikiwi na majeraha hayaponywi, ukosefu wa uponyaji na uhuru utakuwa kikwazo cha uwezo wa mtu kupata matokeo huko baadaye. Masuala mbalimbali yanapoibuka ambayo yanajielekeza kwenye ukosefu wa uhuru shughulikia suala hilo kwa kutumia zile nyenzo tulizonazo katika Kristo. Hizo zimefafanuliwa katika sura ya 2. Aidha, mtu ambaye amepitia mchakato wa kufunguliwa na kuwa huru ataweza kuelewa vizuri zaidi namna ya kuwasaidia wengine ili waweze kuwa huru.

7. Mfundishe yule mwanafunzi wa aliyetoka kwa Uislamu katika kujijali yeye mwenyewe. Ni muhimu kwa viongozi waliotoka kwa Uislamu, kujifunza jinsi ya kujishughulikia wenyewe, na familia zao, kuwa ni jambo la kipaumbele cha juu. Kuna changamoto nyingi katika huduma hii ngumu, na kama mchungaji hatoi kipaumbele kwa ajilili ya kwanza kabisa kujishughulikia yeye mwenyewe, na kwa ajili ya familia yake, hataweza kudumu muda mrefu. Kama mchungaji haijali familia yake mwenyewe, huduma yake

haitaweza kuaminika. Watu watauliza, "Atawezaje kulitunza kanisa ikiwa hawezi kuijali familia yake mwenyewe?"

8. Ikiwa viongozi wako ni wanandoa, watahitaji msaada ili waweze kukua katika ufahamu wa maana hasa ya kuwa na ndoa ya Kikristo ikiwa na msingi katika upendo wa moyo wa mtumishi kwa pande zote na heshima, na si katika mmoja kumtawala na kumdhibiti mwingine.

9. Weka msisitizo juu ya umuhimu wa kujitambua katika huduma. Watu wanapokuwa katika kushindana, hukosa uwazi, na wanataka kujiona kuwa wao ni bora zaidi ya wengine, watakosa kule kujitambua. Hii inaweza kuwa sehemu ya madhara yanayosababishwa na Uislamu. Ili kuweza kukua, yule anayenasihiwa anahitaji kujifunza kuthamini mrejezo wenye ukosoaji kuwa ni zawadi yenye thamani na ni hazina. Hii ina maana ya kujifunza kutokuwa mtu wa kujihami au kujisikia kutishiwa na wengine, kukwazwa au kukataliwa wakati mrejesho utakapokuwa wenye kukosoa. Wakati huo huo, mnasihi anapaswa kuonyesha mfano wa kuwa mtu msikivu na mwenye uwazi, akionyesha kwa vitendo namna ya kujitambua katika vile wanavyotafuta na kujibu ukosoaji wa mrejesho, naye ataweza kuyapokea hayo vizuri zaidi yeye mwenyewe.

10. Msaidie mwanafunzi kuchakata hali za kufadhaisha kwa njia ya kimungu ili aweze kuwa mstahimilivu. Mwandae kiongozi mwanafunzi wa WWU katika namna ya kutumia nyenzo za imani za kibiblia wakati anaowaamini au kuwategemea wanapomwangusha, au mazingira ya maisha yanapokuwa magumu.

11. Jipange kwa ajili ya vita vya kiroho. Kuwahudumia watu wanaomjia Kristo wakati wote hutokea hali za kurudishwa nyuma kutoka kwa yule mwovu: hautaweza kukwepa hilo. Waumini waliotokea katika Uislamu wanahitaji kufundishwa kusimama imara katika nyakati ambazo Shetani anawashambulia.

12. Onyesha mfano wa kuaminika na ushirikiano na Wakristo wengine, na jenga mashirikiano ya kimungu na huduma nyingine. Hii ni muhimu kwa WWU kuweza kukua katika

kuutambua mwili wa Kristo: inampa Mungu heshima na ni njia ya kupokea baraka za Mungu kwa ajili ya kanisa lako. Hii pia ni njia nzuri ya kufundisha unyenyekevu.

Mwongozo wa Mafunzo

Somo la 8

Biblia katika somo hili

2 Timotheo 2:20-21

Mathayo 12:43-45

Tito 3:3

Wafilipi 1:9-11

2 Wakorintho 12:9-10

Warumi 12:15

1 Wakorintho 12:26

Hakuna rejea za Kurani, msamiati mpya, na majina mapya katika somo hili.

Maswali Somo la 8

- Jadili mfano huu wa mafunzo.

Kuanguka

1. Ni sababu gani nne anazozitoa Durie kwa baadhi ya watu wanaorejea kwenye Uislamu baada ya kuwa waliamua kumfuata Yesu?

2. Kwa nini makanisa wakati mwingine huwakataa Waislamu wakati

wanapotafuta kujifunza zaidi kuhusu Yesu na Ukristo?

3. Makanisa yanapaswa kufanya nini ili kuweza kuwasaidia Waislamu wanaomgeukia Kristo?

Wanafunzi wasio zaa matunda

4. Je, Durie anasema kuna masuala gani ya kawaida yanayowakabili waliotokea kwenye Uislamu ambao wanafanyika kuwa Wakristo?

5. Chanzo halisi cha mengi ya matatizo haya ni nini?

6. Inawezekanaje kuteua kiongozi kuwa chanzo cha matatizo katika kanisa?

7. Kwa nini yule aliyetafuta hifadhi aliyekwenda nchi ya Canada alijikatilia mbali na Wakristo wengine?

Makanisa yasiyo na afya ya kiroho

8. Shauku ya kujiona kuwa bora zaidi inawezaje kuyazuia makanisa kufanya kazi kwa pamoja?

Hitaji la kuendelea kuwa huru

9. Ni matatizo gani mawili yamekuwa kielelezo cha mfano wa Yesu wa nyumba iliyo tupu (au wazi)?

10. Unahitaji nini kwa ajili ya kujenga kanisa lenye afya njema ya kiroho?

11. Ni kitu gani kinahitaji kubadilika baada ya mtu kuwekwa huru?

12. Kwa nini Paulo anamkumbusha Tito kuhusu vile wote wawili walivyowahi kuwa.?

13. Ni kwa namna gani maisha ya Paulo ya awali yanashabihiana na maelezo ya maisha yake kabla hajamfuata Yesu?

14. Muumini anawezaje kuijaza "nyumba" ya nafsi yake, pasipo kuiacha wazi kulingana na vile Paulo anavyoandika katika Wafilipi 1:9-11?

Uponyaji na Kufunguliwa

15. Durie anaripoti kuhusu athari 12 hasi katika maisha ya waongofu. Je, ni ngapi kati ya hizo umeziona?

16. Je, yule kijana alifanya nini ili aponywe kutokana na maumivu ya tumbo yaliyokuwa na dalili za saratani? Badiliko jingine alilokutana nalo baada ya kuponywa lilikuwa lipi?

17. Ni jambo gani la muhimu kulifanya ili kuifanya nyumba iwe salama kikamilifu?

Kufundisha kwa kuziba mapengo

18. Hatua ya kwanza katika huduma ya kuwafungua watu ni nini na kwa nini ni hatua ya kwanza?

19. Nafsi ya mwanadamu inafananishwaje na ndoo ya maji?

20. Kuna mambo gani ya kufanana aliyoyaona Don Little katika waumini waliotoka kwa uislamu pote duniani?

21. Ni kwa nini baadhi ya watu wanaweza kufurahia matatizo yanayowapata wengine?

22. Kuna matatizo gani katika makanisa pale waumini wanapotaka kuwa bora zaidi juu ya wengine katika kanisa?

23. Ni mafundisho gani sita yanayopendekezwa na Durie kuwa yanaweza kusaidia kurekebisha tatizo la watu wanaotaka kujiona kuwa wao ni bora kuliko wengine?

24. Durie anasema ni jambo gani linaweza kuwa tatizo lililosababishwa kwa kutosema ukweli?

25. Ni maeneo gani sita ya utamaduni wa Kiislamu yanayobainishwa na Durie ambayo yanahitaji "kufundisha kwa kuziba mapengo"?

26. Kwa nini 'kufundisha kwa kuziba mapengo' kuwe na mfumo maalum na madhubuti?

༺༻

Anza Vizuri

27. Kulikuwa na tofauti gani kati ya mbinu ya Steve na Cheri, na kwa nini mbinu ya Cheri ilikuwa yenye mafanikio zaidi?

28. Je, unaweza kuorodhesha hatua sita za "Tamko na Sala ya Uamuzi wa kumfuata Yesu kutoka kumbukumbu yako. Kama sivyo, mzikariri kwa pamoja kama kikundi mpaka pale kila mwanakikundi atakapoweza kuzisema kwa mfuatano wake.

29. Katika mwanga wa hatua zile sita, Steve alionekana kukosa hatua zipi alipokuwa akiwaongoza watu wamjie Kristo?

30. Unapomgeukia Kristo, unakuwa umemtangazia nani vita?

31. Kitu gani kinapaswa kufanyika kabla ya mtu aliyeachana na Uislamu kuwa tayari

kubatizwa?

Kuwanasihi viongozi wanaoibuka

32. Durie anaamini kitu gani ni hitaji kuu linalowakabiliwaumini waliotokea kwenye Uislamu duniani leo? Je, unakubalin?

33. Kwa nini Durie anasema kuwa ni heri kuwaendeleza viongozi polepole?

34. Kitu gani kinaweza kutokea ikiwa viongozi wataendelezwa kwa haraka?

35. Unapomnasihi kiongozi mwanafunzi unapaswa kukutana naye mara ngapi, kulingana na mapendekezo ya Durie?

36. Tafakari ya kitheolojia ina maana gani na inawasaidiaje watu kukua na kufikia ukomavu?

37. Kwa nini ni muhimu kwa mnasihi kuwa muwazi na angavu na mtu anayempatia mafunzo?

38. Katika simulizi aliyoisema Durie, kwa nini yule mwanafunzi alisita kutafuta msaada kwa matatizo yaliyokuwa yanamkabili?

39. Kwa nini mnasihi anapaswa kumhusisha mwanafunzi katika kufanya maamuzi kuhusu matatizo makubwa yaliyo katika maisha ya kusanyiko la watu wa Mungu?

40. Kwa nini ni muhimu kumsaidia unayemfundisha awe kiongozi awe huru kutokana na vifungo?

41. Kwa nini kujijali ni jambo la uhimu katika huduma?

42. Je, ndoa ya Kikristo inapaswa kujengwa kwenye msingi wa namna gani?

43. Kwa nini kujitambua ni jambo la muhimu na ushawishi wa Uislamu unawezaje kuzuia kujitambua kusitokee?

44. Kwa nini ni muhimu kwa mnasihi kuwa wazi kupokea kukosolewa?

45. Kwa nini mchungaji wa kusanyiko lenye waumini kutoka kwa uislamu anafaa kupatiwa mafunzo kwa ajili ya vita vya kiroho?

46. Kwa nini ni muhimu kwa viongozi wa makanisa ya waumini kutoka kwa uislamu wajifunze kuyaheshimu na kufanya kazi pamoja na makanisa mengine?

Nyenzo za Ziada

Kwa maelezo zaidi ya mada mbalimbali kuhusu Uislamu zinazofundishwa hapa, tafadhali wasiliana na Mark Durie mwandishi wa *The Third Choice: Islam, Dhimmitude and Freedom.*

Vitabu vya Uhuru kwa Waliofungwa (Liberty to the Captives) kwa lugha mbalimbali, ikiwa ni pamoja na maombi, vinapatikana katika tovuti ya luke4-18.com.

Kwa maelezo zaidi kuhusu hatua zinazohitajika kuwafungua watu kutoka pepo wachafu, napendekeza kitabu kinachoitwa *Free in Christ (Kuwa huru katika Kristo)* kilichoandikwa na Pablo Bottari. Kinapatikana kwa lugha za Kiingereza na Kihispania. Aidha, napendekeza nyenzo ya mafunzo inayopatikana kutoka freemin.org (kwa kiingereza na lugha nyingine chache).

Hapa tuna maombi ya ziada ya kuwasaidia watu waweze kufunguliwa ili wawe huru.

Maombi ya Msamaha[19]

Baba, umesema wazi kuwa unanitaka niweze kusamehe. Unatamani uponyaji na uhuru kwa ajili yangu ambao huletwa kwa njia ya msamaha.

Leo, Nachagua kuwasamehe wote walionitega niingie kwenye dhambi [wataje kwa majina], na wote walioniumiza [wataje]. Nachagua kuwaachilia, kila mmoja wao, kwa [taja mambo waliyoyatenda kukukosea].

Naondoa hukumu zote dhidi yao, na Naondoa adhabu zote nilizozishikilia moyoni mwangu dhidi yao. Nawakabidhi [wataje kwa mjina] kwako, kwa kuwa wewe ndiwe hakimu wa haki pekee.

Bwana, nakusihi unisamehe kwa kuruhusu vitendo vyangu viwaumize wengine na kujiumiza mimi mwenyewe.

---

19. Sala hii na nyingine mbili zinazofuata *zimeandaliwa kulingana na msingi wa Restoring the Foundations* na Chester na Betsy Kylstra.

Kulingana na msingi wa msamaha wako na Mimi Nachagua kujisamehe mimi mwenyewe kwa kuruhusu maumivu haya kuathiri mitazamo yangu na tabia yangu.

Roho Mtakatifu, Nakushukuru kwa kunipatia msamaha katika maisha yangu, kwa kunipa neema ninayoihitaji kwa ajili ya kusamehe, na kwa kuendelea kuniwezesha nisamehe.

Katika jina la Yesu,

Amina.

Maombi ya Kukataa Uongo (imani zisizo za Kimungu)

Baba, Ninaungama dhambi zangu (na dhambi za mababu zangu) za kuuamini uongo kuwa [utaje uongo wenyewe].

Nawasamehe wale waliochangia kubuni imani hii isiyo ya kimungu, hususan [wataje kwa majina].

Ninatubu dhambi hii, na nakuomba ewe Bwana unisamehe kwa kupokea imani hii isiyo ya kimungu, kwa kuyaishi maisha yangu nikiishikilia, na kwa jambo lolote lile ambalo nimewahukumu wengine kwa sababu ya imani hii. Naupokea msamaha wako sasa [subiri na upokee kutoka kwa Mungu].

Kulingana na msingi wa msamaha wako na Mimi Nachagua kujisamehe mimi mwenyewe kwa kuuamini uongo huo.

Nakataa na kuyavunja maagano yote niniyoyafanya na imani hii isiyo ya kimungu. Nayavunja maagano mengine yote yanayohusiana na hili ambayo nimeyafanya na mapepo.

Bwana, ni kweli gani unayotaka kunifunulia kuhusu imani hii isiyo ya kimungu? [subiri na umsikilize Bwana, ili baada ya hapo uweze kutamka kweli inayousahihisha uongo.]

Natamka ukweli [itaje kweli yenyewe]

Katika jina la Yesu

Amina.

Sala kwa ajili ya dhambi za vizazi

Ninaungama dhambi za mababu zangu, dhambi za wazazi wangu, na dhambi zangu mimi mwenyewe [zitaje dhambi hizo]

Nachagua kusamehe na kuwaachilia mababu zangu, pia na wengine wote walionishawishi, kwa dhambi hizi na laana zilizojitokeza, na kwa ajili ya madhara katika maisha yangu [yataje mahsusi].

Nakuomba unisamehe, ee Bwana, kwa ajili ya dhambi hizi: kwa kuzitenda na pia kwa ajili ya laana. Napokea msamaha wako.

Kulingana na msingi wa msamaha wako Mimi Nachagua kujisamehe mimi mwenyewe kwa kutenda dhambi hizi.

Nazikataa dhambi na laana za [zitaje].

Navunja nguvu ya dhambi na laana hizi katika maisha yangu na katika maisha ya vizazi vyangu kupitia kazi ya ukombozi wa Kristo juu ya msalaba.

Naupokea uhuru wako kutoka kwenye dhambi hizi zote na laana iliyoambatana nazo. Napokea [mahsusi zitaje baraka za Mungu kwa vile ulivyo, kwa imani, unapokea].

Katika jina la Yesu,

Amina.

Majibu

Majibu ya Somo la I

1. Roho alimwambia aukane Uislamu.

2. Moja ya mahitaji ya haraka sana ni kuukana Uislamu.

3. *Shahada* na *dhimma*.

4. Mwislamu aliyechagua kumfuata Kristo.

5. Mtu asiye-Mwislamu.

6. Kumsalimisha mwongofu kwa dini ya Kiislamu na kuwasalimisha waiso-Waislamu walio chini ya utawala wa Kiislamu.

7. Kuukiri umoja usio na shaka wa Allah na utume wa Muhammad.

8. Sheria ya Kiislamu inayoamua hadi ya kutawaliwa ya Wakristo.

9. Wakristo ambao hawajawahi kuwa Waislamu wanahitaji kuyakana madai ya *dhimma*.

10. Kuwa *Sharia* (Sheria ya Kiislamu) inapaswa kuwa kuu na itawale kanuni zote za haki au mamlaka.

11. Madai yote ya kiroho juu ya nafsi zao isipokuwa kwa Kristo.

12. Kutoka kwenye giza la kiroho na kuingia kwenye utawala wa Kristo.

13. Hatua za kisiasa na kijamii, kutetea haki za binadamu, utafiti wa kisomi, matumizi ya vyombo vya habari, na wakati mwingine hatua za kijeshi kutoka kwenye serikali za mataifa.

14. Kuongoka, kujisalimisha kisiasa au upanga.

15. Zaidi ya miaka elfu moja; takriban miaka 800.

16. Aliwaahidi uhakika wa kuyahifadhi maisha yao ikiwa wangeyatoa maisha yao kuutetea Ukristo.

17. Msingi wa nguvu ya Uislamu ni wa kiroho.

18. Kwa mfalme katili na bwana hujuma kwa unabii wa Danieli.

19. Kwa Uislamu:

   - hali ya … kujiona bora au kujikweza
   - njaa …ya mafanikio
   - matumizi ya … udanganyifu
   - kujumuisha nguvu na utajiri … wa wengine
   - kuyashinda mataifa… ambao wana hisia bandia ya kuwa salama
   - upinzani … dhidi ya mwana wa Mungu
   - rekodi mbaya ya … kuwaangamiza Wakristo na Wayahudi.

20. Si kwa nguvu ya kibinadamu.

21. Nguvu ya Kristo na msalaba wake.

Majibu ya Somo la 2

1. Alijikuta hawezi kutamka neno Muhammad.

2. Alifunguliwa na kuwekwa huru kutoka kwenye hasira na kuwa na ufanisi katika uinjilisti na kuwafanya wengine kuwa wanafunzi.

3. Haki ya kuzaliwa ya kila Mkristo ni uhuru wenye utukufu wa Watoto wa Mungu.

4. Kule Nazareti.

5. Ahadi ya kuwekwa huru.

6. Kufunguliwa kiutoka kwenye kukosa tumaini, njaa, magonjwa na mapepo.

7. Mfungwa lazima atembee na kutoka kupitia mlango uliofunguliwa. Uhuru wa kiroho ni jambo tunalohitaji kulichagua

8. Mwivi. Mfalme wa dunia hii. Mungu wa kizazi hiki. Mtawala wa ufalme wa anga. Yanatufundisha kuwa Shetani ana nguvu juu ya dunia hii.

9. Shetani anazo nguvu halisi lakini zenye ukomo na enzi ya kutawala.

10. Mtazamo wa dunia wa Kiislamu na nguvu yake ya kiroho.

11. Katika vifungo vya nguvu za mapepo.

12. Nguvu ya Shetani na nguvu za giza.

13. Tumeingizwa katika ufalme wa Yesu Kristo, na tunasamehewa na kuwekwa huru

14. Kuwa wamehamishiwa kwenye ufalme wa Yesu Kristo.

15. Mambo matano: 1) Kumkataa Shetani na uovu wote. 2) Kuyakana mahusiano yote yasiyo ya kimungu na watu wengine. 3) Kuyakana maagano yote yasiyo ya kimungu. 4) kukana uwezo wote usio wa kimungu. 5) Kuyakabidhi maisha yetu kwa Yesu Kristo kama Bwana.

16. Ugomvi kati ya Mungu na Shetani; kati ya falme mbili.

17. Kanisa linaweza kuwa uwanja wa mapambano, na linaweza kutumiwa vibaya kwa uovu.

18. Wakristo wanaweza kuwa na uhakika wa ushindi kwa njia ya msalaba.

19. Mlinganisho na ushindi wa Warumi unaonyesha kuwa mapepo yamepoteza nguvu zake na yameshindwa kabisa.

20. Mshitaki au adui.

21. Wakristo wanatahadharishwa kuwa macho.

22. Dhambi zetu na sehemu za maisha yetu zimesalimishwa kwa Shetani.

23. Dhambi, kutokusamehe (na matendo ya ishara), majeraha ya nafsi, imani zisizo za kimungu (uongo), na dhambi za vizazi na laana zinazotokana nazo.

24. Kuweza kutaja na kukataa madai ambayo Shetani anaweza kuyatoa dhidi yetu.

25. Mlango ulio wazi ni mahali pa kuingilia ambapo Shetani amepewa. Kutoa nafasi ni masingi ulio ndani ya nafsi ambao Shetani anadai kuwa amepewa.

26. Haki za kisheria; msingi wa kiroho ambao unaweza kushikiliwa na Shetani

27. Ina maana kuwa Shetani hana nafasi ya kutoa madai yake dhidi yetu.

28. Shetani hakuweza kuona dhambi yoyote ya kumwezesha kutoa madai dhidi ya Yesu.

29. Hali ya Yesu kutokuwa na hatia ni muhimu kwa sababu inamaanisha kuwa Shetani asingeweza kudai kuwa kusulubuwa msalabani kulikuwa ni adhabu ya haki.

30. Tunahitaji kuifunga milango iliyo wazi na kuiondoa hali ya kutoa nafasi (kwa shetani)

31. Kwa kutubu dhambi zetu.

32. Lazima tuwasamehe wengine kwanza.

33. Anaaweza kutumia kutokusamehe kwetu kutoa madai ya kupewa nafasi dhidi yetu.

34. Kuwasamehe wengine; kupokea msamaha wa Mungu; kujisamehe sisi wenyewe.

35. hapana: msamaha ni tofauti na kusahau.

36. Shetani anaweza kuyatumia maumivu (majeraha) ili kutujaza uongo.

37. Alipata uponyaji kutoka kwenye matukio mabaya ya kuumiza ya kudhalilishwa na na 'wageni' waliokaa nyumbani kwake. Ilibidi akatae hali ya kutishiwa.

38. Imimine nafsi yako kwa Bwana; omba kwa ajili ya uponyaji; msamehe yule mtu aliyesababisha majeraha hayo; ikatae hofu (au madhara mengine); ungama na ukatae uongo wowote.

39. Kwa kila neno tulilolinena.

40. Kwa sababu hii inaweza kumpa fursa ya kyatumia maneno yetu dhidi yetu.

41. Damu ya Yesu.

42. Na niwe kama mnyama huyu: na iwe kwangu kama hivyo kama nitalivunja agano.

43. Wanamtamkia laana ya kifo mtu yeyote anayekubaliana na agano hilo.

44. Kuchinjwa (au kukatwakatwa).

45. Shetani hutujaza uongo.

46. Kuutambua na kuukataa uongo ambao hapo awali tuliukubali kuwa ni ukweli.

47. "Wanaume halisi hawalii."

48. Uongo unaoonekana kama ukweli.

49. Kukabiliana na ukweli kuatuwezesha kuungama, kukataa, na kuukana uongo tuliouamini awali.

50. Urithi mbaya wa kiroho.

51. Ushawishi wa wazazi na mifano mibaya.

52. Mfumo wa baraka na laana.

53. Adamu na hawa waliachilia laana za vizazi: maumivu, kutawaliwa, uozo, na mauti.

54. Hii ni ahadi kwa ajili ya kizazi cha kimasihi: kwa ajili ya ufalme wa Yesu Kristo.

55. Kutubu dhambi za mababu zetu, shambi zetu wenyewe; kuzikataa na kuzikana dhambi hizo; kuvunja laana zote zinazohusiana nazo.

56. Mamlaka juu ya Shetani.

57. Kwa sababu inasema kwamba kila kitu ni lazima kiharibiwe kabisa pamoja na sanamu.

58. Msalaba una nguvu ya kuvunja kula agano la uovu ambalo tumeingia.

59. Vitendo ambavyo ni vya kipekee au mahsusi.

60. "Sitampenda mtu mwingine yeyote tena." Susan akawa na uchungu na mwenye uhasama.

61. hatua tano: 1. Ungama na utubu. 2. kataa. 3. Vunja. 4. Fukuza. 5. Bariki na jaza.

62. Ungama dhambi na tangaza kweli.

63. Wabariki kwa kinyume na kilichowatesa.

Majibu ya Somo la 3

1. Kumtii Allah kama bwana aliye mwenye enzi kuu.

2. Mwislamu.

3. Muhammad, mtume wa mwisho wa Allah.

4. Kurani ina mafunuo ya Muhammad, na *Sunna* ina mafundisho yake na matendo yake.

5. Mfano wa Muhammad umerekodiwa katika *hadith* (semi za asili) na katika *sira* (kumbukumbu za maisha ya Muhammad).

6. Muhammad.

7. Yote aliyoyafanya Muhammad yanafanyika kuwa kiwango.

8. Wale wanaomtii Allah na mtume wake.

9. Moto wa jehanamu.

10. yeyote anayeukataa ujumbe wa Muhammad.

11. Mauaji, mateso, ubakaji, kudhalilisha wanawake, kutumikisha, wizi, udanganyifu, na uchocgezi dhidi ya wasio-Waislamu.

12. Ni lazima uiamini na kuitii Kurani.

13. *Sunna* ni kama mwili na Kurani ni kama uti wa mgongo

14. Waislamu huwategemea wataalamu wachache tu.

15. Hapawezi kuwepo Uislamu bila ya *sharia* (sheria ya Kiislamu).

16. *Sharia* inadhaniwa kuwa umeamriwa na Mungu.

17. Ni wito wa mafanikio.

18. Watu wamegawanyika kati ya washindi na wengine—wanaoshindwa.

19. Waislamu wanafundishwa kuwa wao ni bora zaidi ya wasio-Waislamu; Waislamu wacha Mungu ni bora zaidi ya wale wasiomcha Mungu sana.

20. Waislamu wa kweli, wanafiki, waabudu sanamu, na watu wa kitabu.

21. *Mushrik* 'mwenye kuhusisha'.

22. mambo manne yamekatazwa: 1) Maandiko yao yamevurugwa. 2) Wanafuata maono ya Uislamu yaliyopotoshwa. 3) Wamekengeuka. 4) Watu haw ani wajinga na wanahitaji kukombolewa na Muhammad.

23. Kwa upande ulio chanya, Kurani inasema Wakristo na Wayahudi ni waaminifu na waumini wa kweli.

24. Madai manne: 1) Wakristo kuishi chini ya ubora wao. 2) Waislamu wamepangiwa kututawala. 3) Tunapaswa kuwa watu wa kupigwa. 4) Tumelaaniwa kuwa watu wa kwenda jehanamu.

25. Wayahudi watakuwa na uadui mkubwa zaidi ya Wakristo.

26. Ni sura inayojulikana zaidi katika Kurani, n ani lazima kuisema kwa kurudia kila siku. Inasemwa hadi mara 17 kila siku au mara 5,000 kila mwaka.

27. Wakristo (wamepotoka) na Wayahudi (wamejipalia hasira ya Allah).

28. Maisha na mafundisho ya Muhammad.

29. Kusilimisha.

30. Matatizo sita: 1) Wanawake wana hadhi duni. 2) Mafundisho ya *jihadi*. 3) Adhabu za kikatili na zilizopitiliza. 4) *Sharia* haiwezi kuwafanya watu wawe wema. 5) Kuhamasisha kusema uongo. 6) Mateso kwa wasio-Waislamu. Wakiwemo Wakristo.

31. Mahakama za *Sharia* zilianzishwa nchini Nigeria.

32. Hakimu alifuata mfano wa Muhammad.

33. 1) Imezidi kiasi. 2) Ni enye ukatili. 3) Inawaharibu wanaume wanaorusha mawe. 4) Inawalenga wanawake. 5) Inamfanya mtoto mdogo kuwa yatima. 6) inapuuza uwezekano wa ubakaji.

34. Wanawaweza kusema uongo maisha yao yanapohatarishwa na wasio-waislamu. Waume wanaweza kusema uongo kwa wake zao. Wanaweza kusema uongo wakati wanapoaminiwa katika jambo la siri, katika vita nk.

35. Ni vitendo vya udanganyifu ili kumweka Mwislamu mahali salama.

36. Inaharibu ukweli na kuleta kuchanganyikiwa.

37. Maelekezo na uongozi wa wataalamu wao wa dini.

38. Hebu jifunze kuhusu Uislamu wewe mwenyewe, Hata kama uongozi wa Kiislamu hautajaribu kusema au kujadili mambo mengi mbele za umma.

39. Kumfuata Yesu au Muhammad.

40. Isa (Yesu).

41. Njia ya maisha (*sharia*) ya manabii waliotangulia.

42. Kitabu alichopewa Isa (Yesu) na Allah.

43. Isa atauangamiza Ukristo na kumlazimisha kila mtu kuwa Mwislamu.

44. Waislamu wanafundishwa kuwa ikiwa wanamfuata Muhammad, watakuwa wanamfuata Yesu.

45. Mafundisho haya yanaficha Mpango wa Mungu wa wokovu na yanaweza kuwazuia Waislamu wasimfuate Yesu wa kweli.

46. Tunaweza kujua Habari za Yesu wa kweli kutoka katika Injili zile nne.

47. Ni kupitia katika Yesu wa Injili pekee ndipo tunapoweza kuupata uhuru wa kweli kutoka katika vifungo vya kiroho.

Majibu ya Somo la 4

1. Maumivu matatu: 1. Kifo cha baba yake. 2. Kifo cha mama yake. 3. Jukumu la unyenyekevu la kuwa mchungaji wa kondoo wa mjomba wake. (Vilevile kifo cha babu yake.)

2. Dharau yake dhidi ya Muhammad.

3. Mambo sita: 1) Alikuwa ndiye mwajiri wake. 2) Alikuwa na umri mkubwa kuliko yeye. 3) Yeye ndiye aliyeomba kuolewa naye. 4) hadi wakati huo alikuwa amekwishaolewa mara mbili. 5) Alikuwa mwanamke mwenye nguvu na tajiri. 6) Alimlewesha baba yake ilia pate kibali cha kuolewa na Muhammad.

4. Watoto wao wengi walikufa, wakimwacha Muhammad bila ya kuwa na mrithi wa kiume.

5. Mjomba wake Muhammad aitwaye Abu Talib na mke wake Khadija.

6. Yeye alikuwa na umri wa miaka 40 na alikuwa anasumbuliwa sana kiasi cha karibu kujiua mwenyewe.

7. Muhammad alikuwa nabi na si kichaa.

8. Muhammad aliogopa kukataliwa kama mtu mdanganyifu.

9. Khadija na Ali, binamu mdogo wa Muhammad.

10. Muhammad aliidhihaki miungu ya Makka.

11. Alimlinda Muhammad dhidi ya miungu ya Makka.

12. Mgomo kamili, mateso dhidi ya waislamu waliokuwa katika hali hatarishi, na kudhalilishwa kwa Muhammad.

13. Wanaume Waislamu 83 walitorokea Abyssinia (nchi ya Ethiopia ya sasa) wakiwa na famili a zao.

14. Kumwabudu Allah pamoja na miungu ya Makka.

15. Kwamba sala kwa mabinti watatu wa Allah—al-Lat, al-Uzza, na Manat—zilipata kibali.

16. manabii wote wa kweli kuna wakati wanapotoshwa.

17. Anajisifu: 1) Hakuna hata mmoja miongoni mwa babu zake aliyezaliwa nje ya ndoa. 2) Yeye alikuwa ndiye mtu bora zaidi. 3) Yeye alitokea katika ukoo ulio bora zaidi (Hashim). 4) Yeye alitokea kwenye kabila bora zaidi (Quraysh). 5) Alitokea kwenye taifa bora zaidi (the Arabs).

18. Mafanikio katika vita.

19. Hawa wawili Khadija na mlinzi wake Abu Talib walikufa. Baada ya Ta'if kumkataa, Waarabu wa Medina waliahidi kumlinda.

20. Kundi la *majini* (mapepo) likaongoka na kuwa Waislamu.

21. Wazo la kuwa *majini* yaliongoka kuwa Waislamu, na mafundisho ya Kurani na *hadith* ya kuwa kila mtu ana pepo, wa utambuzi anayejulikana kama *qarin*.

22. Kupigana vita kwa ajili ya kumtii mtume kikamilifu.

23. Alihubiri pasipo kuzuiliwa na Waarabu wengi wa Medaina wakaugeukia Uislamu.

24. Mateso katika maisha baada ya kifo kwa wale watakaoukataa Uislamu.

25. Kuchinja au amuaji.

26. *Fitna*.

27. *Fitna* dhidi ya Uislamu.

28. Kuwepo kwa kikwazo chochote kwa watu wanaoupokea Uislamu.

29. Unastahili kupigwa na kuuawa.

30. Kwa sababu hatia na kosa la kuukataa Uislamu ni baya kuliko kifo.

31. Mamilioni ya Waislamu wanakufa lakini ni dazeni kadhaa za wasio-Waislamu.

32. Akatafuta kulipiza na kisasi, hata kwa wale ambao walikuwa wamekwisha kufa.

33. Chuki yake ya kukataliwa.

34. Walikwishahesabiwa katika hali ya kudumu kuwa wenye hatia, wanaostahili kutawaliwa kama watu duni.

35. Witikio wa ukali dhidi ya *fitna*.

36. Allah alimkataza kuitii.

37. Waueni popote mtakapowapata.

38. Baadhi walikuwa wanaamini, na wengine hawakuamini, lakini Uislamu uliwabariki.

39. Alihimiza sala na utoaji wa zakakama ilivyokuwa kwa Wayahudi; alielekeza sala zake kwa al-Sham (Syria; yaani

Yerusalemu); naye alisema kuwa mafundisho yake yalikuwa sawa na yao.

40. Kwa ajili ya kujilipiza kisasi dhidi ya kuongezeka kwa ukosoaji wao.

41. Aliwaita Wayahudi kuwa wadanganyifu, na alisema kuwa waliyaharibu maandiko yao.

42. Jume za kuwapinga Wayahudi:

   - Sura 4:46. Wayahudi ni watu waliolaaniwa.
   - Sura 7:166, nk. Wayahudi walikuwa ni tumbili na nguruwe.
   - Sura 5:70. Wayahudi walikuwa wauaji wa manabii.
   - Sura 5:13. Wayahudi walitiwa mioyo migumu na Allah
   - Sura 2:27. Wayahudi walikuwa watu wa kushindwa.

43. Dini ya Kiyahudi.

44. aliwatishia na kuwafukuza.

45. Kwa sababu aliwaua na kupngoka kuwa Waislamu ndiko pekee kungeweza kuwalinda.

46. Aliwashurumu, aliwashambulia, aliwafukuza, na kuwanyang'anya mali zao kuwa nyara.

47. Aliwahusuru na kisha kuwaua wanaume mauaji ya mbari, akiwafanya wanawake na Watoto kuwa watumwa.

48. Aliwavamia na kuwachukua mateka lakini akawapa 'chaguo la tatu': waishi kama watu wa-*dhimmi*.

49. Wote, Wayahudi na Wakristo.

50. Kutoka kujikataa binafsi hadi kujithibitisha had kuwa mkali.

51. Kuwashinda na kuwadhalilisha wasioamini.

52. Itikadi na program ya kijeshi.

53. Badala ya kuwa 'mtahadharishaji' tu, akafanyika mwamrishaji wa waumini, akiyasimamia maisha yao.

54. Njia ya kumtii Allah ni kumtii Muhammad.

55. Msingi wake ni juu ya kubadilika kwa majibu ya Muhammad mwenyewe katika kukataliwa.

56. Matatizo ya Muhammad yamehamishiwa katika dunia yote kupitia *sharia*.

57. Maneno ya *shahada*.

58. Kuwa Kurani ne neno la Allah; na kile Kurani inachosema kuhusu Muhammad.

59. Kuitamka *shahada* kunatoa ruhusu kwa mamlaka za kiroho na nguvu kulazimisha kuwepo kwa matatizo ya kiroho ya Muhammad juu ya Waislamu.

60. [Washiriki watakuwa wamezugushia duara matatizo hasi waliyokutana naye.]

61. Wanakana.

62. Wanasema limeharibiwa.

63. Waangamizeni.

64. Imani kuwa Kurani ni neno la Mungu.

65. Kutokuwa na msimamo imara, vitisho, hali hatarishi, na kutokujiamini.

Majibu ya Somo la 5

1. Kukataliwa.

2. Njia nne: 1) Aibu ya kuwa mwanaharamu. 2) Kuzaliwa katika hali ya chini. 3) Jaribio la Herode la kumuua. 4) Wazazi kutorokea Misri kama wakimbizi.

3. Mafarisayo walimshambulia Kristo kwa maswali yanayohusu yafuatayo:

   • Marko 3:2, nk. Kuvunja sheria ya Sabato

   • Marko 11:28, nk. Historia yake

   • Marko 10:2, nk. Talaka.

   • Marko 12:15, nk. Kumlipa Kaizari kodi.

- Mathayo 22:36. Amri iliyo kuu.
- Mathayo 22:42. Masihi
- Yohana 8:19. Baba wa Yesu.
- Mathayo 22:23-28, nk. Ufufuo.
- Marko 8:11, nk. Miujiza.
- Marko 3:22, nk. 'Kumfanya' Shetani; afanye miujiza kwa nguvu za Shetani.
- Mathayo 12:2, nk. Mwenedo wa wanafunzi wake.
- Yohana 8:13. Kutoa Ushahidi wa uongo

4. Kukataliwa ambako Yesu alipitia:
- Mathayo 2:16. Herode alijaribu kumuua.
- Marko 6:3, nk. Wanazarayo walijaribu kumuua.
- Marko 3:21. Familia ilimtukana
- Yohana 6:66. Wafuasi wengi walimwacha.
- Yohana 10:31. Makutano walijaribu kumpiga kwa mawe
- Yohana 11:50. Viongozi walipanga njama za kumuua
- Marko 14:43-45, nk. Alisalitiwa na Yuda.
- Marko 14:66-72, nk. Alikanwa na Petro
- Marko 15:12-15, nk. Makutano walitaka auawe
- Marko 14:65, nk. Alidhihakiwa na Wayahudi.
- Marko 15:16-20, nk. Aliteswa na askari.
- Marko 14:53-65., nk. Alihukumiwa kifo kwa mashtaka ya uongo.
- Kumbukumbu la Torati 21:23. Alilaaniwa kwa kusulubiwa msalabani.
- Marko 15:21-32, nk. alikufa kifo kibaya akiwa pamoja na Wevi.

5. Majibu sita: Yesu hakuwa 1) mkali; 2) mwenye vurugu; 3) aliyejaa kisasi; 4) mwenye kelele na mgomvi. 5) Alinyamaza

kimya hata aliposhitakiwa; na 6) Aliondoka mahali ambapo walitaka kumuua.

6. Alishinda majaribu na hakushindwa na kukataliwa.

7. Kwa kuwa alikuwa salama sana na mtulivu.

8. Alikataliwa kama mtumishi wa Isaya anayeteseka

9. Kifo chake kwa kusulubiwa

10. Matumizi ya nguvu kutimiza malengo yake.

11. Kama ishara, kuleta migawanyiko miongoni mwa familia na ilipobidi mateso.

12. Anakataa wazo kuwaMasihi alitumia vurugu, nguvu za kijeshi, au njia za kisiasa—kwamba ufalme wake ulikuwa wa kimwili.

13. Kuwa walikatazwa kuua.

14. Kristo alifundisha yafuatayo kuhusu jinsi ya kuwatendea wengine:

    ▪ Mathayo 5:38-42, kwa Habari ya uovu: onyesha wema badala yake.

    ▪ Mathayo 7:1-5, kwa Habari ya hukumu: msiwahukumu wengine.

    ▪ Mathayo 5:43, Kwa Habari ya maadui: wapendeni.

    ▪ Mathayo 5:5, kwa Habari ya upole: utaleta ushindi

    ▪ Mathayo 5:9, kwa Habari ya waleta amani: hao wataitwa wana wa Mungu.

    ▪ 1 Wakorintho 4:11-13, nk., kwa Habari ya mateso: Wakristo ni lazima wastahimili mateso makali na wasilipe kisasi.

    ▪ 1 Petro 2:21-25, kwa Habari ya mfano wetu: Yesu ndiye mfano wetu wa kuwapenda wengine.

15. Kuwa watapata mapigo, kuchukiwa, kusalitiwa na kuuawa.

16. Kusonga mbele bila ya uchungu.

17. Wakati Kijiji cha Wasamaria kilipokataa kumkaribisha.

18. Mnapoteswa vikali: 1) Kimbilieni mahali pengine. 2) Msihofu lakini mtegemeeni Roho. 3) Msiogope.

19. Furahini mnapopatwa na mateso

20. Tumaini la uzima wa milele.

21. Matokeo matatu: 1) Watu wanatengwa na Mungu na kutengwa kutoka miongoni mwao. 2) Watu wanaachwa mbali kutoka kwenye uwepo wa Mungu. 3) Watu wanakutwa na laana ya Anguko la mwanadamu.

22. Kuuchukua mwili na msalaba wa Yesu Kristo.

23. Unyenyekevu wa Yesu hadi msalabani.

24. Aliibeba chuki ya washambuliaji wake na kuyatoa maisha yake kama dhabihu kwa ajili ya dhambi za ulimwengu.

25. Kwa ishara ya kumwaga damu kwa ajili ya ondoleo la dhambi; na kwa unabii wa Isaya 53 wa mtumishi anayeteseka.

26. Kupatanishwa na Mungu.

27. Mashitaka kutoka kwa wanadamu, Malaika, au mapepo.

28. Huduma ya upatanisho.

29. Kujithibitisha mwenyewe kwa nguvu.

30. Kwa njia ya kufufuka kwake na kupaa.

31. Kujithibitisha.

32. Wanahesabu mateso kuwa ni njia ya kuyashiriki mateso ya Kristo.

33. Muhammad yeye mwenyewe aliwaangamiza na kutabiri kuwa Isa atafanya vivyo hivyo atakaporejea duniani.

34. 'Chaguo la tatu' la kuwa m-dhimmi, ambalo linawaruhusu wasio-Waislamu kubaki na imani yao.

35. Alilazimishwa kuziondoa alama zote za kidini kutoka kwenye mavazi yake.

Majibu ya Somo la 6

1. Amri ya Muhammad ya "kuieneza kwa upanga imani aliyoihubiri."

2. Baada ya kuongoka au vita kuna chaguo la tatu: kujisalimisha na kuishi chini ya ulinzi au hifadhi ya Waislamu.

3. Kuupokea Uislamu; kuuawa; au kujisalimisha (na kuishi kwa kudhalilishwa).

4. Wapigeni hadi watu watakaposhuhudia kuwa ni Allah pekee ndiye anayestahili kuabudiwa, na Muhammad ndiye mtume wa Allah (yaani, kwa njia ya *shahada*).

5. Kubali Uislamu, au dai malipo ya *jizya*, au wapige wasioamini.

6. Malipo ya kodi (*jizya*) na kuaibishwa, "kufanywa wadogo."

7. Agano la *dhimma*.

8. *Wa-dhimmi.*

9. Kanuni mbili: 1) Uislamu lazima uzishinde dini nyingine. 2) Waislamu lazima wawe katika nafasi ya mamlaka ili kulazimisha kufuatwa.

10. ni kodi ya kichwa ambayo inatambua kuwa usalama wa vichwa vyao uko mikononi mwa Waislamu wanaowateka: kodi hiyo ni malipo au fidia ya kutouawa.

11. Kwa manufaa ya Waislamu.

12. Ni fidia kwa ajili ya kuruhusiwa kuwa na vichwa vyao kwa mwaka huo.

13. *Jihad* imeanza tena: vita, uporaji, ubakaji na mauaji.

14. Ahdabu kwa wale wanaokataa na kuwa waasi, ambayo ni *jihad*.

15. Kuwa huru kupatikana kwa ajili ya kuuawa ay kutekwa.

16. Mauaji ya kimbari kutokana na mashtaka ya kukiuka agano la *dhimma*.

17. Sultani aliwateua Wayahudi kushika nafasi ya Mtawala Mkuu.

18. Wakristo walishitakiwa kwa kuachana na hadhi yao ya kuwa wanyenyekevu na kwa hilo, kuachana na kulindwa kwao. Baadhi yao waliamua kuingia Uislamu ili kuyaokoa maisha yao.

19. Tambiko hilo liliwekwa wakati wakilipa kodi ya *jizya*. Lilihusu pigo moja au mawili shingoni na wakati mwingine kunyongwa kama sehemu ya tambiko

20. Limekusudiwa kuionyesha unyenyekevu au utii wa kami ya watu wa *dhimma*, hadi kuhusisha na kujumuisha kuchinjwa au kukatwa katwa kwa wanaume.

21. Laana ya kuchinjwa au kukatwa katwa.

22. Agano la damu au kiapo cha damu, hufanyika katika jamii za kichawi.

23. Ruhusa ya kujilaani mwenyewe kwa adhabu ya kifo cha mhusika mwenyewe.

24. Shukrani na unyenyekevu wa hali ya udhalili.

25. Mifano:

   - Ushahidi wa wa-*dhimmi*: haukubaliki katika mahakama za *sharia*.
   - Nyumba za wa-*dhimmis*: zisiwe kubwa zaidi ya za Waislamu.
   - Farasi wa wa-*dhimmi*: wa-*dhimmi* hawaruhusiwi kupandwa.
   - -Wa-*dhimmi* wanatakiwa kuwapisha Waislamu barabarani.
   - Wa *dhimmi* na kijihami: hairuhusiwi.
   - Wa-*dhimmi* na alama za kidini: haziruhusiwi hadharani
   - Makanisa ya wa-*dhimmi*: hairuhusiwi kuyafanyia ukarabadi wala kujenga mapya.
   - Wa-*dhimmi* kuukosoa Uislamu: Hairuhusiwi.
   - Mavazi yaw wa-*dhimmi*: hawaruhusiwi kuwaida Waislamu.
   - Ndoa za wa-*dhimmi*: mwanaume m-*dhimmi* haruhusiwi kuoa mwanamke Mwislamu, na kama mwanaume Mwislamu atamwoa mwanamke m-*dhimmi*, watoto wao watakuwa Waislamu.

26. Kuwa watalipa kodi ya *jizya* na kufanywa "wadogo."

27. Kuwa ni mauaji ya nafsi.

28. Ujumla wa masharti yanayozalishwa na agano la *dhimma*.

29. Kuendelea kuwa wanyenyekevu katika hali ya kudhalilishwa.

30. Hisia za kuwa duni, usiri, ujanja ujanja, ubaya na hofu.

31. kuwa ni dini ya mabwana na watawala.

32. Hali yao bandia ya kujiona bora zaidi ya wengine na uhafidhina wa kidini unawadhoofisha Waislamu na kufanya kuwa vigumu kwao kupokea ukweli halisi

33. Kwa utumwa: utumwa ulipigwa marufuku wakati wa vita vya wenyewe kwa wenyewe Marekani, lakini ubaguzi wa rangi bado unaendelea hata baada ya zaidi ya karne moja baadaye.

34. Madai kuwa nchi za Magharibi zinawiwa na Usilamu kwa ajili ya maendeleo yao.

35. Mataifa ya Ulaya.

36. Kuhuishwa kwa *sharia*.

37. Madhara matano: 1) Roho iliyojeruhiwa. 2) Roho ya kukwazika. 3) Mawazo ya kuwa mhanga. 4) Roho ya vurugu ay matumizi ya nguvu 5) Utashi wa kutaka kuwatawala wengine.

38. Hali ya Muhammad ya kuonewa kiroho ilisababisha atafute kuwadhalilisha wengine.

39. Alikataa kukubali kukwazwa, alikataa kukimbilia vurugu, alikataa kuwatawala wengine, na alikataa kuchukua roho iliyojeruhiwa.

40. Hakuna kati ya Wakristo ambaye hapo awali alielewa kuhusu vifungo vya kiroho; wote waliomba wafunguliwe; wote walifurahi wakati ilipotimia.

41. Hofu ya mashambulizi ya ki-jihadi, uzoefu wa zamani wa maumivu na hali mbaya kutokla kwa watu wa jihadi, matishio yaliyopita kwa familia yako.

42. Yalibuniwa kwanza kabisa kufuta agano la *dhimma* yakivunja madai yake juu ya maisha yetu, na pili kukataa na kuvunja laana zote zinazoletwa na u-dhimmi.

43. Yatawasaidia watu wafunguliwe kutoka kwenye ushawishi wa hali hizo.

Majibu ya Somo la 7

1. Kusukumwa kuipenda kweli na kuisema kweli.

2. Kwa sababu Mungu ni wa mahusiano.

3. Uongo.

4. Anawapotosha watu.

5. Aina za uongo ulioruhusiwa: katika vita, kwa weke zao, ili kupatiwa ulinzi, kuutetea *Umma*, na kujipatia ulinzi au hifadhi unapokuwa hatarini (*taqiyya*).

6. Kujifany akuwa unaikana imani yako binafsi.

7. hali yao ya kuwa bora zaidi ya wasio-Waislamu

8. Muhammad.

9. Dhana za heshima na aibu.

10. Hisia ya mtazamo wa kidunia wa kujisikia kuwa bora zaidi ya wengine.

11. Kwa sbabu kuna matamko ya kukinzana katika *Hadith* kuhusu kulaani..

12. Kuwalaani wasio-Waislamu.

13. Chuki, msisimko, na hali ya "mhemko" wa kiroho

14. Agano linalowafungwa watu wawili pamoja.

15. Kutokusamehe hudumisha fungamano la nafsi kati ya watu wawili.

16. [Wanafunzi waifuatilie sala na kutambua wao wenyewe maeneo ambayo hatua hizo zinatumika.]

17. mambo ya kukataliwa: dhambi ya kuwalaani wengine, laana zinazotokana na hilo, chiki dhidi yaw engine, mhemko unaotokana na hilo, mapepo ya chuki na kulaani, mafungamano yote yasiyo ya kimungu na Maimamu na wengine, kazi zote za mapepo yanayodumisha mafungamano haya ya nafsi. Mambo ya kuvunjwa: nguvu za kiroho zisizo za kimungu, laana, mafungamano ya nafsi yasiyo ya kimungu.

18. Kufunguliwa kutoka kwenye laana, amnai, upole, mamlaka ya kubariki. Baraka hizi ni kinyume na laana na chuki zilizozisukuma.

19. Mababu, baba, maimamu, Viongozi wa Kiislamu, na wengine wowote wale walionishawishi nijilaani mwenyewe.

20. Alidhani kuwa nyumba yake ilikuwa chini ya laana.

21. Hakujua namna ya kuvunja laana.

22. Alihitaji kutwaa mamlaka katika jina la Yesu kuzivunja laana zote dhidi ya nyumba yake.

23. wanakutana na laana.

24. Hatua tisa: 1) Ungama na utubu. 2) Ondoa vitu vyote visivyo vya kimungu. 3) Wasamehe wengine na wewe mwenyewe. 4) Dai mamlaka yako katika Kristo. 5) Zikane na kuzivunja laana. 6) tangaza uhuru wako katika Kristo. 7) Yaamuru mapepo yaondoke (yafukuze yatoke). 8) Tamka baraka. 9) Msifu Mungu.

Majibu ya Somo la 8

1. Sababu nne: 1) Maumivu ya kupoteza ushirika wa jamii. 2) Vikwazo na vipingamizi kutoka kwenye Uislamu. 3) Mateso ya moja kwa moja. 4) Kufadhaishwa na Wakristo na Kanisa.

2. Kanisa likiwakataa waongofu waliotokea kwenye Uislamu kwa sababu ya hofu na sheria za *dhimma*.

3. Lifahamu na likatae agano la *dhimma*.

4. Hofu, hisia ya kukosa usalama, na kupenda fedha, hisia ya kukataliwa, hisia ya kuwa mhanga, kukwazika, kushindwa kuwaamini wengine, maumivu ya kihisia, dhambi za ngono, masengenyo, na uongo.

5. Kudhibiti ushawishi wa Uislamu.

6. Wengine wataona wivu.

7. Alikwazwa na Wakristo wengine.

8. Makanisa yakishandana wao kwa wao wakiamini kuwa wao ni bora kuliko wengine.

9. Mlango ulioachwa wazi na nyumba kuachwa tupu.

10. Wakristo wenye afya njema ya kiroho.

11. Tabia na namna ya kufikiri inahitaji kubadilika.

12. Paulo anataka kumtia moyo Tito aemdelee kukua.

13. Paulo alikuwa akiwachukia Wakristo.

14. Kwa kukua katika upendo, maarifa, na uwezo wa kina wa kuona, na kuzaa matunda mema.

15. [Washiriki wakitoa taarifa ya athari hasi walizoziona.]

16. Aliikana na kuivunja laana la vizazi. Aidha, aliponywa kutoka kwenye hali ya kuwa na wasiwasi.

17. Funga milango *yote.*

18. Funga milango iliyo wazi ambayo Shetani anaweza kuitumia dhidi ya mwamini.

19. Nafsi imekusudiwa kuwa na maji ya uzima, lakini kuna mapengo pembeni mwake, haiwezi kuchukuwa maji kama inavyopaswa.

20. Kuna vikwazo vinavyofanana na hivyo na uharibifu wa nafsi kwa WWU wanaotafuta kumwishia Kristo.

21. Inawasaidia wajisikie kuwa bora zaidi.

22. Makanisa yana matatizo ya kufanya kazi pamoja. Watu wanaweza kuwa na wivu wanapoona wengine wanafanikiwa katika huduma. Watu hawataki kutumika kama viongozi kwa sababu wanadhani kuwa watashambuliwa.

23. Mafundisho sita: 1) Kuthamini moyo wa mtumishi 2) Kutafuta utambulishio wako katika Kristo, si katika yale unayoyasema au kuyafanya au vile watu wanavyosema au kufikiria juu yako. 3) Kujifunza kujisifu juu ya udhaifu wako. 4) kujifunza kufurahi kwa mafanikio ya wengine, na kuhuzunika pamjoa nao wanapokuwa katika matatizo. 5) Kujifunza kuisema kweli kwa upendo. 6) Kujifunza kuhusu athari za uharibifu za usengenyaji.

24. Watu hawawezi kukua kwa sababu wanaficha matatizo yao na hawataki kusaidiwa katika matatizo hayo.

25. Mada sita: 1) Msamaha. 2) Kukataliwa na kukwazwa. 3) kujenga kuaminiana. 4) Kuukana uchawi. 5) Wanawake na wanaume

kuheshimiana na kuambiana kweli. 6) Wazazi wakiwabariki Watoto wao.

26. Hivyo, watu wanaweza kujenga upya mtazamo wao mzima wa dunia

27. Steve alipata waongofu wapya kwa haraka lakini hakuweza kuwatunza. Cheri alipata waongofu wapya taratibu lakini waliweza kuendelea katika Kristo. Mbinu ya Chri ilifanya kazi vizuri zaidi kwa sababu pale watu walipoamua kumfuata Yesu walielewa vema kile walichokuwa wakijifunga nacho.

28. Hatua sita: 1) Maungamo mawili. 2) Kugeuka. 3) Mahitaji. 4) Kuhamisha uaminifu. 5) Ahadi na kujiweka wakfu. 6) Tamko.

29. Hatua ya 4-6.

30. Shetani.

31. Ukatae Uislamu kwa kusali 'Tamko na Sala ya Kuikana *Shahada* na kuivunja nguvu yake'.

32. Wachungaji zaidi wa Waumini Kutoka kwa Uislamu.

33. Kuhakikisha kuwa unaye mtu aliye bora kabisa, na kumsaidia ajiandae kwa ajili ya kuwa kiongozi.

34. Hawajifunzi unyenyekevu, na wanaweza kukutana na kukataliwa na wengine.

35. Mara kwa mara: angalao mara moja kwa juma.

36. Kuitumia Biblia kukutana na changamoto za kivitendo za kila siku. Hili huwasaidia tabia zao kuku ana kuendelea na ile ya Kristo.

37. Kuwa na mfano wa uwazi kwa mwanafunzi.

38. Kuepuka aibu.

39. Ili waweze kujifunza kushughulikia masuala yenye changamoto.

40. Ikiwa vifungo havitaondolewa na majeraha kupona, hilo litaweka ukomo katika uwezo wa kuwa na matunda katika huduma. Aidha, ikiwa kuna mtu atafunguliwa, atakuwa anajua vizuri zaidi namna ya kuwasaidia wengine kuwa huru.

41. ili waweze kustahimili katika huduma, na kuaminiwa.

42. Kuwepo kwa mioyo ya utumishi yenye upendo na heshima kwa pande zote.

43. Ili tuweze kupokea mrejesho unaostahili na kukua katika ukomavu.

44. Kuwa mfano wa kujitambua mwenyewe kwa mwanafunzi.

45. Kwa sababu hawawezi kuiepuka.

46. Kwa ajili ya kumheshimu Mungu, pokea baraka za Mungu kwa ajili ya kanisa, na ujifunze unyenyekevu.

www.ingramcontent.com/pod-product-compliance
Lightning Source LLC
Chambersburg PA
CBHW051414090426
42737CB00014B/2656